വാക്കുകൾ കേൾക്കാൻ
ഒരു കാലം വരും

Vaakkukal Kelkkaan Oru Kaalam Varum
Memories

Madhupal

CHINTHA PUBLISHERS
Thiruvananthapuram

First Chintha Edition
January 2022

Second Edition
July 2022

Published
Chintha Publishers, Thiruvananthapuram

Typesetting
Star communications, Thiruvananthapuram

Printed at
Time offset printers, Thiruvananthapuram

Cover Design
Subin Abraham

ISBN - 978-93-93468-30-7

CR - 3196 / 6054

₹ 220

Email: chinthapublishers@gmail. com
Website: www. chinthapublishers. com

A version is available at National Libraries
Kolkata, Mumbai, Chennai and Delhi

Distribution
DESHABHIMANI BOOKHOUSE
H O Thiruvananthapuram 695035

Branch
Head Office Kunnukuzhi • Statue Thiruvananthapuram
KSRTC Bus Terminal Thampanoor • Saphalyam Complex Thiruvananthapuram
KSRTC Bus Station Alappuzha • KSRTC Bus Station Ernakulam
Machingal Lane Thrissur • IG Road Kozhikode
Mavoor Road Kozhikode • NGO Union Building Kannur
Central Bus Terminal Complex Thavakkara Kannur

വാക്കുകൾ കേൾക്കാൻ ഒരു കാലം വരും

മധുപാൽ

ചിന്ത പബ്ലിഷേഴ്സ്
തിരുവനന്തപുരം-695 035
വില : ₹ 220

മധുപാൽ

കോഴിക്കോട് ജനിച്ചു.

അച്ഛൻ : കണ്ണൂരുകാരനായ ചെങ്കളത്ത് മാധവമേനോൻ.
അമ്മ : കാളമ്പത്ത് രുഗ്മിണിയമ്മ.

1985 മുതൽ കഥകളെഴുതുന്നു. 1990 മുതൽ സിനിമാ സഹ സംവിധായകനായി നൂറിൽപരം സിനിമകളിൽ അഭിനയിച്ചു.

ആകാശത്തിലെ പറവകൾ, ദൈവത്തിന്റെ സ്വന്തം ദേവൂട്ടി, കാളിഗന്ധകി എന്നീ സീരിയലുകൾ സംവിധാനം ചെയ്തു.

തലപ്പാവ്, ഒഴിമുറി, ഒരു കുപ്രസിദ്ധ പയ്യൻ എന്നീ സിനിമകൾ സംവിധാനം ചെയ്തു. സീരിയൽ സിനിമാ സംവിധാനത്തിനും മികച്ച ചിത്രത്തിനുമായി കേരള സർക്കാരിന്റെ ഉൾപ്പെടെ വിവിധ പുരസ്കാരങ്ങൾ ലഭിച്ചിട്ടുണ്ട്. 2007 ൽ കൈരളി അറ്റ്ലസ് പുരസ്കാരം കഥയ്ക്കു കിട്ടി. കഥകൾ ഇംഗ്ലീഷ്, തമിഴ്, ഹിന്ദി ഭാഷകളിലേക്ക് വിവർത്തനം ചെയ്തിട്ടുണ്ട്. തിരക്കഥകൾ എഴുതിയിട്ടുണ്ട്.

കൃതികൾ: *ഈ ജീവിതം ജീവിച്ചു തീർക്കുന്നത്, ഹീബ്രുവിൽ ഒരു പ്രേമലേഖനം, പ്രണയിനികളുടെ ഉദ്യാനവും കുമ്പസാരക്കൂടും, കടൽ ഒരു നദിയുടെ കഥയാണ്, ഫേസ്ബുക്ക്, ജൈനിമേട്ടിലെ പശുക്കൾ, അവൻ(മാർ) ജാരപുത്രൻ, മധുപാലിന്റെ കഥകൾ, പല്ലാണ്ട് വാഴ്ക, അത്ഭുതങ്ങൾ കാണും ജീവിതത്തിൽ.*

കേരള സംസ്ഥാന സാംസ്കാരിക പ്രവർത്തക ക്ഷേമനിധി ബോർഡ് ചെയർമാനാണ് ഇപ്പോൾ.

ഭാര്യ : രേഖ
മക്കൾ : മാധവി, മീനാക്ഷി

വിലാസം : നം. 9, നിർമ്മി ഹോംസ്
കാഞ്ഞിരംപാറ പി ഒ
തിരുവനന്തപുരം 695 030
E-mail : madhupalk@mgmail.com,
kmadhupal@gmail.com

ഉള്ളടക്കം

പ്രസാധകക്കുറിപ്പ്

ഓർമകളുടെ, അനുഭവങ്ങളുടെ കഥപറച്ചിലാണ് മധുപാലിന്റെ *വാക്കുകൾ കേൾക്കാൻ ഒരു കാലം വരും* എന്ന പുസ്തകം. ഏകാന്തമായ തന്റെ യാത്രകളിൽ ഭൂതകാലത്തിന്റെ സ്വകാര്യതകളിലേക്കുള്ള ഒരു തിരിഞ്ഞു നടത്തം. ഇത്തരം ചില നടത്തങ്ങൾക്ക് ജീവിതത്തിന്റെ സങ്കീർണ്ണതകളെ, നിസ്സഹായതകളെ പ്രതിരോധിക്കാൻ കഴിയുമെന്ന് വായനക്കാരെ ഓർമിപ്പിക്കുകയാണ് ഈ കൃതി.

ബാല്യകൗമാരത്തിന്റെ കൗതുകങ്ങളും പ്രണയത്തിന്റെ വിങ്ങലും മരണത്തിന്റെ നോവുമെല്ലാം പ്രകൃതിയുമായി സമന്വയിപ്പിച്ചുകൊണ്ട് താൻ പിന്നിട്ടവഴികളും അനുഭവങ്ങളും വായനക്കാരന്റേതുകൂടിയാണെന്ന തോന്നലുളവാക്കുകയാണ് *വാക്കുകൾ കേൾക്കാൻ ഒരു കാലം വരും.*

എഴുത്തുകാരനും നടനും സാധാരണക്കാരനുമൊക്കെയായി അനുവാചകനെ തന്നിലേക്ക് ചേർത്തുനിർത്തുന്നതോടൊപ്പം, എഴുത്തിന്റെയും സിനിമയുടെയും ലോകത്ത് വ്യക്തിമുദ്ര പതിപ്പിച്ച അതുല്യ പ്രതിഭകളെ ഓർക്കാനുള്ള അവസരം കൂടിയാണ് മധുപാലിന്റെ ഈ പുസ്തകം വായനക്കാർക്ക് സമ്മാനിക്കുന്നത്.

ചിന്ത പബ്ലിഷേഴ്സ്

ഓർമയുടെ ഊടുവഴികളും വാക്കിന്റെ പച്ചയും

ഷംസുദ്ദീൻ കുട്ടോത്ത്

'വെളിച്ചത്തിൽ ലയിച്ചാൽ പിന്നെ നിഴലില്ലല്ലോ' എന്ന് ജലാലുദ്ദീൻ റൂമി ഒരു കവിതയിൽ എഴുതിയിട്ടുണ്ട്. 'അവനിൽ ലയിക്കുവാൻ ആദ്യം നീ നിന്നെ ഉപേക്ഷിക്കണമെന്നും അവനിൽ ലയിച്ചാൽ പിന്നെ നീയില്ല, അവൻ മാത്രം' എന്നും റൂമി എഴുതുന്നു. ഇതു പോലെയാണ് മനുഷ്യരുടെ ഓർമകളും എന്ന് തോന്നിയിട്ടുണ്ട്. ഓർമ ജീവന്റെ ഓരോ മാത്രയിലും ലയിച്ചിരിക്കുമ്പോൾ ഓർക്കാൻ വേണ്ടി മാത്രം സമയം തേടേണ്ടതില്ലല്ലോ?

ചിലർ ഓർമകളെ ആട്ടിപ്പായിക്കുന്നു, ചിലർ ഓർമകൾക്ക് വിരുന്നൊരുക്കുന്നു. സ്വന്തം നാടും കുട്ടിക്കാലവും നടന്ന വഴികളും ഇടവഴികളും വായനശാലയും വയൽപച്ചയും കളിക്കൂട്ടുകാരെയും ഓർത്ത്, ഓർമകളെ തൊട്ട്, മണത്ത് എത്രനേരം വേണമെങ്കിലും ഒറ്റയ്ക്കിരിക്കാൻ കഴിയുന്നവരിൽപ്പെട്ടയാളാണ് ഞാനും. എന്നാൽ ചില സുഹൃത്തുക്കൾ, പരിചയക്കാർ, ബന്ധുക്കൾ എന്നിവരുമായി ഇടപഴകുമ്പോൾ ഓർമകളുടെ കനമോ ആർദ്രതയോ ഒരിറ്റുപോലും അവരെ സ്പർശിക്കുന്നേയില്ലല്ലോ എന്ന് അത്ഭുതപ്പെട്ടിട്ടുണ്ട്. ഭൂതകാലം ഓർക്കാൻ മാത്രമുള്ളതാണ്, തിരിച്ചുപോയാൽ വിരസവും എന്ന അതിഭൗതികചിന്തയാണ് അവരെ ഭരിക്കുന്നത് എന്നു തോന്നുന്നില്ല. ഒരുപക്ഷേ, ഭൂമിയിലെ എല്ലാ ഓർമകൾക്കും താഴെ ഒപ്പിട്ട, അതിവിശാലാർഥത്തിൽ ഓർമകളെ അനുഭവിക്കുന്ന, അറിയുന്നവരായിരിക്കാം അവരും എന്നാണ് സ്വയം ഇത്തരക്കാരെക്കുറിച്ച് ചിന്തിക്കുന്നത്.

ചിന്തിക്കാനെന്നപോലെ സ്വപ്നം കാണാനും ഓർക്കാനും ഓർത്ത് കരയാനും ചിരിക്കാനും സ്വയം സംസാരിക്കാനും കുറ്റബോധപ്പെടാനും അഭിമാനിക്കാനും അഹങ്കരിക്കാനും കിട്ടുന്ന സമയമൊക്കെ ഉപയോഗ

പ്പെടുത്തുന്നവരാണ് നമ്മിൽ പലരും. യാത്ര, വായന, സായാഹ്നനടത്തം, പുകവലി, മദ്യപാനം.... ഇങ്ങനെ പല തരത്തിലും സമയത്തുമാണ് പൊയ്പോയ കാലത്തെ നാം തിരിച്ചു പിടിക്കുന്നത്. ഒരു മനുഷ്യന്റെ മരണശേഷം അയാൾക്കൊപ്പം കടന്നുപോയ ഓർമകൾക്ക് എന്ത് സംഭവിക്കുന്നു എന്ന് പലപ്പോഴും ചിന്തിച്ചുനോക്കിയിട്ടുണ്ട്, വെറുതേ...

മധുപാലിന്റെ *വാക്കുകൾ കേൾക്കാൻ ഒരു കാലം വരും* എന്ന ഓർമപ്പുസ്തകം വായിച്ചപ്പോഴാണ് ഓർമകളെക്കുറിച്ച് ഇത്രയും ചിന്തിച്ചത്. കഥാകൃത്തായും ചലച്ചിത്ര സംവിധായകനായും തിരക്കഥാകൃത്തായും നടനായുമൊക്കെ മധുപാലിനെ നമ്മൾ അറിഞ്ഞിട്ടുണ്ട്. എന്നാൽ വ്യക്തി എന്ന നിലയിൽ അദ്ദേഹം നടന്നുതീർത്ത വഴികളെക്കുറിച്ചും അനുഭവിച്ചറിഞ്ഞ ജീവിതത്തെക്കുറിച്ചും ഈ പുസ്തകം പറഞ്ഞു തരുന്നു. കാലദേശങ്ങളുടെ പ്രതിബന്ധങ്ങളില്ലാതെ ഒരു മനുഷ്യന്റെ അനുഭവങ്ങളിൽ പലതും ഭൂമിയിലെ ഏതൊരാളുടെയും അനുഭവമായി താദാത്മ്യം പ്രാപിക്കുന്നതായി കാണാം. അവൻ അഥവാ അവൾ ജീവിക്കുന്ന ഭൂപ്രകൃതിയോ പശ്ചാത്തലമോ ഒന്നുമല്ല ഇതിന് കാരണം. എല്ലാവരും ഉള്ളിൽ സൂക്ഷിക്കുന്ന പ്രപഞ്ചത്തിന്റെ ഏകാത്മക ചലനങ്ങളാണ് ഈ താദാത്മ്യത്തിന് കാരണം. പൂക്കളിലെ ഗന്ധമെന്നപോലെ എല്ലാ മനുഷ്യരിലും നിറഞ്ഞുനില്ക്കുന്ന ബോധം, സ്വപ്നം, തിരിച്ചറിവ് എന്നിവയുമാകാം ഈ ഏകീകരണത്തിന് കാരണം. അതുകൊണ്ടൊക്കെയാകാം ഈ പുസ്തകം വായിക്കുമ്പോൾ നാമെല്ലാവരും സ്വന്തം ഓർമകളെ തിരിച്ചു പിടിക്കുന്നതായി അറിയുന്നത്. വരികളിലും വരികൾക്കിടയിലും പലപ്പോഴും നമ്മൾ നമ്മെത്തന്നെ കണ്ടുമുട്ടുന്നത്. അങ്ങനെ അനുഭവങ്ങൾ ഒരുപാട് പറഞ്ഞ്, കഥകളിലും സിനിമകളിലും വിട്ട ഭാഗങ്ങൾ പൂരിപ്പിക്കുകയാണ് സ്വപ്നങ്ങളും ചിന്തകളും ഘനീഭവിച്ച ഈ പുസ്തകത്തിൽ മധുപാൽ.

മനുഷ്യജീവിതത്തിലെ സങ്കീർണതയും ലാളിത്യവുമാണ് മധുപാലിന്റെ ഒട്ടുമിക്ക കഥകളും ചർച്ച ചെയ്യുന്നത്. കാഴ്ചകൾ കാണുന്നത് കണ്ണുകൊണ്ടല്ല എന്ന് സദാ മന്ത്രിക്കുന്ന ഒരു ഗുരുവിന്റെ അദൃശ്യസാന്നിധ്യം അദ്ദേഹത്തിന്റെ സർഗ്ഗാത്മകലോകത്തിന് വെളിച്ചവും തിരിച്ചറിവുമാകുന്നുണ്ട്. മധുപാലിന്റെ കഥകളുടെ തുടർച്ചയോ മുഖവുരയോ ആകുന്ന കുറിപ്പുകളാണ് ഈ പുസ്തകത്തിലുള്ളത് എന്ന് കാണാം.

കാമുകനായും ഭർത്താവായും സുഹൃത്തായും പരിസ്ഥിതിവാദിയായും വിപ്ലവകാരിയായും ഗുരുവായും ശിഷ്യനായും ദുർബലനായ മനുഷ്യനായുമെല്ലാം മധുപാൽ എന്ന വ്യക്തി ഈ പുസ്തകത്തിന്റെ ഓരോ താളിലും നിറഞ്ഞുനിൽക്കുന്നു. പ്രതിഷേധിക്കുന്ന, ബഹളം വെക്കുന്ന, നിസ്സഹായനാകുന്ന മനുഷ്യാവസ്ഥകളിലൂടെ അയാൾ പലതവണ കടന്നുപോകുന്നു. ചിലപ്പോൾ സമൂഹത്തിന് നേരെ വിരൽ ചൂണ്ടുന്നു. അടുത്ത നിമിഷം മനുഷ്യനെയും പ്രകൃതിയെയും നോക്കി സന്ദേഹിയെപ്പോലെ മന്ദഹസിക്കുന്നു. വേറെ ചിലപ്പോൾ നിസ്സഹായതയിൽ നിശ്ശ

ബ്ദനാകുന്നു. മതങ്ങൾ ഗന്ധമില്ലാത്ത പ്ലാസ്റ്റിക് പൂക്കളെന്ന് അലറിവിളിക്കുന്നു. ഒരു മതമുണ്ടായിരിക്കുകയും എന്നാൽ ആ മതത്തിൽ നിന്ന് വളരെ ദൂരത്തിൽ നിൽക്കുന്നവരാണ് യഥാർഥ മനുഷ്യർ എന്ന് തിരിച്ചറിഞ്ഞ് കണ്ണടയ്ക്കുകയും ചെയ്യുന്നു. ബോധം ഉണരുമ്പോൾ മനുഷ്യർ ബുദ്ധന്മാരാകുന്നു എന്ന് പറഞ്ഞ് കനത്ത മൗനത്തിലേക്ക് തിരിച്ച് നടക്കുന്നു. സ്വന്തം വാക്ക് മാത്രമല്ല എല്ലാവരുടെയും വാക്കുകൾ പൂക്കുന്ന കാലം സ്വപ്നം കാണുന്ന വിപ്ലവകാരിയാകുന്നു. മനുഷ്യൻ വളരുന്തോറും അവന്റെ/അവളുടെ ഉള്ളിലെ കുട്ടി അപ്രത്യക്ഷനാകുന്നത് നിസ്സംഗതയോടെ തിരിച്ചറിയുന്നു. ഇങ്ങനെ മാറിനിന്നും ഒപ്പം നിന്നും മനുഷ്യനെ അറിയാനുള്ള ശ്രമമാണ് ഈ പുസ്തകം. കാഴ്ച, പ്രണയം, യാത്ര, മരണം... എന്നിങ്ങനെ നാലു ഭാഗമായിട്ടാണ് പുസ്തകം ഒരുക്കിയിട്ടുള്ളത്.

കാഴ്ച; അകത്തേക്കും പുറത്തേക്കും

സ്വന്തം കാഴ്ചകളെ അനുഭവങ്ങളുടെ മൂശയിലിട്ട് പലതവണ ആവർത്തിച്ച് അവതരിപ്പിക്കുന്ന കരുത്തുള്ള ചിന്തകളും കാഴ്ചപ്പാടുകളുമാണ് ആദ്യഭാഗത്ത്. മനുഷ്യൻ സ്വയം തിരിച്ചറിയുന്നതിന്റെ മാർഗങ്ങളും അനുഭവങ്ങളുമെല്ലാം ഈ ഭാഗത്ത് ഉൾപ്പെടുത്തിയിട്ടുണ്ട്. സിനിമയിലേക്കുള്ള വരവും ഭാര്യയുടെ പ്രസവവും ഉൾപ്പെടുന്ന അധ്യായമാണ് 'ഞാൻ ഒഴുകുന്ന നദിയുടെ കഥ പറയാം.' സ്വന്തം ജീവിതം പറയുമ്പോഴും അതിൽപ്പെട്ട് പോകാതെ മാറിനിന്ന് എല്ലാ വൈകാരികതകളും മാറ്റിവെച്ച് എന്നാൽ തീവ്രത ഒട്ടും ചോരാതെ ഒരു സാക്ഷിയെ പ്പോലെ ഓർമകളെ അടുക്കിവയ്ക്കുന്നു ഗ്രന്ഥകാരൻ.

ട്രെയിൻ യാത്രകൾ പശ്ചാത്തലമാകുന്ന സ്വന്തം കഥകളിലെ ഭാഗങ്ങൾ ഉൾപ്പെടുത്തി, സമാന ജീവിതാനുഭവങ്ങളെ പകർത്തുന്ന 'അവർ, എന്റെയൊപ്പം സഞ്ചരിച്ചവർ', കൗമാരചാപല്യങ്ങളും കുട്ടിക്കാല പേടിയും ഇരുട്ടും പാമ്പിഴയുന്ന ഇടവഴികളും നിറഞ്ഞ സ്വന്തം ദേശത്തെക്കുറിച്ചും കൂട്ടുകാരനെക്കുറിച്ചുമുള്ള 'നാഗപടമൊഴിയുന്ന ഇടവഴികൾ' തുടങ്ങിയ ഓർമകളെല്ലാം കാഴ്ച എന്ന ഭാഗത്തെ സമ്പന്നമാക്കുന്നു. സ്വന്തം ഗ്രാമത്തിന്റെ മണവും നിറവുമെല്ലാം 'നാഗപടമൊഴിയുന്ന ഇടവഴികൾ' എന്ന കുറിപ്പിൽ നിറഞ്ഞുതുളുമ്പുന്നു. എഴുത്തുകാരന്റെയും കൂട്ടുകാരന്റെയും നെഞ്ചിടിപ്പിനൊപ്പം വായനക്കാരനും നെഞ്ചിടിക്കും ഈ അധ്യായത്തിലൂടെ കടന്നുപോകുമ്പോൾ. കഥയെഴുത്തിന്റെ വഴികളും ആദ്യ പുസ്തകത്തിന്റെ പിറവിയും പ്രകാശനവുമെല്ലാമാണ് 'ഈ ജീവിതം ജീവിച്ചു തീർക്കുന്നത് നിസ്സാരകാര്യമല്ല' എന്ന അധ്യായത്തിൽ. ഒരെഴുത്തുകാരനെ സ്വന്തം ദേശം എത്രത്തോളം സ്വാധീനിക്കുന്നു എന്ന് ഈ ഭാഗം കാണിച്ചുതരുന്നു. ആനുകാലിക സംഭവവികാസങ്ങൾ ഉൾപ്പെടെ സിനിമ, വായന, സംഗീതം, കവിത, നാടകം... എന്നിവയൊക്കെ ഊർജം പകരുന്ന ഏതാനും കുറിപ്പുകൾ കൂടി ആദ്യഭാഗത്ത് ചേർത്തിട്ടുണ്ട്. തന്റെ

ചുറ്റിലും നടക്കുന്ന കാര്യങ്ങൾ കണ്ടില്ലെന്ന് നടിക്കാതെ, പ്രതികരിക്കുന്ന കഥാകാരനും എഴുത്തുകാരനുമൊക്കെയാകുന്ന നിരവധി സന്ദർഭങ്ങൾ ആദ്യഭാഗത്ത് കാണാം. എല്ലാ മനുഷ്യരും സമൂഹത്തിന്റെ ഒപ്പമുള്ളവ രാണെന്നും ആരും അതീതരല്ലെന്നും ഈ ഭാഗം വായനക്കാരെ ഓർമി പ്പിക്കുന്നു.

ഉള്ളുരുക്കങ്ങളുടെ പ്രണയം

പ്രണയത്തിന്റെ വേവുന്ന ഉള്ളുരുക്കങ്ങളും പെൺസൗഹൃദങ്ങളു മെല്ലാമാണ് 'പ്രണയം' എന്ന ഭാഗത്ത് ഉൾപ്പെടുത്തിയിരിക്കുന്നത്. കുട്ടി ക്കാലത്തെ സ്വന്തം ശരീരപ്രകൃതിയിൽ അപകർഷത തോന്നി പെൺകു ട്ടികൾക്കിടയിൽ ജീവിക്കാൻ ഇഷ്ടപ്പെട്ടിരുന്ന എഴുത്തുകാരനെക്കുറിച്ച് പറ യുന്നുണ്ട് ഈ ഭാഗത്ത്. ആരോഗ്യമില്ലാത്ത ദേഹവും ആൺകുട്ടികളുടെ കളികളോടുള്ള അന്യഥാബോധവുമെല്ലാം ഒറ്റപ്പെടുത്തിയ ബാല്യം. പെൺകുട്ടികളോടൊത്തുള്ള നിരന്തര സഹവാസത്തിൽ രൂപപ്പെട്ട സ്ത്രൈണമാനസികാവസ്ഥ, വിഷാദം നിറഞ്ഞ ഈ ഏകാന്തതയിൽ വിരുന്നെത്തിയ പുസ്തകങ്ങൾ, പെൺകുട്ടികളുടെ ആവശ്യപ്രകാരം അവ രുടെ പേരിൽ എഴുതിക്കൊടുത്ത പ്രണയലേഖനങ്ങൾ, അതിനുള്ള പ്രതി ഫലം... ഇങ്ങനെയിങ്ങനെ പരുവപ്പെട്ട ജീവിതം എഴുത്തുകാരന് നൽകി യത് പെണ്ണിടങ്ങളെ അടുത്തറിയാനും അവരുടെ ചിന്തകളെ തൊട്ടറിയാ നുമുള്ള മനസ്സാണ്. ഒരുപക്ഷേ, എഴുത്തുകാരനാകുന്നതിലും പാകത വന്ന മനുഷ്യനാകുന്നതിലും ഈ കൂട്ടുകെട്ട് സഹായിച്ചിരിക്കാം. ഇന്നും സ്ത്രീകൾക്കിടയിൽ ജീവിക്കുമ്പോൾ (ഭാര്യ, മക്കൾ, അമ്മ എന്നിവരോ ടൊപ്പം) കിട്ടുന്ന സുരക്ഷിതത്വം ഭൂമിയിൽ വേറെ ഒരിടത്തും കിട്ടില്ലെന്നും കൂടി എഴുത്തുകാരൻ അഹങ്കാരത്തോടെ പറയുന്നു.

പ്രണയമെന്ന അനുഭവത്തെ അതിന്റെ വിശാലതയെ, ധ്യാനത്തെ, ആഴത്തെ എല്ലാം പൊഴിച്ചിടുന്നു 'ചൂടുകാറ്റ് വീശുന്നുണ്ടിപ്പോഴും' എന്ന കുറിപ്പിൽ. 'പ്രണയം കാത്തിരിപ്പിന്റെ കടലാണ്', 'പ്രണയം അപകടങ്ങ ളിലൂടെയുള്ള ഒറ്റയാൾ സഞ്ചാരമാണ്', 'വെയിൽ വീണ വഴിയിൽ അവ ളുടെ കാൽപ്പാദമേറ്റ മണ്ണിൽ വിരിക്കുന്ന പൂക്കളാണ് പ്രണയം'... എന്നി ങ്ങനെ പ്രണയത്തിന്റെ ഋതുക്കളെ അടയാളപ്പെടുത്താനുള്ള ശ്രമവും ഈ അധ്യായത്തിലുണ്ട്. രേഖയെന്ന പെൺകുട്ടി ജീവിതത്തിലേക്ക് കട ന്നുവന്ന 'മാജിക്കും' ഈ ഭാഗത്ത് വിവരിക്കുന്നു. കാമുകിയോട് വേർപി രിഞ്ഞ ശേഷമുള്ള മടക്കയാത്രയിൽ ബസ്സിൽ തൊട്ടടുത്ത സീറ്റിൽ വന്നിരുന്ന പെൺകുട്ടി മധുപാൽ എന്ന മനുഷ്യന്റെ 'ജീവിതത്തിന്റെ സീറ്റിൽ' ഒപ്പം സഞ്ചരിക്കുമ്പോൾ, വായനക്കാർ സ്വന്തം ജീവിതത്തിലെ യാദൃച്ഛികതകളെക്കുറിച്ച് ഓർക്കാതെ തരമില്ല. എറണാകുളത്തുനിന്ന് പാലക്കാടുവരെ ടിക്കറ്റെടുത്ത ഒരാൾ പെട്ടെന്ന് തൃശൂരിൽ യാത്ര മതി യാക്കുന്നു. അവിടെനിന്ന് കയറിയ പെൺകുട്ടി അയാളുടെ സീറ്റിൽ വന്നി

രിക്കുന്നു. അത് ജീവിതത്തിലേക്കുള്ള ഒരുമിച്ചുള്ള യാത്രയാകുന്നു. ജീവിതം യാദൃച്ഛികതകളുടെയും കൗതുകങ്ങളുടെയും മറ്റെന്തൊക്കെയോ അൽഭുതങ്ങളുടെയും ആകാശമാണെന്ന് ഈ സന്ദർഭം ഓർമിപ്പിക്കുന്നു. പ്രണയത്തെക്കുറിച്ചുള്ള ഭാഗം വായിച്ചുകഴിയുമ്പോൾ 'നിന്നെ ഞാൻ കാണുമ്പോൾ ഞാനാണ് കാഴ്ച, നിന്നെ ഞാൻ ഓർക്കുമ്പോൾ നീയാണ് സ്മരണ' എന്ന മിർസാഗാലിബിന്റെ ഗസലിന്റെ വരികൾ വായനക്കാരനെ വന്ന് പൊതിയുന്നു.

വഴികൾ തേടിയുള്ള യാത്ര

എഴുത്തുകാരനായും ചലച്ചിത്രപ്രവർത്തകനായും സാധാരണക്കാരനായും മാറിമാറിയുള്ള യാത്രകളാണ് 'യാത്ര'യിൽ ഉൾക്കൊള്ളിച്ചിരിക്കുന്നത്. ഏത് ഭൂഖണ്ഡത്തിലേക്കുള്ള സഞ്ചാരമായാലും തിരിച്ച് സ്വന്തം മണ്ണിന്റെ നനവിൽ കാൽതൊടാനുള്ള വ്യഗ്രത വരികൾക്കിടയിൽ കാണാം. സിനിമ സങ്കല്പത്തിന്റെ കലയാണെങ്കിൽ യാത്ര എപ്പോഴും സത്യസന്ധമാണെന്ന തിരിച്ചറിവാകാം എഴുത്തുകാരന് എന്നും യാത്ര പ്രിയപ്പെട്ടതാകാൻ കാരണം.

മനുഷ്യനെ ശുദ്ധീകരിക്കാൻ, അടിമുടി മാറ്റാൻ യാത്രക്ക് കഴിയുമെന്ന തിരിച്ചറിവും അദ്ദേഹത്തിനുണ്ട്. സഹജീവിയുടെ വേദന, ദുരിതം, സന്തോഷം എന്നിവയെല്ലാം നിരന്തരം തിരിയുന്ന ഏകാന്തയാത്രികനെ വായനക്കിടയിൽ പലയിടങ്ങളിലായി കണ്ടുമുട്ടും. സ്വന്തം നാടുകൂടിയായ പാലക്കാടിന്റെ ചൂടേറ്റ് തസ്രാക്ക്, ആലത്തൂർ... തുടങ്ങിയ പ്രദേശങ്ങളിലൂടെയുള്ള യാത്രയിൽ വായനക്കാരനും എഴുത്തുകാരന്റെ ഒപ്പം പോകാതെ വഴിയില്ല.

സിനിമ സ്വപ്നം കണ്ട് ഒന്നുമാകാതെപോയവരുടെ കണ്ണീരുകൊണ്ട് തെളിച്ച വഴികളാണ് കൊടമ്പാക്കത്തേത്. അഭിനയമോഹവുമായി കൊടമ്പാക്കത്തെത്തി സിനിമയിലും ജീവിതത്തിലും കാലിടറിപ്പോയവരുടെ നിശ്വാസം നിറഞ്ഞ് നിൽക്കുന്നുണ്ട് ഇപ്പോഴും അവിടുത്തെ അന്തരീക്ഷത്തിൽ. ഒരുപാടുപേരുടെ പ്രതിനിധിയായി 'നാരായണൻ' എന്ന പരാജയപ്പെട്ട നടനെക്കുറിച്ച് വായിക്കുമ്പോൾ സിനിമയെന്ന ചൂതാട്ടത്തെക്കുറിച്ച് ഏറെനേരം ചിന്തിച്ചുപോകും. കൊടമ്പാക്കത്തെ ചുട്ടുപഴുത്ത മൺതരികളിൽ ഇനിയും അറിയാതെ പോയ കാൽപാടുകളെക്കുറിച്ച് വേദനയോടെ.... നിശ്വാസത്തോടെ.... ഓർക്കും. ഈ ജീവിതം മനുഷ്യനെ ഏതൊക്കെ വഴികളിലൂടെയാണ് നയിക്കുന്നതെന്നും...

മരണം; ഓർമകളുടെ തുടർച്ച

മരണം ജീവിതത്തിന്റെ അവസാനമല്ല, തുടർച്ച മാത്രമാണെന്ന് വിശ്വസിക്കുന്ന എഴുത്തുകാരന്റെ സാന്നിധ്യമാണ് പുസ്തകത്തിന്റെ അവസാനഭാഗത്തുള്ളത്. സഞ്ചരിക്കുന്ന വഴികളിൽ മൺമറഞ്ഞുപോയവരുടെ

സ്നേഹത്തിന്റെ അടയാളങ്ങൾ തിരയുന്ന, മരണം ഭയപ്പെടേണ്ട ഒരവസ്ഥയല്ലെന്ന് വിശ്വസിക്കുന്ന അന്വേഷകനെ ഈ ഭാഗത്ത് കാണാം. ലോഹിതദാസ്, മുരളി, നരേന്ദ്രപ്രസാദ്, ഡി ജയകാന്തൻ, മുണ്ടൂർ കൃഷ്ണൻകുട്ടി, ബാലകൃഷ്ണൻ മാങ്ങാട്, സിൽക്ക് സ്മിത എന്നിവരെ ഒരിക്കൽക്കൂടി ഓർക്കാനുള്ള അവസരം വായനക്കാർക്ക് ഈ കുറിപ്പുകൽ തരുന്നു. പ്രവചനങ്ങളുടെ മനസ്സുള്ള നരേന്ദ്രപ്രസാദും മൂന്നാംകണ്ണിലൂടെ ജീവിതത്തെ നോക്കിയ ലോഹിതദാസും സ്നേഹത്തിന്റെ നിറനിലാവായ മുണ്ടൂർ കൃഷ്ണൻകുട്ടിയും സൂര്യവെളിച്ചമായി പൊലിഞ്ഞ ബാലകൃഷ്ണൻ മാങ്ങാടും നടനും കലാപകാരിയുമായിരുന്ന മുരളിയും ഓളങ്ങളിൽ വീണലിയുന്ന നിലാവ് പോലെ മാഞ്ഞുപോയ സ്മിതയും മധുപാലിന്റെ ജീവിതത്തിൽ എന്തായിരുന്നു എന്ന് നാം തിരിച്ചറിയുന്നു. ചില മനുഷ്യർ അങ്ങനെയാണ്. ഒരെത്തും പിടിയും തരാതെ ജീവിതത്തിൽനിന്ന് അകന്നുപോകും. സന്ധ്യക്ക് കടൽക്കരയിലിരുന്ന് വിദൂരതയിലേക്ക് നോക്കുമ്പോഴുള്ള അകാരണമായ വിഷാദം ഈ ഭാഗം വായിച്ചു കഴിഞ്ഞാൽ മനസ്സിൽ ബാക്കിയാകും.

പ്രിയപ്പെട്ടവരുടെ മരണത്തെക്കുറിച്ച് മധുപാൽ എഴുതുന്നുണ്ട് ഈ പുസ്തകത്തിൽ. പരിചയക്കാരും ബന്ധുക്കളും മരിച്ചാൽ ശവദാഹത്തിനു ശേഷം മാത്രം വീടുകൾ സന്ദർശിക്കുകയായിരുന്നു പതിവ്. മഴ പെയ്ത ഒരു വൈകുന്നേരം ടെലിഫോണിലൂടെ എത്തിയ മരണവാർത്ത. ഒരു തരത്തിലും ഒഴിഞ്ഞുമാറാൻ കഴിയാത്തത്. സഹോദരന്റെ മരണമാണ് ഫോണിലൂടെ എത്തിയത്. റെയിൽവേ ഗേറ്റിന്റെ തൊട്ടടുത്ത് ചെമ്മൺ തിട്ടകൾക്ക് താഴെ കണ്ടെത്തിയ അനിയന്റെ മൃതദേഹത്തെക്കുറിച്ചും മോർച്ചറിയിൽ അതു കാണാൻ പോകുന്നതിനെക്കുറിച്ചുമെല്ലാം വിവരിക്കുന്നു. ആംബുലൻസിൽ സ്വന്തം സഹോദരന്റെ മൃതദേഹത്തിനടുത്തിരുന്ന് യാത്ര ചെയ്യുന്ന ഒരാളുടെ മാനസികാവസ്ഥ എന്തായിരിക്കും എന്ന് ഊഹിക്കാൻ പോലും നമുക്ക് കഴിയില്ല. ഭൂമിയിലെ ഏറ്റവും ഹതഭാഗ്യനായ മനുഷ്യനായിട്ടായിരിക്കാം ഒരുപക്ഷേ, ഈ സന്ദർഭത്തിലൂടെ കടന്നുപോയ ഒരു മനുഷ്യനെ വിലയിരുത്തേണ്ടി വരിക. 'കാലം തെറ്റിവന്നവൻ' എന്നാണ് സഹോദരനെ മധുപാൽ വിശേഷിപ്പിക്കുന്നത്. നാട്ടുകാർക്കുവേണ്ടി ജീവിച്ചവൻ, അവരുടെ ആവശ്യങ്ങൾക്കായി എന്തും സഹിക്കാൻ തയ്യാറായിരുന്നവൻ... ഒടുവിൽ, മരത്തിൽനിന്ന് അടർന്ന ഇല പോലെ ജീവിതത്തിൽനിന്ന് ഊർന്നുപോയവൻ. ഇങ്ങനെ ഹൃദയത്തിൽനിന്ന് പറിച്ചെടുത്ത് ചോര പൊടിയുന്ന അനുഭവങ്ങൾ പങ്കുവെക്കുന്നു ഒട്ടും ഇടർച്ചയില്ലാതെ. ജീവിതത്തിന്റെ നിഗൂഢത, അതിന്റെ കാണാവഴികൾ, അനന്തത, അർഥം എല്ലാം ചിന്തിപ്പിക്കുന്നതിന് ഈ പുസ്തകത്തിലെ അവസാന അധ്യായങ്ങൾ അവസരം നൽകുന്നു.

അച്ഛന്റെ മരണത്തെക്കുറിച്ചുള്ള താളുകളിലൂടെ കടന്നുപോകുമ്പോൾ വായനക്കാരന്റെ ഹൃദയം വല്ലാതെ നോവും. പാലക്കാട് സിനിമ കൊട്ടക നടത്തി ജീവിച്ചിരുന്ന, നാട്ടുകാർക്ക് കാഴ്ചയുടെ പുതിയ ലോകം

സമ്മാനിച്ച അച്ഛനാണ് മധുപാലിലെ ചലച്ചിത്രകാരന് ആദ്യം വെളിച്ചമായത്. പ്രകൃതിയെയും പുസ്തകങ്ങളെയും സ്നേഹിച്ച മനുഷ്യനായിരുന്നു അദ്ദേഹം. താമസിക്കുന്ന വീടെവിടെയായാലും അവിടെ പച്ചപ്പിന്റെ കാടും വസന്തവും ഒരുക്കി, മരങ്ങളോട് മിണ്ടി, പൂക്കളോട് ചിരിച്ച്... അങ്ങനെ പ്രകൃതിയിൽ ഏറ്റവും സമ്പന്നനായി സന്തുഷ്ടനായി സ്വതന്ത്രനായി ജീവിച്ച് മരിച്ചു. മരണത്തിനു മുമ്പ് മകനോട് പറയാൻ ബാക്കിവെച്ച കാര്യം മാത്രം കൂടെക്കൊണ്ടുപോയി. മരിക്കുന്ന ദിവസം മകനോട് ഒരു കാര്യം പറയാനുണ്ടെന്ന് പറഞ്ഞെങ്കിലും അത് പൂർത്തിയാക്കാതെയാണ് ആ മനുഷ്യൻ നടന്നകന്നത്. എന്തായിരിക്കാം അച്ഛൻ പറയാൻ ആഗ്രഹിച്ചത് എന്നാലോചിച്ച് മകനായ മധുപാൽ എത്ര നീറിയിട്ടുണ്ടാവും എന്നറിയില്ല. എന്നാൽ വായനക്കാരന്റെ മനസ്സ് ആ മനുഷ്യന്റെ വാക്കെന്തായിരിക്കാമെന്ന് ആലോചിച്ച് ഏറെ അസ്വസ്ഥപ്പെടും. സ്വന്തം രക്തത്തെക്കുറിച്ച്, നഷ്ടങ്ങളെക്കുറിച്ച് എങ്ങനെ ഇത്ര സൂക്ഷ്മമായി എഴുതാൻ കഴിയുന്നു എന്ന് ആശ്ചര്യപ്പെടും. കുറേ ആലോചിക്കുമ്പോൾ തോന്നും മരണഭയത്തിൽനിന്ന് പുറത്തുകടന്നവർക്കേ ഇത്ര ലാഘവത്തോടെ അടർന്നുപോകുന്ന ജീവിതത്തെക്കുറിച്ച് പറയാൻ കഴിയൂ എന്ന്. ഇങ്ങനെ പ്രണയവും യാത്രയും ഓർമകളും ജീവിതവും മരണവുമൊക്കെ നല്കുന്ന കാഴ്ചയും ഉൾക്കാഴ്ചയും ഈ പുസ്തകത്തെ വേറിട്ട് നിർത്തുന്നു.

മധുപാൽ എന്ന മനുഷ്യനിലേക്കുള്ള വാതിലാണ് 'വാക്കുകൾ കേൾക്കാൻ ഒരു കാലം വരും' എന്ന പുസ്തകം. ജീവിതം അതിസങ്കീർണമാകുന്ന പുതിയകാലത്ത് ഓർമകളും ശക്തമായ പ്രതിരോധങ്ങളാകും എന്ന് ബോധ്യപ്പെടുത്താൻ ഈ കൃതിക്ക് കഴിയുന്നുണ്ട്. ജീവിതമെന്തെന്ന ചോദ്യത്തിന് ജീവിതം 'ജീവിതം' തന്നെ എന്ന ഉത്തരമാണ് ഇതിലെ അനുഭവങ്ങൾ പറഞ്ഞുതരുന്നത്. ആകാശവും കടലുമെന്നപോലെ നിർവചനങ്ങളില്ലാത്ത, അനന്തമായി ജീവിച്ചുതീർക്കാനുള്ള, മഹത്തായ ഒന്നാണ് ഭൂമിയിലെ ഏതു ജീവിയുടെയും ചെറുതും വലുതുമായ ജീവിതങ്ങൾ.

ഈ പുസ്തകത്തിന് ഇങ്ങനെ ഒരു കുറിപ്പെഴുതാൻ അവസരം തന്ന, നിർബന്ധിച്ച മധുപാലേട്ടന്റെ സ്നേഹത്തിന് സ്നേഹംകൊണ്ടുതന്നെ മറുപടി പറയുന്നു.

ഹൃദംബുജേ കർണികമധ്യസംസ്ഥേ
സിംഹാസനേ സംസ്ഥിത ദിവ്യമൂർത്തിം
ധ്യായേത് ഗുരും ചന്ദ്രകലാപ്രകാശം
സച്ചിത് സുഖാഭീഷ്മവരം ദധാനം

(ഗുരുഗീത–86)

പ്രാർഥനയുടെ ശബ്ദം

പുഷ്പത്തിനറിയില്ല അതിനകത്ത് ഗന്ധമുണ്ടെന്ന്. ഗന്ധമുള്ളതു കൊണ്ടാണ് നാം പൂക്കളെ ഇഷ്ടപ്പെടുന്നത്. മതങ്ങൾ പ്ലാസ്റ്റിക് പൂക്കളാണ്. അല്ലെങ്കിൽ ഗന്ധമില്ലാത്ത കടലാസുപൂവുകൾ. ഒരിക്കലും നാശമില്ലാത്ത പ്ലാസ്റ്റിക് പോലെ അത് സർവചരാചരത്തിലും അലിഞ്ഞുകഴിഞ്ഞിരിക്കുന്നു. പക്ഷേ, ഒരു മതമില്ലെങ്കിൽ ഇന്ന് മനുഷ്യന് ജീവിക്കാനും പറ്റില്ല. അത്രമാത്രം മതം മനുഷ്യന്റെ രക്തത്തിൽ കലർന്നുകഴിഞ്ഞിരിക്കുന്നു. എങ്കിലും ഒരു മതമുണ്ടായിരിക്കുകയും എന്നാൽ ആ മതത്തിൽനിന്ന് വളരെ ദൂരത്തിൽ നില്ക്കുകയും ചെയ്യുന്നവനാണ് യഥാർഥ മനുഷ്യൻ.

ദൈവത്തിന്റെ മതം ഏതാണ്? മതം, ദൈവത്തിലേക്ക് അടുക്കാനുള്ള വഴികൾ സങ്കീർണമാക്കുകയാണ്. ദൈവം കല്ലിൽ ഉറങ്ങി, വൃക്ഷത്തിൽ സ്വപ്നം കണ്ട്, മൃഗത്തിലൂടെ ഉണർന്ന് മനുഷ്യനിലൂടെ സാക്ഷാൽക്കാരം നേടി എന്ന് ഒരു സൂഫി മാസ്റ്റർ പറഞ്ഞു. ദൈവം ആദ്യം പാറയാണ് സൃഷ്ടിച്ചത്. അതിന് ചലനശേഷിയില്ല. ആഗിരണവികിരണശേഷിയുമില്ല. പിന്നെ മരങ്ങൾ സൃഷ്ടിച്ചു. ചലനശേഷിയില്ലെങ്കിലും പ്രവർത്തനരീതിയുണ്ട്. വേരിൽനിന്ന് ഇലത്തലപ്പുകളിലേക്കുവരെ ആഹാരമെത്തിക്കുന്നു. മരങ്ങൾക്കുശേഷം മൃഗങ്ങൾ, പിന്നെ മനുഷ്യർ.... മഹാമനുഷ്യർ. അതിലപ്പുറം, ദൈവം. ഇതൊരു ചാക്രികതയാണ്. ഇത് തിരിച്ചറിഞ്ഞാൽ പിന്നെ പ്രശ്നമേയില്ല.

ബുദ്ധനോട് ഒരിക്കൽ ഒരാൾ ചോദിച്ചു:

താങ്കൾ ദൈവമാണോ?

അല്ല.

മാലാഖയാണോ..?

അല്ല.

പിന്നെ ആരാണ്?

ഞാൻ ബോധമാകുന്നു.

ബോധം ഉണരുമ്പോൾ നാം ബുദ്ധന്മാരാകുന്നു. ജീവിതത്തെ സത്യത്തിന്റെ വഴികളിലേക്ക് നയിക്കുന്നത് അടിസ്ഥാനബോധമാകുന്നു. അനക്കങ്ങളാണ് പുരോഗതിയുടെ ചിഹ്നങ്ങൾ. ഒരിലയനങ്ങുമ്പോഴാണ് വൃക്ഷം അതിന്റെ നിലനിൽപ്പറിയിക്കുന്നത്. കാലിട്ടടിക്കുന്ന കുഞ്ഞിനെയാണ് അമ്മക്കിഷ്ടം. മഴ പെയ്യും മുമ്പേ ശബ്ദമുള്ള കാറ്റാണ് വരുന്നത്. മുളപൊട്ടാൻ ഒരിടിതന്നെ വരണം. ഗർഭിണിയുടെ വയറനങ്ങുമ്പോൾ കുട്ടിക്ക് ജീവനുണ്ടെന്നും മുട്ടുമ്പോൾ തുറക്കപ്പെടുമെന്നും ചെണ്ടയടി കേൾക്കുമ്പോൾ ഉത്സവമുണ്ടെന്നും കൈ വീശുമ്പോൾ ഒരാൾ യാത്ര ചോദിക്കുന്നുവെന്നും അറിയണം. നിശ്ചലത മരണം ദ്യോതിപ്പിക്കുന്നു.

പ്രാർഥനയാണ് നിലനില്പിന്റെ ഒരടിസ്ഥാനം. അത് ഒരു വിശ്വാസം കൂടിയാകുന്നു. സ്വന്തമെന്നതിനേക്കാൾ സർവചരാചരങ്ങളുടെയും പുരോഗതിക്കുവേണ്ടിയാകുന്നു എന്നൊരു ബോധം. പ്രാർഥിക്കുന്നത് ഒരാശ്വാസമാകുന്നു. 'ഒരുവൻ അപരന്റെ സ്വരം സംഗീതംപോലെ ശ്രവിക്കുന്ന നാൾ വരുമെന്ന്' ഒരാൾ വിശ്വസിച്ചു. പക്ഷേ, സ്വന്തം ശബ്ദം പോലും ഇലക്ട്രോണിക് ശബ്ദമായിത്തീരുന്ന ഇക്കാലത്ത് വിശ്വാസത്തോടെയുള്ള ഒരു പ്രാർഥനാസമൂഹമാണ് ആവശ്യമായിത്തീരുന്നത്. അത് മനുഷ്യനെന്ന ജീവിയുടെ ഉന്നമനത്തിനുവേണ്ടിയാണെന്ന് തിരിച്ചറിയേണ്ടിയിരിക്കുന്നു. അമ്പലങ്ങളിൽ ദൈവങ്ങളോട് മൗനമായി പ്രാർഥിക്കുന്നവരാണധികം. ആ പ്രാർഥനകൾ സ്വകാര്യങ്ങളാകുന്നു. അന്യനൊരിക്കലും അതറിയരുതെന്ന ആഗ്രഹമാകുന്നു. സ്വന്തം പുരോഗതിയെക്കുറിച്ചുള്ള ചിന്തകളാകുന്നു. പള്ളികളിലെ കൂട്ടപ്രാർഥനകൾ ഒരേ ചിന്തയുടെ ആവർത്തനമാകുന്നു. ആ ശബ്ദത്തിന് ഒരു മനസ്സിൽ പ്രകമ്പനമുണ്ടാക്കുവാൻ സാധിക്കുന്നു. ആശ്വാസത്തിന്റെ തലോടൽ പോലെ എല്ലാ ദുഃഖങ്ങളും അവസാനിപ്പിക്കുവാൻ ഒറ്റയ്ക്കല്ലെന്ന ബോധമുണ്ടാക്കുന്നു. ആൾക്കൂട്ടത്തിലും നമുക്ക് നമ്മുടേതായ വിശ്വാസമുണ്ട്. ഐക്യമുണ്ട്. നമ്മുടേതായ ചിന്തകളുണ്ട്. അവയ്ക്ക് ആവർത്തനവും തീർപ്പുകല്പിക്കലുമുണ്ട്. അതുകൊണ്ടുതന്നെ നമ്മുടെ പ്രാർഥന മൗനമാകരുത്. സർവവും കേൾക്കുവാൻ, സർവതും അറിയുന്ന പരമകാരുണികനായ ഗുരുവിന്റെ ചരണത്തിൽ എല്ലാം അർപിക്കുന്ന പ്രാർഥന, പ്രപഞ്ചത്തിൽ വ്യാപരിച്ചിരിക്കുന്ന ആ ആത്മീയ സത്തയിൽനിന്ന് നിരന്തരം ശക്തിയാർജിച്ച് മഹത്തായ ലക്ഷ്യത്തിലെത്തേണ്ട സാധനയാകുന്നു മനുഷ്യജീവിതം.

വാതിലിനുപിന്നിൽ ഒളിച്ചുവയ്ക്കുവാനായി ആരും ഒരു ദീപം കൊളുത്തുന്നില്ല. പ്രകാശത്തിന്റെ ലക്ഷ്യം കൂടുതൽ പ്രകാശം സൃഷ്ടിക്കുകയെന്നതാണ്. ആളുകളുടെ കണ്ണ് തുറക്കുകയാണ്. ചുറ്റുമുള്ള വിസ്മയങ്ങൾ അനാവരണം ചെയ്യുകയാണ്. അതുകൊണ്ട് ഈ ലോകത്തിൽ

ജീവിക്കാൻ നാം പ്രത്യേകം പാകപ്പെടേണ്ടതുണ്ട്. അപ്പോൾ മാത്രമേ ജീവിതത്തിന്റെ എല്ലാ അർഥവും അറിഞ്ഞ് ജീവിക്കുവാനാവൂ. സംഘർഷ ഭരിതമായ ഇന്നത്തെ ലോകത്ത് മനസ്സിന്റെ പിരിമുറുക്കവും വേവലാതി യുമവസാനിപ്പിക്കാൻ മാതൃസഹജഗുണങ്ങളുടെ വ്യാപനം അത്യന്താ പേക്ഷിതമാണ്. അതുകൊണ്ട് പാവ്‌ലോ കൊയ്‌ലോ ഒരിക്കൽ എഴുതി: "ചിലപ്പോഴെങ്കിലും കല്ലിനെ പിളർക്കുന്നത് വാളല്ല, ജലത്തിന്റെ ക്ഷമാ പൂർവമായ നിരന്തര സാന്നിധ്യമാണ്. എല്ലാവരുടെയും ഉള്ളിൽ ഒരു സ്ത്രൈണ ഊർജമുണ്ട്. ദയയുടെയും ക്ഷമയുടെയും സഹാനുഭൂതി യുടെയുമൊക്കെ ഒരു ഭാവം."

മനുഷ്യൻ വളരുന്തോറും അവന്റെ ഉള്ളിലെ കുട്ടി അപ്രത്യക്ഷനാ കുന്നു. അപ്പോൾ അവന്റെയുള്ളിൽ പേടി ഉടലെടുക്കുന്നു. ജീവിതം സങ്കീർണവും കാഠിന്യം നിറഞ്ഞതുമാണെന്ന തോന്നലുണ്ടാകുന്നു. അത് മറികടക്കുവാൻ പ്രപഞ്ചത്തെ സൂക്ഷ്മതയോടെയും ശ്രദ്ധയോടെയും ശ്രവിക്കുകയും ശ്രദ്ധിക്കുകയും ചെയ്യുക. എല്ലാമറിയുന്ന സർവരൂപന്റെ മുന്നിലാണ് നാമെത്തിപ്പെട്ടിരിക്കുന്നത്. ആ മഹാമനസ്സിന്റെ വിരൽപിടി ച്ച്, പാദധൂളികളേറ്റ് നിത്യമായ ശാന്തിയിലേക്ക് ചരിക്കാം. ജീവിതം കാഴ്ച പ്പാടിന്റേതാണെന്നും അത് വ്യക്തമാക്കുവാൻ ഒരു ഗുരു ആവശ്യമാ ണെന്നും തിരിച്ചറിയുമ്പോൾ സ്വസ്ഥതയുടെ ഒരു ലോകത്തിലെ യാത്ര സുരക്ഷിതവും പാവനവുമാകും.

ഞാൻ എന്ന വാക്കിനപ്പുറം നമ്മളെന്ന ലോകത്തെ കാണുന്നതും അതുകൊണ്ടാണ്. 'എന്റെ' എന്നതല്ല മറിച്ച് എല്ലാവരുടെയും വാക്കാവാ നാകുന്ന ഒരു ജീവിതമാണുണ്ടാകേണ്ടത്. ആ ജീവിതത്തിനൊപ്പമുള്ള യാത്രയിലേക്ക് ഞാൻ കൂടെ കൂടുന്നു.

മധുപാൽ

കാഴ്ച

ഞാൻ ഒഴുകുന്ന നദിയുടെ കഥ പറയാം

നാളെയെക്കുറിച്ച് ചിന്തിക്കുക, വരാൻ പോകുന്ന മനുഷ്യരെക്കുറിച്ചും. ചരിത്രം നിർമിക്കുന്നത് അവരാണ്. നമ്മൾക്ക് ഈ ഭൂമിയിൽ കർമം ചെയ്യാൻ മാത്രമേ അവകാശമുള്ളൂ. ജീവിതം ആ പ്രവൃത്തികൊണ്ട് അടയാളപ്പെടുത്തുക. നമുക്ക് അതിനുമാത്രമേ കഴിയൂ. ആഗ്രഹങ്ങളുടെ ഭാരത്താൽ ജീവിക്കുന്ന മനുഷ്യരിൽ അടങ്ങാത്ത പീഡകൾ ആവർത്തിക്കും. അത് മരണമെന്ന നിത്യതയിൽ അവസാനിക്കുകയും ചെയ്യും. ഓരോ വേനലിന്റെ ചൂടും ഓരോ മഴയുടെ തണുപ്പും അറിയുന്നത് ഒരുപോലെയാവില്ല. മനസ്സിന്റെ അടരുകളിൽ ഓരോന്ന് സൂക്ഷിക്കുന്നതും ഒരുപോലെയാവില്ല. ഇനിയുള്ള കാലം നമ്മളെ മറികടന്ന് പോകുന്നതും ഒരുപോലെയാവില്ല. ഞാനും നീയുമെന്നത് പരസ്പരം അറിയാനും അനുഭവിക്കുവാനുമായി വന്നുചേർന്നതും നമുക്കറിയാത്ത ഏതോ ഒന്നിന്റെ നീക്കം തന്നെയാണ്. അത് തിരിച്ചറിയാതെ പോകുന്നത് നമ്മളില്ലാതാവുന്നതിന് തുല്യവും. അറിഞ്ഞതും കണ്ടതും കേട്ടതും പറയുവാനാവണമെങ്കിൽ അസാധ്യമായ ചാതുര്യമാവശ്യം. അങ്ങനെയൊന്നുമുണ്ടെന്ന് പറയുന്നതും കരുതുന്നതും അജ്ഞാനികളും. മനുഷ്യനെ സ്നേഹിക്കുന്നു. സകലതിലും സ്നേഹം കാണുന്നു. അതെല്ലാവരിലേക്കും പകർന്നു നല്കുവാനുള്ള മനസ്സുണ്ടെന്നും നമ്മൾ പറയും. ചിലർ എഴുതും. ചിലപ്പോൾ ഒരാൾക്കൂട്ടത്തിനുനേരെ വാക്കുകളാക്കും. സ്നേഹം കാര്യസാധ്യതയ്ക്കുള്ള ഒരു ഉപകരണം മാത്രമാകുന്നു എന്നത് തിരിച്ചറിയുക. ആരോടെങ്കിലും മനസ്സ് തുറന്നില്ലെങ്കിൽ നമ്മൾ ഓർമകൾ മറന്നുപോകും. അങ്ങനെ മനസ്സ് അനാവൃതമാക്കുവാനാവുന്ന നിർമലമായ ഇടമില്ലെന്നതാണ് സത്യം. ജ്ഞാനത്തേക്കാൾ ആഴമേറിയത് തിരിച്ചറിവാണ്. ഒരുപാട് പേർക്ക് നിന്നെ തിരിച്ചറിയാനാവും. എന്നാൽ വളരെക്കുറച്ചു

പേർക്ക് മാത്രമേ നിന്നെ മനസ്സിലാവുകയുള്ളൂ. പരസ്പരം തിരിച്ചറിയാനും മനസ്സിലാക്കാനുമായി ഞാനൊരു കഥ പറയാം.

കോസ്മൊപൊളിറ്റൻ ആശുപത്രിയിൽ ഡോക്ടറുടെ മുറിക്കുമുന്നിൽ എന്നും തിരക്കാണ്. ലോകത്ത് ഏറ്റവും പ്രധാനമായി നടക്കുന്ന ഒരു കർമം പ്രസവമാകുന്നു എന്ന് ഓരോ കാത്തിരിപ്പിലും തോന്നിയിട്ടുണ്ട്. അത്രമാത്രം ഗർഭിണികളെ ഞാൻ കാണുകയാണ്. ഓരോ മാസത്തിലും വീർത്ത വയറും താങ്ങി, അവശരായി, ആർത്തരായി, അനാഥവും സനാഥവുമായ മനുഷ്യസ്ത്രീകൾ. ചിലരിൽ ആശങ്കകൾ, വേദന, അതിനിടയിലും സംതൃപ്തമായ ഒരു മന്ദഹാസം, ജീവിതത്തിൽ എന്തോ ഒന്ന്, അത് മറ്റാർക്കും ലഭിച്ചിട്ടില്ലാത്തത് നേടുവാൻ പോകുന്നതിന്റെ ആവേശം. ടോക്കണുകളുടെ അക്കം തെളിയുമ്പോൾ എഴുന്നേറ്റ് സുഭദ്രാ മാധത്തിന്റെ കതക് തുറന്ന് അകത്തേക്ക്. മാസ പരിശോധനകൾക്കുശേഷം തീയതി തീരുമാനിക്കുന്നു. ഇനി 42 ദിവസം. ആശുപത്രിയിൽ പ്രസവാനന്തര മുറി ഉറപ്പിച്ചുകൊള്ളാൻ പറഞ്ഞു. ഏത്നിമിഷത്തിലും അസാധാരണമായ എന്ത് തോന്നിയാലും വിളിക്കുവാൻ പറഞ്ഞപ്പോൾ ആശ്വാസത്തോടെ ഞങ്ങൾ എഴുന്നേറ്റു. തികച്ചും മധ്യവർത്തിജീവിതം നയിക്കുന്ന രണ്ടുപേർ. ഒരു സർക്കാരുദ്യോഗസ്ഥയും ഒരു തൊഴിൽരഹിതനും. അവർക്കിടയിലേക്ക് 42 ദിവസം കഴിയുമ്പോൾ ഒരമ്മയും ഒരച്ഛനും എന്ന പദവിയെത്തുന്നു. അമ്മ, അച്ഛൻ എന്ന അവസ്ഥ ഒരു തുടർച്ചയാണ്. മഴക്കാലം പോലെ. മഞ്ഞുകാലം പോലെ. റിസപ്ഷനിൽ പണമടച്ച് ഒരു മുറിയൊരുക്കുന്നു. വാനിറ്റിബാഗിൽ ഇനി പണം കുറവ്. സാരമില്ല. സമയമുണ്ടല്ലോ എന്ന സമാധാനം. ബസ് കയറി വീട്ടിലേക്ക്. വീട്ടിലേക്ക് വേണ്ട അത്യാവശ്യം പലവ്യഞ്ജനങ്ങൾ വാങ്ങി അവൾ നടന്നു. നഗരത്തിലെ ഹോട്ടലിൽ ഒരു സിനിമ തുടങ്ങാൻ പോകുന്നതിന്റെ ചർച്ചകളിലേക്ക് ഞാനും. ഒരു സിനിമയിൽ ജീവിതത്തിലാദ്യമായി സഹസംവിധായകനാകാൻ പോകുന്നു. കാത്തിരുന്ന ഒരാഗ്രഹത്തിന്റെ സാക്ഷാൽകാരം.

ജൂഡ് അട്ടിപേറ്റി എന്റെ സുഹൃത്താണ്. ഞാനദ്ദേഹത്തിന്റെ ഒരു ടെലിവിഷൻ സീരിയലിൽ നടനും സഹസംവിധായകനുമായിരുന്നു. ആ സീരിയലിന്റെ എഴുത്തുകാരനായ പി എഫ് മാത്യൂസിനോട് എന്റെ ആഗ്രഹം പറഞ്ഞപ്പോൾ സംഭവിച്ചത്. അത് ഒരു കർമത്തിലേക്കുള്ള പടികയറ്റമായിരുന്നു. ജീവിതത്തിന്റെ വഴികൾ മാറിമറിയുന്നതിന് ചിലർ നിമിത്തമാവും എന്ന് പറയുന്നത് യാഥാർഥ്യം. ഒരുവന്റെ ജീവിതം അവൻപോലുമറിയാതെ നീങ്ങുന്നു എന്നത് സത്യവും. ആഗ്രഹങ്ങളുടെ തുടർച്ചയാണത്. സിനിമയെന്ന വെള്ളിവെളിച്ചത്തിന്റെ പ്രകാശവാതിൽ തുറക്കുന്നതും കാത്തിരിക്കുന്ന അസംഖ്യം മനുഷ്യരുടെ കൂട്ടത്തിൽ ഞാനുമുണ്ടായിരുന്നു. കഥയുടെ ദർശനത്തിന്റെ വഴികൾ സഞ്ചരിച്ച് ചിലർമാത്രം കടന്നുകയറുന്ന ഒരുകോട്ട. സൂചനാഫലകങ്ങളുടെ അടയാളങ്ങളെ വിശ്വസിച്ച് ഒരു യാത്ര. ജൂഡ് എന്റെ യാത്രയുടെ ആദ്യ അട

യാളമായിരുന്നു. ഭരത് ഗോപി സംവിധാനം ചെയ്യുന്ന 'യമനം' എന്ന ചിത്രത്തിന് കൂടെ സഹായിക്കാനുള്ള ആളുകളെ നിശ്ചയിച്ചത് ജൂഡാ യിരുന്നു. അദ്ദേഹത്തിനൊപ്പംനിന്ന ബേബിയേട്ടനായിരുന്നു ഒന്നാമത്തെ സഹസംവിധായകൻ. ബേബിയേട്ടൻ നഗരത്തിലെത്തിയ ദിവസം എന്നെ വിളിച്ചു.

"നീ എന്ത് ചെയ്യുന്നു...."

"ഒന്നുമില്ല... ചില കഥയെഴുത്തും കാര്യങ്ങളുമായി അങ്ങനെ.."

"ഞാനിവിടെ ഗോപിയേട്ടൻ സംവിധാനം ചെയ്യുന്ന സിനിമ വർക്ക് ചെയ്യാൻ വന്നതാ... ജൂഡ് വിളിച്ചിരുന്നോ..."

"വിളിച്ചു... ബേബിയേട്ടൻ വന്നിട്ട് വിളിക്കുമെന്ന് പറഞ്ഞു."

"അതാ വിളിച്ചത്... ഫ്രീ ആണെങ്കിൽ ഈ സിനിമയ്ക്ക് കൂടെനി ല്ക്കു.. നാളെ വൈകുന്നേരം ഗോപിയേട്ടനെ കാണാം. ഇവിടെയുള്ള എല്ലാ വരും ആദ്യമായിട്ട് സിനിമാവർക്ക് ചെയ്യുന്നവരാ... അങ്ങനെയായാൽ പണി പാളും.. പിന്നെ അവരെയൊന്നും എനിക്കുമറിയില്ല. നീയാവുമ്പോ ഒരു സമാധാനമുണ്ട്."

"ഞാൻ വൈകിട്ട് വരാം."

ആശുപത്രിയിൽനിന്ന് അവളെ വിട്ട് നേരെ ചെന്നുകയറിയത് മാൻഹാട്ടൻ ഹോട്ടലിലേക്ക്. ബേബിയേട്ടനാണാദ്യമെനിക്ക് ഒരുസഹസം വിധായകന്റെ ജോലി പഠിപ്പിച്ചുതന്നത്. സീരിയലിൽ ആദ്യ ഷെഡ്യൂളിൽ ക്ലാപ് കൊടുക്കുവാൻ കാണിച്ചുതന്നു. സീൻ ഷൂട്ട് ചെയ്യുന്നതിനുമുമ്പുള്ള ചാർട്ടുകൾ എഴുതിയത് എടുത്തുതന്നത് രണ്ടാം ഷെഡ്യൂളിൽ. മൂന്നാം ഷെഡ്യൂളായപ്പോൾ ബേബിയേട്ടനില്ലായിരുന്നു. ഒന്നാം സഹസംവിധാ യകനായി എനിക്ക് സ്ഥാനക്കയറ്റം കിട്ടിയിരുന്നു. ജൂഡിനോടൊപ്പമുള്ള എന്റെ കളരി ഒന്നിന്റെ ആദ്യാവസാനമായിരുന്നു. ബേബിയേട്ടൻ തന്നെ യാണ് ജൂഡിനോട് എന്നെ വിളിച്ച് കൂടെ നിൽക്കണമെന്ന് പറയാൻ പറ ഞ്ഞതും.

ഗോപിയേട്ടനെ ഞാൻ ആദ്യമായി കാണുന്നു. സിനിമയെന്ന അൽഭു തപ്രപഞ്ചത്തിൽ ഇന്നും സൂര്യനായി തിളങ്ങുന്ന അസാധാരണഗോളം. ആ വെളിച്ചത്തിൽ ഞാൻ കണ്ണുമിന്നി നിന്നു. തിരശ്ശീലയിൽ മൗനത്തി ന്റെയും ശബ്ദത്തിന്റെയും അകമ്പടിയോടെ കഥാപാത്രങ്ങളായി ഗോപി യേട്ടൻ.

"ഇരിക്കൂ."

ഞാൻ നിന്നു. പിന്നെ ഇരുന്നു.

"മധു വരുന്നതും കാത്തിരിക്കുകയായിരുന്നു. ബേബി പറഞ്ഞിരു ന്നു. നാളെ നമ്മൾ ഷൂട്ട് തുടങ്ങും."

ഞാൻ മൂളി. ഗോപിയേട്ടന്റെ ഓരോ അനക്കത്തിലും അൽഭുതങ്ങൾ. മുമ്പ് കണ്ട മനുഷ്യരിൽനിന്ന് വ്യത്യസ്തമായ ഭാവങ്ങൾ. ഓരോ നിമി ഷവും സത്യമായി സമീപിക്കുന്നതുപോലെ. കണ്ട സിനിമകളിലൊന്നും ഈ മനുഷ്യൻ ഇല്ലായിരുന്നുവെന്ന് ഞാൻ തിരിച്ചറിഞ്ഞു. ഓരോ സിനി

മയും ഓരോ കഥയുമായിരുന്നുവല്ലോ. അതെല്ലാം ഓരോ സ്ഥലങ്ങളിൽ വ്യത്യസ്തമായ കാലങ്ങളിൽ ജീവിക്കുന്ന മനുഷ്യരുടെ കഥകൾ. അവരുടെ ഭാവവും പ്രതികരണവും വേറിട്ടത്. അവരുടെ ശാരീരികവും മാനസികവുമായ കാഴ്ചകൾ പലത്. വിവിധ ഋതുക്കളിലെ ജീവിതസാഹചര്യങ്ങൾ. സ്വന്തം ശരീരത്തിൽ പരീക്ഷണങ്ങളൊന്നുംതന്നെ നടത്താതെ ഫാൻസി ഡ്രസ്സുകളുടെ ഏച്ചുകെട്ടലില്ലാതെ മനസ്സിനെയും കഴിവിനെയും മാത്രം ആശ്രയിച്ച് ഒന്ന് ഒന്നിൽനിന്ന് വ്യത്യസ്തനാകാനായ അപൂർവ്വം മഹാരഥൻ. അതുപോലൊരു അൽഭുതം സിനിമയിതുവരെ കണ്ടിട്ടില്ലെന്ന് ഇപ്പോൾ വ്യക്തമാകുന്നു. സിനിമയുടെ തിരക്കഥ വായിക്കണമന്ന് നിർബന്ധം പറഞ്ഞു. എങ്കിൽമാത്രമേ നാമെന്ത് ചെയ്യാൻ പോകുന്നുവെന്ന് മനസ്സിലാവൂ... എന്ത് ചെയ്യുമ്പോഴും അത് പൂർണമായി പഠിക്കാനായില്ലെങ്കിൽ അതറിയാവുന്നവരുമായി ഇടപെടുകയും അവരിൽ നിന്ന് വാങ്ങുകയും ചെയ്യണം. ഇന്ത്യയിലെ അൽഭുതങ്ങളോടൊപ്പമുള്ള സഹവാസം, കൊടുക്കൽ വാങ്ങലുകൾ, ആ കടലിലെ ഒരു തുള്ളി ഞാനും അനുഭവിക്കുകയായിരുന്നു.

"നാളെ രാവിലെ കാണാം... എവിടാ താമസിക്കുന്നത്?"

"ഞാൻ ശാസ്തമംഗലത്ത്..."

"ഇവിടെ താമസിക്കൂ... ദിവസവും വീട്ടിൽ പോണമെന്ന് നിർബ്ബന്ധമുണ്ടോ?"

"വൈഫ് പ്രഗനന്റാണ്."

"ഓ... എങ്കിൽ ബേബിയുമായി ആലോചിച്ച് ചെയ്യൂ."

ആ രാത്രി ഒരുപാട് നേരം ഞാൻ ബേബിയേട്ടനും വിജയനും പെരിങ്ങോടിനുമൊപ്പമിരുന്നു. പിറ്റേന്ന് തുടങ്ങാൻ പോകുന്ന 'യമനം' എന്ന സിനമയുടെ തിരക്കഥ വായിച്ച്, അത് ഷൂട്ട് ചെയ്യുന്ന രീതികളെക്കുറിച്ച് സംസാരിച്ചു. വിജയേട്ടന്റെ പരിചയത്തിലാരോ കൊണ്ടുവന്ന് കൊടുത്ത മിലിട്ടറി സാധനം തീർത്തു. പിറ്റേന്ന് രാവിലെ ഒമ്പത് മണിയാവുമ്പോഴേക്കും എത്തണമെന്ന് പറഞ്ഞ് വിജയേട്ടൻ എന്നെ ഒരു കാറിൽ കയറ്റി അയച്ചു.

വീടെത്തുമ്പോൾ സമയം പന്ത്രണ്ട് കഴിഞ്ഞിരുന്നു. വാതിൽ അവൾ തുറന്നുതന്നു. തീർത്തും അവശയായിരുന്നു.

"ഭക്ഷണം കഴിച്ചോ?"

മൂളലിലൊതുങ്ങി. കട്ടിലിൽ വീണത് ഓർമയിലില്ല. ശരീരം ഒരു പുഴയിലൂടെ ഒഴുകുന്ന തോന്നൽ. ദേഹം മുഴുവൻ നനഞ്ഞുകുതിരുന്നു. തണുപ്പ് പടരുന്നു. പെട്ടെന്ന് ഞെട്ടിയെഴുന്നേറ്റു. അവൾ തീർത്തും തളർന്നിരിക്കുന്നു. അവളുടെ വീർത്ത വയർ ശൂന്യം. കിടക്ക മുഴുവനും നനഞ്ഞിരിക്കുന്നു. എന്റെ തല വെട്ടിപ്പിളർന്ന ഒരു നിമിഷം. എന്ത് ചെയ്യണമെന്നറിയാതെ ഞാൻ വാതിൽ തുറന്ന് അയൽപക്കത്തെ അമ്മച്ചിയെ വിളിച്ചു. എന്റെ വീട്ടുടമസ്ഥ.

"ഒരു കാറ് വിളിക്ക്" അതൊരലർച്ചയായിരുന്നു.

ആറുമണി കഴിഞ്ഞപ്പോൾ അവൾ അമ്മയായി. ഞാൻ അച്ഛനും.

ഒമ്പതുമണിയാവുമ്പോഴേക്കും ഞാൻ ഗോപിയേട്ടന്റെ ലൊക്കേഷനിലെത്തി. എന്റെ ജീവിതം തുടങ്ങുകയാണ്. ഒരു ദിവസം രണ്ട് പദവികൾ ഏറ്റെടുത്തുകൊണ്ട്. ചിലർ വരുന്നത്, പരിചയപ്പെടുന്നത്, നിത്യമായ സൗഹൃദമാകുന്നത് ഒക്കെ ഓരോ ജീവിതവും ആടിത്തീർക്കുന്നതിനുള്ള മുന്നൊരുക്കങ്ങളാണ്. സമയമെന്ന് പറഞ്ഞ് നമ്മളതിനെ കണക്കിന്റെ വൃത്തത്തിലാക്കുന്നു. ഓരോ സൂചിനീക്കങ്ങളിലും അനവധി വഴികളിലൂടെ ഒഴുകുന്ന ഒരു മഹാനദിയുടെ കഥയുണ്ട്. ഒരിക്കലും തിരിച്ചു കിട്ടാത്ത സമയത്തിന്റെ കഥയുണ്ട്. അതനുഭവിക്കുന്നത് മറ്റൊരാളായിരിക്കും.

അവർ, എന്റെയൊപ്പം സഞ്ചരിച്ചവർ

ഓട്ടോറിക്ഷകളും കാറുകളും ആളുകളും നിറഞ്ഞ ഒരു റെയിൽവേ സ്റ്റേഷനിലെ പ്രഭാതം. തിരക്കുപിടിച്ച് ആളുകൾ സ്റ്റേഷനിലേക്ക് ഓടിക്കയറുന്നു. മരങ്ങൾക്കിടയിലൂടെ സൂര്യവെളിച്ചം.

യാത്രക്കാർ അക്ഷമയോടെ കാത്തുനിൽക്കുന്ന പ്ലാറ്റ്ഫോമിലേക്ക് റെയിൽപാളത്തിലൂടെ വടക്കോട്ട് പോകുന്ന ഒരു തീവണ്ടി പാഞ്ഞുവരുന്നതിന്റെ ആകാശദൃശ്യം.

ഡീസൽപുക തള്ളി വണ്ടി സ്റ്റേഷനിൽ വന്നുനിന്നു. ആളുകൾ ധൃതിയിൽ ഇറങ്ങുകയും കയറുകയും ചെയ്തു.

ദൂരെ സിഗ്നൽ പോസ്റ്റിൽ മഞ്ഞനിറം മാറി പച്ചകത്തി.

സ്റ്റേഷൻ മാസ്റ്ററുടെ കൈയിലെ പച്ചക്കൊടി ആളുകളുടെ തലയ്ക്കുമീതെക്കൂടി ഉയർന്നുപാറി.

എൻജിൻ ഡ്രൈവർ തല പുറത്തേക്കിട്ട് നോക്കി. ജനക്കൂട്ടത്തിനു മീതെ തീവണ്ടിയുടെ വിസിൽ മുഴങ്ങി. പതുക്കെ പതുക്കെ തീവണ്ടി അനങ്ങിത്തുടങ്ങി. യാത്രക്കാരെ യാത്രയയയ്ക്കാൻ വന്നവർ തീവണ്ടിയിൽനിന്നുമകന്നു മാറി. ജനങ്ങളുടെ കണ്ണുകൾക്ക് മുന്നിലൂടെ ഒച്ചിന്റെ വേഗത്തിൽനിന്ന് കുതിരവേഗത്തിലേക്ക് തീവണ്ടി ധൃതി കൂട്ടി. പൊടുന്നനെ തീവണ്ടിയുടെ പിന്നിൽനിന്ന് ഒരു സ്ത്രീ സ്റ്റേഷനിലേക്ക് കാറ്റുപോലെ ഓടിവരുന്നത് കാണാം. അവരും തീവണ്ടിയും തമ്മിൽ ഒരു ഓട്ടപ്പന്തയം നടത്തുകയാണെന്ന് തോന്നും ആ കാഴ്ച കണ്ടാൽ. തീവണ്ടി അവരെ പരാജയപ്പെടുത്തും എന്ന തോന്നൽ കാഴ്ചക്കാരിൽ അവശേഷിപ്പിക്കുമ്പോഴേക്കും ഒരഭ്യാസിയെപ്പോലെ അവർ തീവണ്ടിയിലേക്ക് ചാടിക്കയറി. കറുത്ത പുക നിറഞ്ഞ ആകാശവിതാനത്തിലിപ്പോൾ ഒരു പേര് തെളിയുന്നു.

ഓടുന്ന തീവണ്ടിയിൽ ചാടിക്കയറുന്നതെങ്ങനെ? ജനറൽ 1, കണ്ണൂർ - കോയമ്പത്തൂർ പാസഞ്ചർ

പുഴയുടെ അരികിലൂടെയായിരുന്നു തണ്ടുപാളം. മഴക്കാലമായാൽ പുഴ നിറഞ്ഞു കവിഞ്ഞൊഴുകും. മഞ്ഞകലർന്ന് കട്ടിയുള്ള ചായ വെള്ളം കുത്തിയൊഴുകുന്നതുപോലെയാണ് പാലത്തിന്റെ മുകളിൽനിന്ന് നോക്കിയാൽ തോന്നുക. പാടമൊക്കെ ചെളിവെള്ളത്താൽ മൂടും. ഉയരത്തിലൂടെ പോകുന്ന തണ്ടുപാളത്തിൽ തീവണ്ടി അതിന്റെ അലസഗമനം തുടരുമ്പോൾ രണ്ടുവശത്തുമായി ഒരു പുഴയൊഴുകും. ആ പുഴ തീവണ്ടിയുടെ ജനൽക്കാഴ്ചകളാകുന്നു.

ആൽമരങ്ങൾ തണലുവീഴ്ത്തിയ ഒരു റെയിൽവേ സ്റ്റേഷൻ. മഞ്ഞനിറം, ടിൻഷീറ്റുകൊണ്ട് മേഞ്ഞ മേൽക്കൂര. പുഴയിൽനിന്ന് നേരെ കയറുന്നത് സ്റ്റേഷനിലേക്കാണ്. തീവണ്ടിയിൽവന്നിറങ്ങിയാലും നേരെ കാലുകഴുകുവാൻ പുഴയിലേക്കിറങ്ങാം. സ്റ്റേഷനും പുഴയും തമ്മിൽ വീതികുറഞ്ഞ ഒരു മൺപാതയുടെ അകലം മാത്രം. അന്ന് ഞങ്ങൾ താമസിച്ചിരുന്ന വാടകവീട്ടിൽനിന്ന് നോക്കിയാൽ സ്റ്റേഷൻ കാണാം. അതിനിടയിൽ പാലക്കാട്ടുനിന്ന് ഒറ്റപ്പാലത്തേക്ക് പോകുന്ന ഒരു റോഡുണ്ട്. തീവണ്ടിപ്പാളത്തെ മുറിച്ചുകൊണ്ട് ഒരു ഓവർബ്രിഡ്ജും. അതൊരു കുന്നിൻപുറത്താണ്. എന്റെ വീട്ടിൽനിന്ന് നോക്കിയാൽ മുകളിൽ ബസും താഴെക്കൂടി വളവുതിരിഞ്ഞ് തീവണ്ടിയും വരുന്നതുകാണാം. ഒരു കുഞ്ഞ് തേരട്ടയെപ്പോലെ പതുക്കെ ഇഴഞ്ഞ് തീവണ്ടി അലസമായങ്ങനെ ഒഴുകും. ഒരു ചെറുചതുരത്തിൽ ഓവർ ബ്രിഡ്ജിന്റെ കമാന കൈവരിയിലൂടെ ബസ് അതിധൃതിയിൽ പറക്കും.

തീവണ്ടി സ്റ്റേഷനിലേക്ക് എനിക്ക് നടന്നുകയറാവുന്ന ദൂരമേയുള്ളൂ. വണ്ടി വരുന്നതിനുമുമ്പുള്ള മണി മുട്ടുന്നത് കേട്ടിട്ട് വേണമെങ്കിൽ നടന്നുകയറാവുന്ന ദൂരം. ഒലവക്കോട്ടുനിന്ന് പറളി ചന്തയിലേക്ക് വരുന്ന പച്ചക്കറിക്കച്ചവടക്കാരാണ് വണ്ടിയിൽ വന്നിറങ്ങുന്നവർ. പിന്നെ കോയമ്പത്തൂരിൽനിന്ന് വരുന്ന സാരി, ബേക്കറിക്കാരും. ആ പാസഞ്ചർ ഷൊർണൂരും കടന്ന് കോഴിക്കോട്ടേക്ക് പോകും.

ആ തീവണ്ടിയിലാണ് ഞാനാദ്യമായി ഒറ്റയ്ക്ക് കയറിയത്. അത് കോഴിക്കോട്ടേക്കായിരുന്നു. അന്ന് ഞാൻ ഏഴാം ക്ലാസിൽ പഠിക്കുകയായിരുന്നു. ചെട്ടിച്ചികളും അത്തറ് പൂശിയ ഉമ്മമാരും തൊപ്പിവച്ച ഇക്കാക്കമാരും ഷർട്ടിടാതെ ഒരു മുണ്ടുപുതച്ച് മുറുക്കിയ വായിലൂടെ ഈത്തയൊലിക്കുന്നത് പുറംകൈകൊണ്ട് തുടച്ച് എല്ലാവരെയും ചീത്ത പറയുന്ന ഒരു കാരണവരും തുളസിമാലയിട്ട് കല്യാണം കഴിച്ച് ഒരു പെണ്ണും ചെറുക്കനും അവരെ തൊട്ടുതൊട്ടിരുന്ന ഒരു പാവാടക്കാരിയും മുറുക്ക്, നാരങ്ങക്കച്ചവടക്കാരുമായിരുന്നു എന്റെ ആദ്യ സഹയാത്രികർ. (ഈ ദൃശ്യം ഞാനതുപോലെ ഒരുപാട് വർഷത്തിനുശേഷം 'ഇടവഴിയിലെ പൂച്ച മിണ്ടാപ്പൂച്ച' എന്ന എം ടി ചിത്രത്തിൽ കണ്ടു)

കരി എൻജിനായിരുന്നു അന്ന്. ശരിക്കും ഒരു തീവണ്ടി. ജനലോരത്തിരുന്ന് യാത്ര ചെയ്ത് പുറത്തിറങ്ങിക്കഴിഞ്ഞ് തല കൈകൊണ്ടൊന്ന് മാടിയാൽ കരിപുരളുന്ന തീവണ്ടി. ഓരോ സ്റ്റേഷനിലും ആവശ്യത്തിൽ കൂടുതൽ നിർത്തിനിർത്തിപ്പോകുന്നുവെന്ന് തോന്നിപ്പോകുന്ന യാത്രകൾ. തീവണ്ടിയോടൊപ്പം നടന്നുനടന്ന് യാത്രികർ. വാതിലിനരികിൽനിന്ന് പ്രായമായവർ വേണ്ടാത്തതൊന്നും കാട്ടണ്ട വേഗം കേറിക്കാള് എന്ന് ശുണ്ഠിയെടുക്കുന്നു. ചെറു വാല്യക്കാർ ഒട്ടൊരു തമാശയോടെ സ്റ്റേഷൻ തീരാറാകുമ്പോൾ തീവണ്ടിയിലേക്ക് ചാടിക്കയറുന്നു. ഒരു നിമിഷം അവരെ കാണാതാകുമ്പോൾ തള്ളമാരും പെണ്ണുങ്ങളും ഒന്നലമുറയിടുന്നു. പിന്നെയവരെ കണ്ടുകഴിയുമ്പോൾ ചീത്തവിളിക്കുന്നു. ചിരികളും തമാശകളും ചില വഴക്കുകളും കുടുംബപ്രാരാബ്ധങ്ങളും കാലാവസ്ഥയും കൃഷിനാശവുമായി എല്ലാം കേട്ടുകേട്ട് വണ്ടിയതിന്റെ യാത്ര തുടരുന്നു. പെട്ടെന്ന് പരിചിതരും പിന്നെയതേവേഗത്തിൽ ഒരിക്കലും കാണാനാകാത്തവരുമായി ആളുകൾ മായുന്നു. മറയുന്നു.

ഞാൻ ജനലോരത്തിരുന്നു. കൈയിൽ എപ്പോഴും ഒരു പുസ്തകം കരുതും. അത് ചിലപ്പോൾ വായിച്ചും അല്ലാത്തപ്പോൾ വെറുതെ മടക്കിപ്പിടിച്ചും ഞാനങ്ങനെയിരിക്കും. ജനൽക്കാഴ്ചകൾ ഒരു സിനിമപോലെയാണ്. ചിലപ്പോൾ വളരെ അടുത്തും ചിലപ്പോൾ വളരെ ദൂരെക്കാഴ്ചയുമായൊരു ചലനചിത്രം. ആലോചിച്ചാൽ കഥയൊന്നുമില്ല. പിന്നെ ചലിക്കുന്ന ആ ചിത്രങ്ങളിലൂടെ ഒരു കഥയാലോചിക്കാം. അത് നമ്മളുണ്ടാക്കുന്ന ഒരു കഥയാണ്.

ഈ കഥകളായിരുന്നു ഞാനാദ്യം പറഞ്ഞുതുടങ്ങിയത്. ഒരു യാത്ര കഴിഞ്ഞ് വന്നാൽ എനിക്കുചുറ്റും ഒരുപാട് പേരിരിക്കും. അവർക്ക് കഥകൾ കേൾക്കാനുള്ള മനസ്സുണ്ടായിരുന്നു. കാഴ്ചകളിൽ കണ്ടതിനുപുറമെ കേട്ടതുംകൂടി ചേർക്കുമ്പോൾ ഒരു പുതിയ ലോകമുണ്ടാകും. അതിനെ ഞാനൊരു സിനിമാക്കഥ കൂടിയാക്കിയേക്കും. അച്ഛൻ കൂടെയുള്ള യാത്രകളാണ് ഞാനെന്നും ഓർമിക്കുന്നത്. അധികമൊന്നും സംസാരിക്കുന്നയാളല്ലായിരുന്നു അച്ഛൻ. പക്ഷേ, ചോദ്യങ്ങൾക്ക് വ്യക്തമായ ഉത്തരങ്ങൾ, അത് ചിലപ്പോൾ ഒരു കഥപോലെ നീട്ടി പറഞ്ഞെന്നുമിരിക്കും. ഒറ്റയ്ക്കുള്ള യാത്രകളിൽ അതേവഴിയിലൂടെ തിരിച്ചുവരുമ്പോൾ അച്ഛന്റെ വാക്കുകൾ വഴികാട്ടിയാകും. അത് എന്റേതുമാത്രമായ ഒരുലോകത്തിന്റെ വാതിൽ തുറക്കും. പാലക്കാട്ടെയും പഴയന്നൂരിലെയും തിരുവില്വാമലയിലെയും കോയമ്പത്തൂരിലെയും സിനിമാക്കൊട്ടകകളായിരുന്നു വിശാലമായ കാഴ്ചപ്പുസ്തകങ്ങൾ. കാണുന്നതെന്തും അതുപോലെ പറഞ്ഞുഫലിപ്പിക്കുന്നതിലെന്റെ കഴിവുകൂട്ടിയത് അമ്മമ്മയുടെ ചോദ്യങ്ങളായിരുന്നു. ചോദ്യങ്ങൾക്ക് ഉത്തരം പറയുന്നതിന്റെ വ്യക്തതയാണ് എനിക്കുമുന്നിലെ കേൾവിക്കാരുടെ എണ്ണം കൂട്ടിയത്.

ഇപ്പോൾ ഞാൻ പറയുന്ന ഈ കഥ ഒരു പാവാടക്കാരിയുടേതാണ്. ലക്കിടിയിൽനിന്ന് കടലുണ്ടിയിലേക്ക് കല്യാണം കഴിഞ്ഞ് പോകുന്ന

രാഘവന്റെയും ലീലയുടെയും കൂടെ അവരുടെ ചേലത്തുമ്പിൽ വിടാതെ പിടിച്ചിരുന്ന നളിനാക്ഷിയെന്ന ആറാം ക്ലാസുകാരിയുടെ കഥ. തീവണ്ടി യിലിരുന്ന് അവർ പറഞ്ഞ കാര്യങ്ങൾ കൂട്ടിവായിച്ച് ഞാനുണ്ടാക്കിയ വാചകങ്ങളിലൂടെ ഒരോർമയെഴുത്ത്. നളിനാക്ഷിയുടെ ചേച്ചിയായിരുന്നു ലീല. അവരുടെ വീട് പത്തിരിപ്പാല കള്ളുഷാപ്പിന്റെയടുത്തുനിന്ന് മൂന്നാ മത്തേതായിരുന്നു. ലീലയുടെ അപ്പന് ഓട്ടുകമ്പനിയിൽ പണിയായിരു ന്നു. അമ്മ ഷാപ്പിലേക്ക് കറിയുണ്ടാക്കിക്കൊടുത്തു.

ഫറോക്കിലെ ഓട്ടുകമ്പനിയിൽനിന്ന് വന്ന കുമാരേട്ടനായിരുന്നു ലീലയെ കടലുണ്ടിയിലേക്ക് കൊണ്ടുപോകാനൊരാളെ കണ്ടെത്തിയത്. ആഹ്ലാദപൂർണമായ ഒരു ജീവിതത്തിന്റെ തുടക്കമായിരുന്നു ആ തീവ ണ്ടിയാത്ര. നളിനാക്ഷി ആദ്യമായാണ് തീവണ്ടിയിൽ കയറുന്നത്. മുമ്പ് പലപ്പോഴും അച്ഛനമ്മമാരുടെ കൂടെ യാത്ര ചെയ്യുമ്പോൾ ഒരുപാട് അരു തുകളുടെ ലോകത്തിലൂടെയായിരുന്നു ഞാൻ സഞ്ചരിച്ചത്. പക്ഷേ, ഒറ്റ യ്ക്കുള്ള യാത്രകൾ ഒരു വിജയിയുടെ ഘോഷയാത്രയാകുന്നു. ആരും ഒന്നും എതിർക്കാനില്ല. നിയന്ത്രിതമായ കെട്ടുപാടുകളില്ല. മനസ്സിന്റെ തോന്നലുകളിലൂടെയുള്ള സഞ്ചാരമാവും. പറയുന്നതും കാണുന്നതും കേട്ടും കണ്ടുമൊരു യാത്രയിൽ നളിനാക്ഷി അവളുടെ കഥ അവൾക്കു പോലുമറിയാതെ എന്നോട് പറഞ്ഞു.

ഇനിയവൾ പത്തിരിപ്പാലയിലെ സ്കൂളിൽ പഠിക്കുന്നില്ലത്രെ. ലീലേ ട്ത്തീടവടെ ഉസ്കൂളുണ്ടത്രെ. അവടെ ഏഴാം ക്ലാസിലേക്ക് ജയിച്ചാ ഏഴീ പ്പോവും. ഇല്ലാച്ചാ ആറിലന്നെ... പുത്തൻ ഫ്രോക്കിലെ തൂങ്ങിക്കിടക്കുന്ന വള്ളിയിൽ തിരുപ്പിടിച്ചുകൊണ്ട് അവൾ. കൂട്ടത്തിലെ ആരോ അവളോ ടിനി പഠിക്കുന്നില്ലേ എന്ന ചോദ്യത്തിന്റെ മറുപടിയായാണിത്. ലീലയുടെ ചേലയിൽ വിരലുകൾ ചുറ്റുമ്പോഴും അവൾ സീറ്റിനോട് ചേർന്ന് അവ ളുടെ സ്കൂൾ സഞ്ചി വച്ചിരുന്നു. അതൊരു സ്കൂൾ സഞ്ചിയാണെന്ന് എനിക്കറിയാം. പട്ടാമ്പി സ്റ്റേഷനിൽ നിന്ന് ആരോ ഐസ്ഫ്രൂട്ട് വാങ്ങി ലീലയ്ക്കും രാഘവനും കൊടുത്തു. ലീല അത് കഴിക്കാതെ നളിനാ ക്ഷിക്ക് നീട്ടി. കിട്ടിയപാടെ അവളത് വായിലിട്ടുറുമ്പി. അവളുടെ കൈവി രലുകൾക്കിടയിലൂടെ നനഞ്ഞ കളർവെള്ളമൊഴുകി. അതവൾ നാവു കൊണ്ട് നക്കിത്തുടച്ചു. ഐസ് ഫ്രൂട്ട് ഈമ്പിയീമ്പി അവളുടെ ചുണ്ടിനും നാവിനും ചുവപ്പുനിറമായി. നാവ് പുറത്തേക്ക് നീട്ടി അവളതെല്ലാവരെയും കാണിച്ചു. അന്നേരമവളുടെ കണ്ണുകൾ തുറിക്കുകയും ചെയ്തു.

പുറത്ത് ആകാശത്ത് സൂര്യനില്ലാത്തയവസ്ഥയിലായി. മഴക്കാറുകൾ മൂടിയതുപോലെ. ഇരുട്ട്ണേനുമുന്നേ എത്തൂലെ എന്നാരുടെയോ ചോദ്യ ത്തിന് മറുപടിയായി ഒരു കനത്ത മൂളൽ, തീവണ്ടിയുടെ കൂവൽ അക മ്പടിയായി.

തീവണ്ടിയിൽ വെളിച്ചം നന്നെ കുറവായിരുന്നു. അതല്ലെങ്കിലും അങ്ങനെയാണ്. പാസഞ്ചർ ട്രെയിനുകൾ ഇരുണ്ട ഡബ്ബകളാണ്. വെളി ച്ചമില്ലാത്ത വഴികളിലൂടെ തീവണ്ടി അതിന്റെ സ്ഥായിയായ ചലനം

തുടർന്നുകൊണ്ടേയിരുന്നു. തണുത്ത കാറ്റുവീശിയപ്പോൾ ചില കണ്ണുകൾ അടഞ്ഞു. ഇനിയുമെത്രനേരമെന്ന് ചോദ്യങ്ങൾ പല മനസ്സിലുമുണ്ടായിരുന്നെങ്കിലും ചിലർ വാച്ച് നോക്കിയും ചിലർ പരസ്പരം പറഞ്ഞും സമയം കഴിച്ചു. ഇരുട്ടിന്റെ വെളിമ്പറമ്പുകളിലൂടെ തീവണ്ടി അതിന്റെ മൂർച്ചയേറിയ വെളിച്ചം പരത്തി വിജിഗീഷുവായി.

ജനൽകമ്പിയിൽ പിടിച്ച് ഇരുട്ടിലൂടെ കാഴ്ചകൾ കണ്ടുകണ്ട് അറിയാതെ കണ്ണടച്ചതിൽനിന്ന് ഒരു ബഹളത്തിലേക്കായിരുന്നു കണ്ണുതുറന്നത്. അപ്പോൾ തീവണ്ടി ഒരു പാലത്തിനരികെ നിൽക്കുകയായിരുന്നു. വണ്ടി നിൽക്കാൻ തുടങ്ങിയിട്ട് ഒരുപാട് നേരമായെന്ന് ഞാനറിഞ്ഞു. രാഘവനും ലീലയും നളിനാക്ഷിയും അവളുടെ ആളുകളുമൊക്കെ പുറത്തിറങ്ങിയിരുന്നു. ആളുകൾ ആരെയോ തിരയുകയായിരുന്നു. ആളുകളുടെ വർത്തമാനത്തിലൂടെ അവരന്വേഷിക്കുന്നത് നളിനാക്ഷിയെയാണെന്ന് ഞാനറിഞ്ഞു. ഓടുന്ന തീവണ്ടിയുടെ വാതിലിലൂടെ നളിനാക്ഷി പുറത്തേക്ക് തെറിച്ചുപോവുകയായിരുന്നുവത്രെ.

പിന്നെ വന്ന പത്രങ്ങളിലൊക്കെ ഒരേഴാം ക്ലാസുകാരന്റെ വ്യാകുലതയോടെ ഞാൻ നോക്കിയിരുന്നു. നളിനാക്ഷിക്കെന്തെങ്കിലും അപകടം സംഭവിച്ചിട്ടുണ്ടാകുമോ, അവൾക്കെന്താണ് സത്യമായും സംഭവിച്ചതെന്ന്. പക്ഷേ, ഒരു പാസഞ്ചർ ട്രെയിനിൽനിന്ന് വീണുപോയ നളിനാക്ഷി ഒരു പത്രവാർത്തപോലുമാവില്ലെന്ന് ഇന്ന് ഞാൻ തിരിച്ചറിയുന്നു.

•

“6042 –ാം തീവണ്ടി മംഗലാപുരം വിട്ടിട്ട് ഏകദേശം രണ്ടുമണിക്കൂറായിക്കാണും. എ വൺ കമ്പാർട്ടുമെന്റിൽ മൂന്നാം നമ്പർ ബർതിൽ ഡോക്ടർ ഹേമലത ഇരിപ്പുണ്ടാവും. ഇപ്പോൾ തീവണ്ടി കണ്ണൂർ സ്റ്റേഷനിൽ രണ്ടാം നമ്പർ പ്ലാറ്റ്ഫോമിൽ നിൽപുണ്ടാവും. കണ്ണൻ അവിടെ വച്ച് അവളെ കാണുമായിരിക്കും. അവന്റെ കൈയിൽനിന്ന് അവൾ ബാഗ് വാങ്ങിച്ചിട്ടുണ്ടാവും.

കോയമ്പത്തൂർ–ഷൊർണൂർ പാസഞ്ചർ 25 മിനിറ്റ് വൈകിയാണിപ്പോൾ ഓടിക്കൊണ്ടിരിക്കുന്നത്. അതിലെ ഫസ്റ്റ് ക്ലാസ് കമ്പാർട്ടുമെന്റിലെ ഡി കൂപ്പയിൽ ഡോക്ടർ നാഗരാജൻ ഇരിക്കുന്നു. അരോഗദൃഢഗാത്രവും അറുപതോളം വയസ്സും കാഴ്ചയിൽ ഒരു ചെറുപ്പക്കാരന്റെ ചുറുചുറുക്കും ആറടിയോളം പൊക്കവുമുള്ള നാഗരാജന്റെ വലത്തെ കൈക്ക് സ്വാധീനക്കുറവുണ്ടെന്ന് ഒറ്റനോട്ടത്തിൽ കണ്ടാൽ തോന്നുകയേയില്ല. അയാൾ 6042 നമ്പർ തീവണ്ടിയിൽ ഒറ്റയ്ക്ക് യാത്ര ചെയ്യുന്ന ഹേമലതയെന്ന മകളെപ്പറ്റി ഓർത്തു.”

ചിറകുകൾ ഇല്ലാതെ മാലാഖമാർ പറക്കാറുണ്ട്.

(ഈ ജീവിതം ജീവിച്ചുതീർക്കുന്നത് – 2002)

•

എസ് 3, കേരള എക്സ്പ്രസ് ന്യൂഡൽഹി തിരുവനന്തപുരം

1994 ജനുവരി ശബരിമല സീസൺ

അതൊരു മടക്കയാത്രയായിരുന്നു. അറുപത്തഞ്ച് ദിവസമായി ഡൽഹിയിലായിരുന്നു. നവംബറിലെയും ഡിസംബറിലെയും പുതുവർഷത്തിന്റെ തുടക്കത്തിലെയും മഞ്ഞും തണുപ്പുമനുഭവിച്ച് വെളുപ്പിന് എഴുന്നേറ്റ് പാതിരവരെ അധ്വാനിച്ച് ഒരു സിനിമ ചെയ്യുകയായിരുന്നു. രാജീവ് അഞ്ചൽ സംവിധാനം ചെയ്ത കാശ്മീരം എന്ന സിനിമ.

മകരവിളക്കിന്റെ തിരക്ക് തുടങ്ങിയിരുന്നു. ഞങ്ങളുടെ തീവണ്ടിയിലും ദൽഹി മുതലേ അയ്യപ്പഭക്ത ശരണംവിളികൾ. മുകളിലായിരുന്നു എന്റെ ബർത്. എതിരെ ഇസ്മയിൽ ഹസ്സൻ (27 വയസ്സ്). അയാൾ അസിസ്റ്റന്റ് ക്യാമറാമാൻ. ഞാനാ സിനിമയുടെ അസിസ്റ്റന്റ് ഡയറക്ടർ. എനിക്ക് താഴെയുള്ള ബർതിൽ വിജയകുമാർ (37 വയസ്സ്) അയാൾക്ക് കഴക്കൂട്ടത്തേക്കാണ് പോകേണ്ടത്. ശ്രീനഗറിലെ ഒരു പട്ടാളക്യാമ്പിൽ ജോലി ചെയ്തിരുന്നു. പക്ഷേ, ഇപ്പോൾ ആരോഗ്യം സമ്മതിക്കാത്തതുകൊണ്ട് ആ ജോലി അവസാനിപ്പിച്ച് എന്തെങ്കിലും പുതിയതിനവസരമുണ്ടാകുമെന്ന ശുഭപ്രതീക്ഷയുമായി നാട്ടിലേക്ക് മടങ്ങുന്നു. വിജയകുമാരിനെതിരെയുള്ള ബർതിൽ ദൽഹിയിലെ ഒരാശുപത്രിയിൽ ജോലി ചെയ്യുന്ന എൽസമ്മ (52 വയസ്സ്) അവരും ജോലി മതിയാക്കി നാട്ടിലേക്ക് മടങ്ങുന്നു.

സത്യത്തിൽ ഒരു പരോപകാരിയായിരുന്നു വിജയകുമാർ. അങ്ങനെ ചില മനുഷ്യരുണ്ടാവാറുണ്ട്. മറ്റുള്ളവർക്കുവേണ്ടി അത്യധ്വാനം ചെയ്യുന്നതിൽ സംതൃപ്തി കണ്ടെത്തുന്നവർ. ആ കമ്പാർട്ടുമെന്റിലുള്ളവർക്ക് മുഴുവനും വെള്ളവും ഭക്ഷണവുമൊക്കെയായി സമയാസമയങ്ങളിൽ എന്താണ് വേണ്ടതെന്നന്വേഷിച്ച്, അത് കിട്ടുന്ന സ്ഥലങ്ങൾ പറഞ്ഞ്, ചിലപ്പോൾ വാങ്ങിക്കൊടുത്ത് അയാൾ ഒരു മനുഷ്യനായി ആ കമ്പാർട്ടുമെന്റിലുണ്ടായിരുന്നു. തീവണ്ടി ചില ജീവിതയാത്രകളും ചിന്തകളും പഠിപ്പിച്ചുതരും. അപ്പോൾ ഉപയോഗമില്ലെങ്കിലും പിന്നീടെപ്പോഴെങ്കിലും ഒരു സ്വകാര്യ ഓർമയായി ഉപകരിക്കുന്ന ചിന്തകൾ. അല്ലെങ്കിൽ എന്തെങ്കിലും കാര്യസാധ്യതക്കായി കണ്ടുമുട്ടുന്ന ബന്ധങ്ങൾ. ചിലർക്ക് തീവണ്ടി ജീവിതവും ജീവിതത്തിന്റെ ആരംഭവും തന്നെയാകുന്നു.

തീവണ്ടി ആന്ധ്രാപ്രദേശിലേക്ക് കടന്നപ്പോൾ സമയം ഉച്ചകഴിഞ്ഞിരുന്നു. വണ്ടി ലെയ്റ്റാന്നാ തോന്നുന്നേ എന്ന സ്ഥിരം പല്ലവി ആരോ പറയുന്നത് ബർതിൽ കിടന്ന് ഞാൻ കേട്ടു. തെലുങ്കിലുള്ള അയ്യപ്പഭക്തിഗാനങ്ങളും. വണ്ടി ഏതോ സ്റ്റേഷനിൽ ഇപ്പോൾ നിർത്തിയിട്ടിരിക്കുന്നു. അയ്യപ്പന്മാരും കച്ചവടക്കാരായ യാത്രികരും ഒരേപോലെ കയറിയും ഇറങ്ങിയും തീവണ്ടി ഒരു മനുഷ്യമഹാസമുദ്രമാകുന്നു.

അയ്യപ്പഭക്തന്മാരായ ഒരു സംഘത്തെ ആനയിച്ചുകൊണ്ടുവരുന്നതുകണ്ടാൽത്തന്നെയറിയാം അതിന്റെ ഗുരുസ്വാമി ആ പ്രദേശത്തെ

ഏതോ ഒരു ബഹുമാന്യപ്രജയാണെന്ന്. അയാളോടൊപ്പം വന്നവർ ഒഴിഞ്ഞ സീറ്റുകളിലൊക്കെ ഇരുമുടിക്കെട്ടുകളും ബാഗുകളുമൊക്കെ വച്ച് നീണ്ട ശരണംവിളികൾ മുഴക്കി. ഈ സമയം വിജയകുമാറിന്റെ ബർതിൽ മൂന്നാലു ഭക്തർ സഞ്ചികളും മറ്റും വച്ച് സ്ഥാനം കൈയടക്കിയിരുന്നു. ആരും അവർ ചെയ്യുന്നതിനെ എതിർക്കുകയോ മറുത്തു പറയുകയോ ചെയ്തില്ല.

വിജയകുമാർ വന്നതും തന്റെ സീറ്റിലിരിക്കുന്നവരോട് അത് തന്റെ സീറ്റാണെന്ന് അറിയാവുന്ന ഹിന്ദിയിലും തമിഴിലും പറഞ്ഞെങ്കിലും അവരത് കേട്ടതായിപ്പോലും ഭാവിച്ചില്ല. പെട്ടെന്നാണ് വാശി മൂത്തതുപോലെ വിജയകുമാർ ആ സീറ്റിലുണ്ടായിരുന്നവരെ പിടിച്ച് തള്ളുകയും അവരുടെ സഞ്ചികളും മറ്റും താഴേക്കിട്ട് ആ ബർത്തിൽ നീണ്ടുനിവർന്ന് കിടക്കുകയും ചെയ്തത്. പക്ഷേ, അതിന് ഒന്നോരണ്ടോ നിമിഷത്തെ ആയുസ്സേ ഉണ്ടായിരുന്നുള്ളു. തടിമാടന്മാരായ രണ്ടുപേർ (അവർ സ്വാമിമാരല്ലായിരുന്നു, നേതാവിനെ ആദരപൂർവം കയറ്റിയയ്ക്കാൻ വന്നവരിലാരോ ആയിരുന്നു) വിജയകുമാറിനെ പൊക്കിയെടുക്കുകയും തീവണ്ടിയിൽനിന്ന് പുറത്തേക്ക് വലിച്ചുകൊണ്ടുപോവുകയും ചെയ്തു. ആരും ഒരക്ഷരമൊന്നെതിർത്തില്ല. വിജയകുമാറിന്റെ എതിർപ്പുകൾ ശരണം വിളികളിൽ മുങ്ങിപ്പോയി.

അരമുക്കാൽമണിക്കൂറിന്റെ ബഹളത്താൽ തീവണ്ടി കുറേക്കൂടി ലെയ്റ്റാവുകയും ഒടുവിൽ വിജയകുമാറില്ലാതെ സ്റ്റേഷൻ വിടുകയും ചെയ്തു. അയാളുടെ ലഗേജ് ബർത്തിനുതാഴെ അനാഥമായി. തിരുവനന്തപുരത്തെത്തിയപ്പോൾ അത് റെയിൽവേയിലെ ടിടി ഇയെ ഞങ്ങൾ ഏൽപിക്കുകയും ചെയ്തു. വിജയകുമാർ എന്തിനാണ് അവരോട് എതിരിടാൻപോയതെന്ന് ടിടിഇ ഞങ്ങളോട് ചോദിച്ചു. ആർക്കെങ്കിലും ഒന്നയാളെ സമാധാനിപ്പിക്കാമായിരുന്നില്ലെ. വെറുതെ ഓരോരോ പ്രശ്നങ്ങളിൽ ചെന്നുവീഴാൻ..? തീവണ്ടി ആന്ധ്രാപ്രദേശമെന്ന സംസ്ഥാനം യാത്രചെയ്തുതീരാൻ 24 മണിക്കൂർ വേണം. ഇത്രയും നീണ്ട ഒരു യാത്ര മറ്റേതൊരു സംസ്ഥാനത്തിലൂടെയുമില്ല. അതോർത്താൽ മതി. കത്തിച്ചുകളഞ്ഞാൽപ്പോലും ആരും ഒന്നും ചൊദിക്കില്ല എന്നായിരുന്നു വിജയകുമാറിനെ പൊക്കിയെടുത്തുകൊണ്ടുപോയവർ തെലുങ്കിൽ പറഞ്ഞതെന്ന് നാട്ടിലെത്തിയപ്പോൾ ഞാനറിഞ്ഞു. അത് പറഞ്ഞത് ആന്ധ്രയിൽനിന്നുകയറിയ ഒരു മലയാളിയായിരുന്നു. വിജയകുമാറിനെന്താവും സംഭവിച്ചിട്ടുണ്ടാവുക എന്ന ചോദ്യത്തിന് എന്തും സംഭവിച്ചിരിക്കാം... എന്ന മറുപടിയിൽ ഒതുങ്ങി.

റെയിൽവേ പൊലീസുകാർ വിജയകുമാറിന്റെ ബാഗുകൾ എടുത്തുകൊണ്ടുപോവുമ്പോൾ ഞാൻ വിചാരിച്ചത് എന്നെങ്കിലുമൊരു ദിവസം യാത്രാടിക്കറ്റും ഐഡന്റിറ്റിയും കാണിച്ച് വിജയകുമാർ ആ ബാഗേജ് ക്ലിയർ ചെയ്യും എന്നുതന്നെയാണ്. പത്രത്തിൽ അഹിതമായ ഒരു വാർത്തയുമില്ലാതിരുന്നതുകൊണ്ടുതന്നെ ഞാൻ സ്വയം സമാധാനപ്പെടുകയാണ്.

•

"അടിവയറ്റിൽ അമർത്തിപ്പിടിച്ച് ചോരയുടെ തണുപ്പനുഭവിക്കുമ്പോൾ അവൾ തീവണ്ടിമുറിയിലായിരുന്നു. തീവണ്ടിയുടെ അനക്കത്തിൽ അവൾ ആഹ്ലാദിച്ചു. ജീവിതത്തിലാദ്യമായി ഒരുല്ലാസയാത്ര ചെയ്യുന്നതുപോലെയായിരുന്നു അവൾക്ക് തോന്നിയത്. പതുക്കെപ്പതുക്കെ അവൾ തളർന്ന് മയങ്ങി. മയക്കത്തിൽ സ്വപ്നങ്ങൾ കടന്നുവന്നു. തീവണ്ടി നിറയെ പ്രതീക്ഷകൾ അടുക്കിവച്ചിരിക്കുന്നു. പ്രതീക്ഷയുടെ ചിറകുകളിലേറി തീവണ്ടി പറന്നു. ഉയരങ്ങളിലൂടെയുള്ള പ്രയാണത്തിൽ വാഗ്ദാനങ്ങളുടെ വർണനൂലുകൾ വരിഞ്ഞുമുറുക്കി. പിന്നെ പതുക്കെ താഴേക്ക് പാളങ്ങളിലൂടെ തീവണ്ടി ഇഴഞ്ഞു. അവൾ പാളങ്ങളിലേക്ക് തല നീട്ടിവച്ചു. തീവണ്ടിയുടെ കൈകൾ അവളുടെ കഴുത്തിലൂടെ കെട്ടിവരിഞ്ഞു. അവളുടെ മൂർധാവിൽ ആശ്വസിപ്പിക്കാനായി ഒരു ചുംബനമേകി. ഇടർന്നുവന്ന ഒരു തേങ്ങടലക്കി കവിളിലൂടെ ഒഴുകിയ കണ്ണുനീർ തുടച്ച് സ്വയം ആശ്വസിക്കാനെന്നവണ്ണം ഒന്നു നീട്ടിക്കൂവി തീവണ്ടി അലസമായി യാത്ര തുടർന്നു."

(വിശ്വാസത്തിന്റെ നിയമം - 1989)

•

വടക്കോട്ട് പോയ ഏതോ ഒരു തീവണ്ടി

സമയം: 22.30–23.45 ഏപ്രിൽ 8, 1995

ഒരു പോസ്റ്റുമോർട്ടം റിപ്പോർട്ടിലാണ് ഈ തീവണ്ടിസമയം എഴുതപ്പെട്ടത്. പാതിരാത്രിയിൽ വെങ്ങാലിൽ ഗേറ്റിനടുത്തുള്ള കുറ്റിക്കാട്ടിൽ അവൻ കിടന്നു. അവന്റെ ശരീരത്തിന്റെ കുറെ ഭാഗങ്ങൾ കുറുക്കനോ പട്ടിയോ കടിച്ചെടുത്തുകൊണ്ട് പോയത് നാട്ടുകാർ തിരഞ്ഞ് കണ്ടുപിടിച്ചു. ബോഡി പോസ്റ്റുമോർട്ടം ചെയ്ത ഡോക്ടർ തന്റെ റിപ്പോർട്ടിൽ ഇങ്ങനെ എഴുതി: രാത്രി ഏകദേശം പത്തരക്കും പതിനൊന്നേമുക്കാലിനുമിടക്ക് മരണത്തെ നേടിരാനായി ഓടുന്ന തീവണ്ടിയുടെ മുന്നിലേക്ക് ചാടിയപ്പോൾ തീവണ്ടി ഇടിച്ചുതെറിപ്പിച്ചുണ്ടായ മരണം. സമയവും അപകടത്തിന്റെ രീതിയും എഴുതിയവരറിയിച്ചു.

നഷ്ടപ്പെട്ടത് ഒരു ജീവനാണ്. എനിക്ക്, എന്റെ വീട്ടുകാർക്ക്, എന്റെ അച്ഛന്, അമ്മക്ക്, അവൻ എന്റെ അനുജനായിരുന്നു. ഇന്നും ഞാനാലോചിക്കുന്ന ഒരു കാര്യമാണത്. മനുഷ്യനെങ്ങനെയാണ് സ്വയം ജീവനൊടുക്കാനാകുന്നത്? മനസ്സിന്റെ വിറയലുകൾ തടുത്തുനിർത്താനോ ഇല്ലാതാക്കാനോ എങ്ങനെയാണ് കഴിയുന്നത്? ഓളങ്ങളില്ലാത്ത കായൽപ്പരപ്പ്, ജ്ഞാനിയുടെ, ആത്മചൈതന്യത്തിന്റെ മനസ്സാണത്. അങ്ങനെയൊരു മനസ്സിന് മാത്രമേ മരണത്തെ മുഖാമുഖം കാണാൻ കഴിയൂ. പക്ഷേ, അവനേത് സമയത്താണ് അങ്ങനെയൊരു മനസ്സിന്റെ സൂക്ഷിപ്പുകാരനായത്?

എല്ലാ ചോദ്യങ്ങൾക്കും ഉത്തരമുണ്ടായാൽ അത് ജീവിതമാവുക

യില്ല. നേരത്തെ കാലത്തെ എല്ലാം അറിഞ്ഞുവച്ച് പരീക്ഷക്ക് വരുന്ന ചോദ്യങ്ങൾ ഇതൊക്കെയെന്നും അതിന്റെ ഉത്തരങ്ങൾ ഇങ്ങനെ എഴുതിയാൽ മതിയെന്നും തീരുമാനിച്ചാൽ അതൊരിക്കലും പരീക്ഷയാവില്ലല്ലോ. അവൻ പുതിയ വഴികളിലൂടെ സഞ്ചരിക്കുകയായിരുന്നു. കുട്ടിക്കാലത്തെ അവന്റെ കൂട്ടുകാർ മധ്യവയസ്സ് കഴിഞ്ഞ പ്രാരാബ്ധക്കാരായിരുന്നു. അവരുടെ മനസ്സിന്റെ തീരാവേദനകളായിരുന്നു അവൻ ജീവിച്ചു തീർത്തത്. കാലം തെറ്റി വന്നവനായിരുന്നു അവൻ. സ്വാർഥരായ മനുഷ്യരുടെ ഇടയിൽ എല്ലാവർക്കും എല്ലാം ഉണ്ടാവണമെന്ന് അവൻ ആഗ്രഹിച്ചു. അന്യന്റെ കൈയിൽനിന്ന് കടം വാങ്ങിയോ അത്യധ്വാനം ചെയ്തോ അവനവന്റെ ആവശ്യത്തേക്കാൾ അന്യന്റെ സങ്കടങ്ങൾ അവൻ പങ്കുവച്ചു. അവശന്മാർ, ആർത്തന്മാർ, ആലംബഹീനന്മാർ, അവരുടെ സങ്കടം ആരറിവൂ എന്നവൻ സ്വന്തം ജീവിതംകൊണ്ടെഴുതി. പ്രായത്തേക്കാൾ കൂടുതൽ പാകപ്പെട്ടവനായി. പതിനഞ്ചുവയസ്സിൽ മുപ്പതുവയസ്സുള്ളവർക്കും ഇരുപതുവയസ്സിൽ അമ്പതിന്മേൽ പ്രായമുള്ളവർക്കും ഒപ്പം അവൻ സഞ്ചരിച്ചു. മനുഷ്യന് നല്ലതുമാത്രം വരുന്ന ഒരു കാലത്തെക്കുറിച്ചവൻ സംസാരിച്ചു. ഉന്നതരും സ്വാധീനമുള്ളവരും അവന്റെ കൂട്ട് സന്തോഷത്തോടെ സ്വീകരിച്ചു. അവൻ പറയുന്ന വാക്കുകൾ അവരുടെ കാതുകളിൽ സംഗീതമായി. അവന്റെ സ്വപ്നങ്ങൾക്ക് അവരുടെ മറുപടിയുണ്ടായി. ഒരുപക്ഷേ, നീന്തിക്കയറാൻ പറ്റാത്ത ജീവിതപാരാവാരമാകുമോ അവനെ അഗാധതയിലേക്കൂളിയിട്ടുപോവാൻ പ്രേരിപ്പിച്ചത്?

അവന്റെ ദേഹം ദഹിപ്പിച്ച രാത്രിയിൽ ഞാനൊരു സ്വപ്നം കണ്ടു. റെയിൽവേ ട്രാക്കിലൂടെ നടന്നുവരുകയാണവൻ. അവന്റെ പിന്നിലായി അതിവേഗത്തിൽ വരുന്ന തീവണ്ടി. അതിന്റെ വെള്ളിവെളിച്ചത്തിൽ അവന്റെ രൂപം. തീവണ്ടി അവനെ മുട്ടിത്തെറിപ്പിക്കുമെന്നയവസ്ഥയ്ക്കു മുമ്പേ അവൻ തിരിഞ്ഞുനോക്കുകയും പെട്ടെന്ന് പാളത്തിൽനിന്ന് മാറുകയും ചെയ്യുന്നു. തീവണ്ടി ഒരു ചുഴലിക്കാറ്റായി കടന്നുപോയി. അതും നോക്കി ചിരിക്കുന്ന അവൻ. ഒരു നിമിഷംകൊണ്ടവൻ എന്റെയടുത്ത് അതേ ചിരിയുമായി. ഞാനന്വേഷിക്കാറുള്ളതെന്തും എനിക്ക് നേരെ നീട്ടുന്ന അവൻ. അപ്പോൾ മുതൽ എനിക്കപരിചിതനായ ഏതോ ഒരു വ്യക്തിയെയാണ് അഗ്നിയിൽ ദഹിപ്പിച്ചതെന്ന് എന്റെ മനസ്സ് പറഞ്ഞുതുടങ്ങി. ആർക്കും രക്ഷപ്പെടാനാവാത്ത മരണമെന്ന പ്രഹേളികയിൽനിന്ന് അവൻ രക്ഷപ്പെട്ട് ഒരു യാത്ര പോയിരിക്കുകയാണെന്നും ഏതുനിമിഷവും അവൻ തിരിച്ചെത്തിയേക്കുമെന്നും ഞാൻ ആഗ്രഹിക്കുന്നു. ഇപ്പോഴും ട്രാക്കുകൾ പുൽമേട്ടിലൂടെ, കുറ്റിക്കാട്ടിലൂടെ കടന്നുപോകുമ്പോൾ ഒരു വളവിൽ അവൻ ഉണ്ടാവുമെന്ന് ഞാൻ വിശ്വസിക്കുന്നു.

തീവണ്ടികൾ മരണത്തിന്റെയും കൂട്ടുകാരാണ്. അവർ കാണാത്തതായൊന്നുമില്ല.

•

"റെയിൽവേ സ്റ്റേഷനിലെ തിരക്കിൽ ഒഴിഞ്ഞ ഒരു ചാരുബെഞ്ചിൽ അബ്രഹാം കാത്തിരിക്കുന്നു. ബഹളങ്ങളുടെ നടുവിലൂടെ ആളുകൾ നടക്കുന്നു. യാത്രക്കാരുടെ നിരത്തിയിട്ട ലഗേജുകൾക്കരികെ സിമന്റ് ബെഞ്ചിലിരുന്ന് അബ്രഹാം കിനാവുകാണുകയാണ്.

തീവണ്ടിപ്പാളങ്ങളിലൂടെ കാറ്റുവന്നു. വിദൂരദേശങ്ങളെ സ്വപ്നം കണ്ടുകൊണ്ട് അടിഞ്ഞുകിടക്കുന്ന ലഗേജുകളുടെ അരികിലായി യാത്രക്കാരിരുന്നു. ഉച്ചഭാഷിണികളുടെ നിലവിളിയിൽ നെടുവീർപ്പുകൾ നിറഞ്ഞു...

വെളുപ്പിനുള്ള തീവണ്ടിയുടെ ഏറ്റവും പിന്നിലായുള്ള കമ്പാർട്ടുമെന്റിനരികെ അബ്രഹാം നിന്നു. ജനൽകമ്പികൾക്കുപിന്നിൽ തെരേസയായിരുന്നു.

'അടുത്തയാഴ്ചേം ഇതേ നേരത്ത് കാത്ത് നിക്കില്ലേ..?'

പതിവ് വാചകങ്ങൾക്ക് അബ്രഹാം പതിവുപോലെ തലയിളക്കി. മഞ്ഞവെളിച്ചവും കടന്ന് പച്ചനിറത്തിനരികിലൂടെ തീവണ്ടിയനങ്ങി. കമ്പിയഴികളിൽ പിടിച്ച അവളുടെ വിരലുകളെ തൊട്ട് അബ്രഹാം നടന്നു. പിന്നെ വണ്ടി ഒരു ഞരക്കത്തോടെ മഞ്ഞുതുള്ളികൾക്കുമീതെ കാറ്റിലൂടെ തെക്കോട്ട് പാഞ്ഞുപോയി. തിരക്കൊഴിഞ്ഞ സ്റ്റേഷനിൽ അബ്രഹാം ഏകനായി പുറത്തേക്ക് നടന്നു. പിന്നിൽ ഒരുപറ്റം കുട്ടികളുടെ ആർപ്പുവിളികൾ അകന്നുപോകുന്നതുപോലെ..."

(പച്ചക്കുതിരകൾ സ്വപ്നം കാണുന്നയിടം)

•

പ്ലാറ്റ്ഫോം, കമ്പാർട്ടുമെന്റ്, തീവണ്ടികൾ ഏതുമാകാം

പക്ഷേ, സമയം രാത്രി മാത്രം.

എറണാകുളം ജംഗ്ഷൻ എന്റെ പ്രണയോദ്യാനമാണ്. വൈകുന്നേരം അഞ്ചുമണിക്ക് തിരുവനന്തപുരത്തുനിന്ന് പുറപ്പെടുന്ന വഞ്ചിനാട് രാത്രി ഒരുപാട് വൈകും എറണാകുളത്തെത്തുമ്പോൾ. അതങ്ങനെയാണ്. ഒരിക്കൽപ്പോലും കൃത്യസമയത്ത് എത്തിയിട്ടില്ലാത്ത ഒരു വണ്ടിയായിരുന്നു അന്നത്. അതുകൊണ്ടുതന്നെ ഞാനവളോട് പറയും ഇത്തിരിക്കൂടി നേരത്തെ പുറപ്പെടുന്ന ഒരു വണ്ടിക്ക് കയറ്. പറ്റിയാൽ ഉച്ചക്കുള്ള മദ്രാസ് മെയിലിന്. അത് വൈകുന്നേരം ആറരയാവുമ്പോഴേക്കും ഇവിടെയെത്തില്ലേ... ഒന്നിടവിട്ട ആഴ്ചകളിൽ അങ്ങനെ ഒരുപാട് തീവണ്ടികളെ സ്വാധീനിച്ച് സന്ധ്യകഴിയുമ്പോൾ എറണാകുളം സ്റ്റേഷൻ എന്റെ കാത്തിരിപ്പിടമായി.

തിരുവനന്തപുരത്ത് കൊച്ചുതുറയിൽ മത്സ്യത്തൊഴിലാളികളുടെ സഹകരണസംഘത്തിലെ സെക്രട്ടറിയായിരുന്നു അവൾ. ഞാനന്ന് എറണാകുളത്തെ പ്രൈവറ്റ് സ്ഥാപനത്തിലെ കണക്കെഴുത്തുകാരനും. പരി

ചയപ്പെട്ട നാളിനുശേഷം ഒന്നരവർഷത്തോളം ഞങ്ങൾ കണ്ടതേയില്ല. അവളുടെ കത്തുകളിലായിരുന്നു ജീവിതം. പായക്കണക്കിന് എഴുതാൻ ഞങ്ങൾക്ക് വിഷയങ്ങൾ ഉണ്ടായിരുന്നു. കടപ്പുറത്തെ മണൽത്തരിപോലെ ചവിട്ടിമെതിക്കപ്പെട്ട ജീവിതമുഹൂർത്തങ്ങളെക്കുറിച്ചും പുരോഗതിയുടെ നിറംപിടിച്ച പുത്തൻ ആകാശത്തെക്കുറിച്ചും ഞങ്ങൾ എഴുതിക്കൊണ്ടേയിരുന്നു. സൗഹൃദങ്ങളുടെ വിശാലമായ കാഴ്ചപ്പാടുകളിലൂടെ പുതിയ ലോകത്തിന്റെ ഈരെഴത്തോർത്ത് ഞങ്ങൾ സ്വയം നെയ്തുതുടങ്ങി. അവൾ തൃശൂരിലെ കോളേജിൽ പോസ്റ്റ് ഗ്രാജ്വേഷന് ചേർന്നതും അക്കാലത്തായിരുന്നു. ഏഴു ദിവസം ജോലിയും നാലു ദിവസം കോളേജിലുമായി ലീവ് കിട്ടുന്നതുവരെ അറ്റൻഡൻസ് നഷ്ടപ്പെടാതിരിക്കാനായി ഒന്നിടവിട്ട ആഴ്ചകളിലെ ട്രെയിൻ യാത്രകൾ.

സന്ധ്യയാകുമ്പോൾ അവൾ വരും. എറണാകുളം ടൗൺ സ്റ്റേഷനിൽ കാത്തുനിന്ന് പുറത്തിറങ്ങി ഫ്രൈസ് റെസ്റ്റോറന്റിൽ ഒരുപാട് നേരം ഇരുന്ന് ചായ കുടിച്ച് പതുക്കെ എറണാകുളം സൗത്ത് സ്റ്റേഷനിലേക്ക് നടക്കും. സ്റ്റേഷനിലെ ഓരോ ബഞ്ചിലും വെയിറ്റിങ് റൂമിലുമിരുന്ന് നേരം വെളുപ്പിച്ച് ഷൊർണൂർ പാസഞ്ചറിൽ കയറ്റിവിട്ട് നാലു ദിവസം കഴിയുന്ന മറ്റൊരു സന്ധ്യയിലേക്ക്... എങ്കിലും അത് ജീവിതത്തിന്റെ അടിത്തറ പണിയുന്ന കാലമായിരുന്നു.

മഴക്കാലമായിരുന്നു. സ്റ്റേഷനന്ന് ഇത്രയും വലുതല്ലായിരുന്നു. തിരക്കും പൊതുവെ കുറവ്. തീവണ്ടികൾ വരുമ്പോഴും പോകുമ്പോഴും മാത്രം ആൾക്കൂട്ടം. അല്ലാത്തപ്പോൾ തീവണ്ടിസ്റ്റേഷൻ അസന്മാർഗ്ഗികളുടെ വിഹാര കേന്ദ്രം. പക്ഷേ, ഞങ്ങളുടെ കാത്തിരിപ്പിനെ ആരും ശല്യപ്പെടുത്തിയതേയില്ല. സ്നേഹവും പ്രണയവും തിരിച്ചറിയുന്ന, അനുഭവിക്കുന്ന മനുഷ്യർ ആയിരുന്നു അന്നത്തേത്. രാത്രികാലങ്ങളിലെ തണുപ്പ് മാറ്റാനായി ആണുങ്ങൾക്ക് ശരീരം വിൽക്കുന്ന പെണ്ണുങ്ങളും പെണ്ണുങ്ങളെ കൂട്ടിക്കൊടുക്കുന്ന ചെക്കന്മാരും അവരെ തുരത്തുന്ന പൊലീസുകാരും കമ്പനികളിലെ പണി കഴിഞ്ഞ് വീടെത്താൻ രാത്രിവണ്ടികളെ ആശ്രയിക്കുന്ന കമ്പനിപ്പണിക്കാരും സമയമനുസരിച്ച് വന്നുപോയി. ഞാൻ അവളുടെ ഉറക്കത്തിന്റെ കാവൽക്കാരൻ മാത്രമായിരുന്നു.

വെളുപ്പിനുള്ള പാസഞ്ചറിന് ടിക്കറ്റെടുത്ത് ഞാൻ അവളെയും കൊണ്ട് പ്ലാറ്റ്ഫോമിൽ കയറും. ഒരു രാത്രി മുഴുവനും ബഞ്ചിലിരുന്ന് രാവിലെ കയറുന്ന തീവണ്ടിയുടെ അനക്കമാണ് സ്നേഹത്തിന്റെ ആകാശം കാണിച്ചുതന്നത്. അവൾക്കുവേണ്ടിയുള്ള ആ യാത്രയിൽ തീവണ്ടി ആശ്വാസത്തിന്റെ, പ്രതീക്ഷയുടെ അഭയകേന്ദ്രമാകുന്നു.

തീവണ്ടിയെക്കുറിച്ച് ഇനിയുമെഴുതിയേക്കും. ഞാനറിയാതെ ഒരുപാട് കാലങ്ങളിലൂടെ ഒരുവാക്ക് മാത്രം മിണ്ടിപ്പോയ മനുഷ്യരിലൂടെ ഞാൻ യാത്ര ചെയ്തുകൊണ്ടേയിരിക്കും. എന്റെ മുന്നിൽ മരണംകൊണ്ട് അടയാളപ്പെടുത്തിയവരും ജീവിതത്തിന്റെ പുതുനാമ്പുകൾ വളർത്തി വലുതാക്കിയവരും കാഴ്ചയുടെ നവദൃശ്യം തീർത്തവരും മനസ്സിൽ നശിക്കാതെ സൂക്ഷിക്കപ്പെടുന്നു. തീവണ്ടി സ്വപ്നങ്ങളിലെ വലിയ തേരട്ടകളാണ്, സാവധാനമിഴഞ്ഞ് ഒരുപാട് കാഴ്ചകളുടെ ചക്രം തിരിക്കുന്നത്.

ജ്യോതി ഒരു പ്രകാശമാകുന്നു

കഥ പറയാനറിയുന്ന ഒരു പെൺകുട്ടി ജീവിതത്തെ അറിയുന്നത് കാണുവാൻ ഒരു കൗതുകം തോന്നി. അവൾ എഴുതുന്നത് ദൃശ്യങ്ങളാകുന്നു. അവളുടെ ചിന്തകളിൽ മനുഷ്യർ മാത്രമല്ല. സകല പ്രപഞ്ചത്തെയും അവൾ സ്നേഹിക്കുന്നു. നിശ്ശബ്ദമായ സ്നേഹത്തിന്റെ സാന്നിധ്യം ആകാശസഞ്ചാരത്തിനുള്ള ഊർജമാക്കുന്നു. അവൾ പ്രകാശമാകുന്നു. അവളിൽനിന്ന് പ്രസരിക്കുന്ന വാക്കുകൾക്ക് സകലതിനെയും ശ്രദ്ധിക്കുവാനുള്ള മനസ്സുണ്ട്. ഒരു ജീവിയെയും മനസ്സിൽനിന്ന് വെറുത്തൊഴിവാക്കരുത്. കാരണം ചിലർ നിങ്ങളെ സന്തോഷിപ്പിക്കും. ചിലർ നിങ്ങൾക്കൊരനുഭവമാകും. ചിലർ നിങ്ങളെ പ്രശ്നങ്ങൾ അഭിമുഖീകരിക്കുവാനുള്ള പാഠങ്ങൾ പഠിപ്പിക്കും. ആയതിനാൽ പ്രപഞ്ചത്തെ സ്നേഹിക്കുക. പ്രപഞ്ചത്തിലുള്ള മുഴുവനെയും. എഴുതാതെ എഴുതുന്ന വാക്കുകളുടെ ശക്തി തിരിച്ചറിയാനാവാത്തതാണ്. ഒരാൾ നിങ്ങളെ അഗാധമായി സ്നേഹിക്കുന്നുവെങ്കിൽ അയാളെ ഒരിക്കലും അനാവശ്യമായി ഉപയോഗിക്കരുത്. നിങ്ങളുടെ സഹായം ആവശ്യപ്പെടുന്നവരോട് തിരക്ക് ഭാവിക്കരുത്. മനസ്സിൽ നിങ്ങളെ ദൈവതുല്യരായി കാണുന്നവരെ ചതിക്കരുത്. നിങ്ങളെ സദാ ഓർമിക്കുന്നവരെ നിങ്ങളൊരിക്കലും മറക്കരുത്. ഒരുപാട് ദൂരം സഞ്ചരിക്കുമ്പോൾ എല്ലാം മറന്നുപോകും എന്നാണ് പറയാറുള്ളത്. എന്നാൽ അകലം കൂടുന്തോറും അടുത്തുണ്ടായിരുന്നതിനെ മുറുകെപ്പിടിക്കുന്നു. ജീവിതമേ, പഴയതൊന്നും എന്നിൽനിന്ന് നഷ്ടപ്പെടുത്തരുതേ എന്ന പ്രാർഥനയും.

ജ്യോതി എഴുതുന്നത് അഞ്ചു ദിവസത്തെക്കുറിച്ചാണ്. അത് അഞ്ചു ദിവസമല്ല, അഞ്ചു ദിവസങ്ങളിലെ അൻപത് തോന്നലുകളാണ്. ചിന്തകളാണ്, അടുപ്പമാണ്, അകലമാണ്, കാഴ്ചയാണ്, സ്വപ്നമാണ്. അവളുടെ വാക്കുകളിലൂടെ സഞ്ചരിക്കുമ്പോൾ ഞാൻ എന്നിൽത്തന്നെ ഒരു കണ

ക്കെടുക്കുന്നു. എല്ലാവരും എവിടെയെങ്കിലുംവച്ചൊക്കെ ഇല്ലാതാവുന്നവരാണ്. എന്നാൽ ചിലരൊക്കെ വീണ്ടും കാണുകയെങ്കിലുമാകും. അവസാനകാലത്തെങ്കിലും. അത് ചരിത്രമാണ്. പണ്ട് ഭൂമിയിൽ ചെയ്തുതീർക്കുന്ന പാപത്തിന്റെ ശമ്പളം കണക്കുതീർത്ത് വാങ്ങിക്കുന്നത് നരകത്തിൽവച്ചാവുമെന്ന് ചിലർ ശപിക്കും. എന്നാലിന്ന് എല്ലാ കുടിശ്ശികയും ഈ ജീവിതത്തിൽത്തന്നെ അനുഭവിച്ച് തീർക്കുന്ന അവസ്ഥകളും കാണുന്നു. തെറ്റ്, പരാജയം, അവഗണന, ഇത് പുരോഗമനത്തിന്റെയും വളർച്ചയുടെയും ഭാഗമാണ്.

ഇവ മൂന്നിനെയും ഒഴിവാക്കിക്കൊണ്ട് ഒരു മനുഷ്യനും ഒന്നും നേടാനായിട്ടില്ല. എല്ലാം മറക്കുമ്പോഴും ഓർമകൾ നമ്മെ പിന്തുടരുന്നു, ഒരു നിശ്വാസം പോലെ. ആരുടെയും ഒന്നുമല്ല എന്ന് ചിന്തിക്കുന്ന ആളുകളുടെ സമൂഹത്തിലാണ് നാമിപ്പോൾ ജീവിക്കുന്നത്. നമുക്കെന്ന് പറയുന്ന ഒന്നില്ലാതാവുന്നു. നമ്മുടേതെന്ന് പറയുന്നത് സ്വാർഥതയാവുന്നു. കാലങ്ങളായി ജീവിച്ച സ്വഭാവങ്ങളിൽനിന്ന് നമ്മൾ വേർപിരിയുന്നു. നമ്മുടെ സംസ്കാരമെന്നത് ഏതെല്ലാമോ സങ്കരമാകുന്നു. ഓരോ നിമിഷവും നമ്മൾ കലർപ്പിന്റെ കറുപ്പാകുന്നു.

ജ്യോതിയെ ഞാൻ എങ്ങനെയാണ് പരിചയപ്പെട്ടത്? അവളെ എല്ലാവർക്കും അറിയാം. അവൾ ഒരുപാട് പേരുടെ സ്നേഹവും എതിർപ്പും ആകുന്നു. ചിലപ്പോൾ കർക്കശക്കാരിയായ ഒരു സ്കൂൾ അധ്യാപിക. അവൾ അങ്ങനെയാകാനാണ് ജനിച്ചതെന്ന് ഞാൻ പറയും. ജീവിതത്തിലെ ഏറ്റവും പ്രധാനമായ ഒരു ആഗ്രഹമെന്തെന്ന് ചോദിച്ചാൽ അവൾ പറയുന്നതും അതുതന്നെയാവും. സത്യത്തിൽ അവളിൽ, എല്ലാമെല്ലാവർക്കും ബോധ്യമാക്കുന്ന ഒരു മനസ്സുണ്ട്. അതിൽ വാശിയും ഉറപ്പുമുണ്ട്. തനിക്ക് ശരിയല്ലെന്ന് തോന്നിയതിനെ എതിർക്കുവാൻ അവൾക്കാവും. അറിയാത്തതിനെ മനസ്സിലാക്കുവാൻ അവൾ കാത് കൂർപ്പിക്കും. കണ്ണുകൾ സൂര്യനാക്കും. അതറിഞ്ഞുകഴിയുമ്പോഴുള്ള ആശ്വാസം അവൾ പങ്കുവയ്ക്കും. ഓരോ നിമിഷവുമുണ്ടാവുന്ന പ്രശ്നങ്ങൾക്ക് ആര് ഉത്തരവാദിത്വമേറ്റെടുക്കുമെന്നതിലല്ല, പ്രശ്നങ്ങൾക്കുത്തരമായ്, അതിനൊരവസാനമായി ആരുണ്ടാവുമെന്നതാണ് ജ്യോതിയെന്നും പറയുവാനാഗ്രഹിക്കുന്നത്. അതെല്ലാ മനസ്സിലുമുണ്ടാവുന്നതുമല്ല. പ്രപഞ്ചത്തിലെ സർവചരാചരങ്ങളെയും ഒരു കണ്ണുകൊണ്ട് കാണാനുള്ള അവസ്ഥ അനുഭവിപ്പിക്കുന്നത് ജ്യോതിയുടെ അക്ഷരങ്ങളുടെ ദൈവികത്വമാകുന്നു. ജ്യോതി പറയുന്നത് വെറും അവയവങ്ങൾകൊണ്ടല്ല, അതിനുമപ്പുറം മനസ്സെന്ന അൽഭുതത്തിനെ പ്രണയിച്ചുകൊണ്ടാണ്, അവൾ കാണുന്നത് വെറും കണ്ണുകൊണ്ടല്ല. കോരിച്ചൊരിയുന്ന ഒരു പേമാരിയെ ഗർഭപാത്രത്തിലൊതുക്കി ഏതോ രാജ്യത്തിന്റെ ആകൃതിയിലൊരു മേഘം, ആ മഴ പെയ്തൊഴിഞ്ഞാൽ പിന്നെ ആ മേഘത്തെ ആരും ഓർക്കുകയില്ല. മക്കൾ വേർപെട്ട് ഒരമ്മയെപ്പോലെ അദൃശ്യയായ് അലയുവാൻ അവൾക്ക് വിധി. ഇത് വെറും കാഴ്ച മാത്രമാകാതെ പോകുന്നത് അവളിൽ മനുഷ്യവികാരങ്ങൾ പ്രകടനപത്രികയിലെ ജീവനില്ലാത്ത, നശിക്കാത്ത അക്ഷരങ്ങളാവാത്തതുകൊണ്ടാണ്. അവൾ സ്നേഹിക്കുന്നത് ജീവനുള്ളതി

നെയും ഇല്ലാത്തതിനെയും സ്വന്തമെന്നതുപോലെയാണ്. അതായിരുന്നു അവളെന്നും പറഞ്ഞിരുന്നത്.

സോഷ്യൽ നെറ്റ്‌വർക്ക് മീഡിയ നന്മയുടെയും തിന്മയുടെയും ആളില്ലാത്ത ഇരുളടഞ്ഞ കൊട്ടാരമാകുന്നു. ആവശ്യക്കാർക്ക് അത് വൃത്തിയാക്കുകയും മനോഹരമായി ആസ്വദിക്കുകയും ജീവിക്കുകയും ചെയ്യാം. ഏതുരീതിയിൽ അതുപയോഗിക്കപ്പെടുന്നുവെന്നതിനെ ആസ്പദമാക്കിയാണ് നിങ്ങളുടെ ജീവിതസഞ്ചാരം. നിങ്ങളുടെ കളങ്കമില്ലാത്ത പുഞ്ചിരിക്കുപിന്നിലെ സങ്കടവും. സ്നേഹത്തിനു പിന്നിലെ ദേഷ്യവും മൗനത്തിന്റെ കാരണവും അറിയുന്നവനെ വിശ്വസിക്കുക, അന്ധമായി. അവൻ നിങ്ങൾക്കുവേണ്ടി ജീവിക്കുന്നവനാണെന്ന് തിരിച്ചറിയാം. അങ്ങനെയൊരാളായി മാറാൻ കഴിയുന്നതിനെയാണ് ജ്യോതി പ്രകാശത്താൽ തെളിയിക്കുന്നത്.

ജ്യോതിയെ ഞാൻ കാണുന്നത് ഫേസ്ബുക്ക് എന്ന അദൃശ്യലോകത്തായിരുന്നു. എന്നാൽ ആ ലോകം ഒരു പരിധിവരെ ഞാനിന്ന് കാണുന്നതുതന്നെയാണ്. അവിടെയുള്ള മനുഷ്യർ ഞാനെന്നും കാണുന്നവർ തന്നെയാണ്. പലരെയും വെറും അക്ഷരങ്ങളല്ലാതെ ശബ്ദമായി ഞാൻ അനുഭവിക്കുന്നുമുണ്ട്. ഒരു സാങ്കേതികലോകത്തിലെ അരൂപികളോ മായക്കാഴ്ചകളോ അല്ല. അതുകൊണ്ടുതന്നെ അവർ പറയുന്നതും കേൾക്കുന്നതും അവരനുഭവിച്ച ജീവിതംതന്നെയാണ്. ആ ജീവിതങ്ങളെ അറിയുവാനുള്ള സഞ്ചാരത്തിൽ ജ്യോതി ഒരുപാടാളായി അവതരിക്കുകയായിരുന്നു. സൗഹൃദത്തിന്റെയും സൂക്ഷിപ്പിന്റെയും കരുതലിന്റെയും വാക്കുകളായി അവൾ ജീവിക്കുകയായിരുന്നു. അവൾ വായിച്ച പുസ്തകങ്ങളും കണ്ട കാഴ്ചകളും സഞ്ചരിച്ച വഴികളും നിരന്തരമായി സംവദിക്കാനുള്ളവയായി മാറുന്നു. ജ്യോതി ജീവിതം കാണുകയും അനുഭവിക്കുകയുമായിരുന്നു. അവളിലെ എഴുത്തുകാരി സജീവമാവുകയായിരുന്നു. മറ്റാരും കാണാത്ത കാഴ്ചകളിൽ അവൾ കണ്ണുകളാഴ്ത്തുകയായിരുന്നു. ആ നിമിഷങ്ങൾ അനുഭവിപ്പിക്കുന്ന അക്ഷരങ്ങൾ. ഭൂതകാലത്തെ അതിന്റെ എല്ലാ മിഴിവുകളുമായി ഒന്നും നഷ്ടപ്പെടാതെ, ഒരു മുഹൂർത്തവും, ഒരു വിനാഴികയും കൈമോശം വരാതെ, ഓർമകളുടെ മഞ്ഞപിടിക്കാതെ അവളെഴുതിത്തുടങ്ങിയത് മറ്റുള്ള മനസ്സിൽ നിലനില്ക്കണമെന്ന ചിന്തയിൽത്തന്നെയാണ്. വായിച്ചുതീർന്ന ഒരു പുസ്തകം, കണ്ട ഒരു സിനിമ, കേട്ട ഒരു പാട്ട്, അവൾക്കിഷ്ടമായതും അല്ലാത്തതുമായ എല്ലാം അവളുടെ മനസ്സിൽ നിലനിർത്തി അവളാദ്യം പറഞ്ഞു. പിന്നെ എഴുതി. സത്യത്തിൽ അതൊരു വാശിതന്നെയായിരുന്നു. എഴുതാനാവുമെന്ന വാശി. ഈ ചിന്തതന്നെയാണ് എഴുത്തുകാരെ സൃഷ്ടിക്കുന്നത്. ആരോടെങ്കിലും മനസ്സുതുറന്ന് പറയണമെന്ന് ആദ്യം ചിന്തിക്കാനാവുന്നത്, അത് കേൾപ്പിച്ച് അക്ഷരമാക്കുന്നത്. അവസാനകാല നിമിഷത്തിൽ നമ്മെ മുറിവേൽപിച്ച ശത്രുക്കളുടെ വാക്കുകളേക്കാൾ വേദനിപ്പിക്കുന്നത് സുഹൃത്തുക്കളുടെ മൗനമാണ്. ജ്യോതി ശബ്ദിക്കുകതന്നെയാണ്, അവളുടെ ശബ്ദത്തെ തിരിച്ചറിയാൻ പാകത്തിൽ.

നാഗപടമൊഴിയുന്ന ഇടവഴികൾ

പറയുന്നത് കേൾക്കാനും ചെയ്യുന്നത് കാണാനുമായി ഒരു ജീവിതം ഉണ്ടാവണമെന്ന് പറഞ്ഞത് കുട്ടനാണ്. അവനത് പറഞ്ഞത് മരണഭയം നിറഞ്ഞോടിയ, ഇരുണ്ട ഒരു ഇടവഴിയിൽവച്ചാണ്. കുട്ടൻ, സഹദേവൻ മാഷിന്റെ മകനാണ്. കുട്ടന് എന്റെ പ്രായമാണ്. ഞങ്ങൾ പ്രീഡിഗ്രി കഴിഞ്ഞിട്ടേയുള്ളൂ. ഒരു വേനലവധി തുടങ്ങുന്നു. കുട്ടന്റെ വീട് കുട്ടികളുടെ കരച്ചിൽകൊണ്ട് സംഗീതം പൊഴിക്കുന്നയിടം. സഹദേവൻ മാഷിനും ലീലാവതി ടീച്ചറിനും മക്കൾ എട്ട്. എല്ലാം ആൺമക്കൾ. മാഷിപ്പോഴും രാഷ്ട്ര പുനർനിർമാണത്തിനായി ജനസംഖ്യ കൂട്ടണമെന്ന് കരുതി അഹോരാത്രം യത്നിക്കുന്നയാൾ എന്നാണ് പഞ്ചായത്ത് പ്രസിഡന്റ് കുമാരൻ ചോവൻ പറയുന്നത്. കുമാരൻ ചോവൻ ഒരു സത്യമാണ്. ഞങ്ങളുടെ നാട്ടിൽ ഞാൻ താമസിക്കുന്നിടം ഒരു നായർത്തറയാണ്. ഇരുനൂറ്റിപ്പന്ത്രണ്ട് വീടുകൾ ചേർന്ന ഒരു തറ. മുഴുവനും നായന്മാർ എന്നു പറഞ്ഞുകൂടാ. എട്ടു വീടുകൾ വാടകയ്ക്ക് കൊടുത്തതാണ്. അതിൽ കട്ടപ്പനക്കാരൻ പീലിപ്പോസും കുടുംബവും ക്ലാപ്പനക്കാരൻ ഇംത്യാസും ഭാര്യയും, പ്രാക്കുളം ശശി എന്ന എഴുത്തുകാരനും ഭാര്യയും മകനും താമസിക്കുന്നുണ്ട്. ഓരോ ഇടങ്ങളിൽനിന്നും ജോലിക്കായി എത്തിയ സർക്കാരുദ്യോഗസ്ഥൻ. അഞ്ചു വീടുകൾ, അങ്കണവാടിയും പഞ്ചായത്തിൽ പുറത്തുനിന്നുംവരുന്ന ചില ഉദ്യോഗസ്ഥർക്ക് താമസിക്കുവാൻ മുമ്പ് പഞ്ചായത്ത് പ്രസിഡന്റായ കേശവൻനായർ പണി കഴിപ്പിച്ച് ഇപ്പോൾ കമ്പനി സാധനങ്ങൾ സൂക്ഷിക്കുന്ന ഗോഡൗണുകളും ആക്കിയിരിക്കുന്നു. കേശവൻനായരെ തോൽപിച്ചാണ് കുമാരൻ ചോവൻ പഞ്ചായത്ത് പ്രസിഡന്റ് ആയത്. അത് ഒരു പകരംവീട്ടൽ കൂടിയായിരുന്നു. ആ തെരഞ്ഞെടുപ്പ് കഴിഞ്ഞതിനുശേഷമാണ് കുമാരൻ, അയാളുടെ പേര് കുമാരൻ ചോവൻ

എന്നാക്കിയത്. പേരിനുപിന്നിൽ ഒരു വാലുവേണമെന്ന് ഇപ്പോഴുള്ളവർ മുഴുവനും ആഗ്രഹിക്കുന്നുണ്ട്. അതും ഒരു വിശ്വാസമാകാം. അവനവനെ അംഗീകരിക്കാൻ ഒരലങ്കാരം വേണമെന്ന് തീരുമാനിക്കുന്ന അവസ്ഥയുണ്ടാക്കുന്നതും അവനവൻതന്നെയാണെന്ന് തിരിച്ചറിയേണ്ടിയിരിക്കുന്നു.

ഞങ്ങളുടെ നായർത്തറ ഒരിടവഴിയാണ്. അയ്യപ്പൻ കാവിന്റെ കിഴക്കെ മതിൽ മുതൽ ചെറക്കാട്ടി കാവിന്റെ ആൽത്തറ കവാടം വരെ മുള്ളുവേലി കെട്ടിയ ഇടവഴിയാണത്. മുള്ളുവേലിക്കകത്ത് വീടുകൾ. അങ്കണവാടിയാക്കിയിരിക്കുന്ന വീട് കുറച്ച് വലുതാണ്. ധാരാളം മുറികളുണ്ടതിൽ. അത് കേശവൻനായർ അയാളുടെ മകൾക്ക് കൊടുത്തതാണ്. എന്നാൽ അവൾ കല്യാണം കഴിഞ്ഞ് അഹമ്മദാബാദിലേക്ക് പോയതിനാൽ വെറുതെ പൂട്ടിയിടാൻ മനസ്സിലാത്തതുകൊണ്ട് വാടകയ്ക്ക് കൊടുത്തിരിക്കുന്നു. വീടുകൾ അനാഥമായി പൂട്ടിക്കിടക്കരുത്. ആൾപ്പെരുമാറ്റമില്ലെങ്കിൽ അത് മരിച്ചിരിക്കും. വീടിന്റെ ശ്വാസമെന്നത് വസിക്കുന്നവന്റേതാണ്. കേശവൻനായർ അതെപ്പോഴും പറയുന്നതും ഒഴിഞ്ഞുകിടക്കുന്നതിലെന്തിലും ജീവനൂതുന്നവനും ആയിരുന്നു. അയാളുടെ പ്രസംഗത്തിലും കർക്കിടകത്തിലെ രാമായണവായനയ്ക്കുശേഷവും അയാളത് പറയും. അതുകൊണ്ടുതന്നെയാണ് അങ്കണവാടി വാടകയ്ക്ക് കൊടുത്ത കാലത്ത് അമ്പലത്തിലേക്ക് ശാന്തിക്ക് മംഗലാപുരത്തുനിന്നും വന്ന നാരായണൻ എമ്പ്രാന്തിരിക്കും കുടുംബത്തിനും ഒരു വീട് കിട്ടുന്നതുവരെ താമസിക്കാൻ അങ്കണവാടിയുടെ മുകൾ ഏർപ്പാടാക്കിയതും.

നാരായണൻ എമ്പ്രാന്തിരിയുടെ മകൾ രോഹിണി അമ്പലത്തിൽ വരുന്നത് അവളുടെ കൂട്ടുകാരിയും ചെനക്കത്ത് കാവിലെ ശാന്തിയായ പരമേശ്വരൻനമ്പൂതിരിയുടെ മകളുമായ വനജയോടൊപ്പമാണ്. രണ്ടും രണ്ട് പ്രായം. രോഹിണിയെ ഞാൻ കാണാൻ തുടങ്ങിയതുമുതൽ അവൾ എന്റെ ഭാവിവധുവായിരുന്നു. അത് രഹസ്യമായി ഞാൻ പറഞ്ഞത് കുട്ടനോടാണ്. കുട്ടൻ എന്റെ മനസ്സറിയുന്നവനായിരുന്നു. രോഹിണിയുമായി ഞാൻ എന്റെ ജീവിതം വസന്തമാക്കുന്നത് പറയുമ്പോൾ അവന്റെ കണ്ണിലെ തിളക്കം കുറഞ്ഞത് ഞാൻ ശ്രദ്ധിച്ചു. അതെന്താണ് എന്ന എന്റെ ചോദ്യത്തിന് ഒന്നുമില്ലെന്ന തലയിളക്കംകൊണ്ട് ബാക്കി കേൾക്കാനായി കാത് കൂർപ്പിച്ചു. പിന്നീട് ഒരുപാട് കാലം കഴിഞ്ഞപ്പോഴായിരുന്നു അവന്റെ കണ്ണിൽ ആ വെളിച്ചം കെട്ടതെന്തിനെന്ന് ഞാനറിഞ്ഞത്. അവന്റെയുള്ളിലും അവൾ കൊലുസിന്റെ സംഗീതം പൊഴിച്ചിരുന്നു. വനജയായിരുന്നു എന്റെ രഹസ്യമറിയുന്ന മറ്റൊരാൾ. ആ രഹസ്യം സൂക്ഷിക്കുന്നതിനും ഒരിക്കലും അവളായി അത് രോഹിണിയോട് പറയരുതെന്നതിനും ഉപകാരമായി ഞാനവൾക്ക് ധാരാളം പുസ്തകങ്ങൾ കൊടുത്തിരുന്നു. പുസ്തകങ്ങൾക്കായി ഞങ്ങൾ സഞ്ചരിച്ച വഴികൾ പലതായിരുന്നു. ദൂരങ്ങൾ മറന്ന് കനാലിന്റെ കൈപ്പള്ളങ്ങളിലെ ഇടുങ്ങിയ വഴികളിലെ പൊടിക്കാറ്റേറ്റ്, കാളവണ്ടിയിലും സൈക്കിളിന്റെ ചക്രക്കറക്ക

ത്തിലും ഊരുകൾ താണ്ടിയത് കറുത്ത അക്ഷരങ്ങളിലെ വെളുപ്പ് തേടിയായിരുന്നു. സ്നേഹത്തിന്റെയും പ്രണയത്തിന്റെയും ചിത്രങ്ങൾ വരച്ചത് വാക്കുകൾ കൊണ്ടായിരുന്നു. ഇടുങ്ങിയ വഴികൾ വിശാലവും തുറസ്സുമായത് വാക്കുകളുടെ സത്യമറിഞ്ഞപ്പോഴായിരുന്നു. അത് വിശ്വാസത്തിന്റെ കാലംകൂടിയായിരുന്നു.

അമ്പലം പഴയത്, ശാസ്താവ് മൂലപ്രതിഷ്ഠ. ഗണപതിയും ശിവനും ഉപദൈവങ്ങൾ. പുറത്ത് ഭഗവതിയും. കല്ലുപാകിയ പ്രദക്ഷിണ വഴി, അത് അടർന്നുപോയത്. മുന്നിൽ ആൽത്തറ, പൊളിഞ്ഞത്. ആൽമരത്തിൽ ധാരാളം പക്ഷികൾ. അതിനെതിരായി ഒരേഴിലംപാല, പൂത്തുകഴിഞ്ഞാൽ ആ പ്രദേശം മുഴുവൻ മണം പരത്തുന്നത്. ആൽത്തറയ്ക്കും പാലയ്ക്കുമിടയിലായി മഴ പെയ്താൽ കുത്തിയൊലിച്ച് ചുവന്ന മണ്ണൊഴുകുന്ന മൈതാനം. കാവിനും മൈതാനത്തിനുമിടയിലായി ഒരിടവഴി. നാരുപോലെ. രണ്ടുപേർ ഒന്നിച്ചുനടന്നാൽ മുട്ടിയുരുമ്മും. ആളുകൾ ജാഥയായി നീങ്ങുന്ന ഇടവഴി. അമ്പലത്തിലേക്കിറങ്ങുന്ന കൽപ്പടവിന്റെ അരികിൽ ഒരു മഞ്ഞപ്പാവിട്ടമരം. അതിന്റെ കൊമ്പുകൾ ഞാന്നുകിടക്കുന്നത് നടന്നുപോവുമ്പോൾ തലയിൽ കൊമ്പുതട്ടാതിരിക്കാനായി കുനിഞ്ഞുപോകുന്നവർ. മരക്കമ്പുകൾ അത്രമാത്രം അപകടമേകുമെന്ന് കരുതിയാൽ മാത്രം മുറിക്കുന്നവർ. മരം വെറും തണൽ മാത്രമല്ലെന്നും അത് ഈശ്വരനാണെന്നും കരുതുന്നവർ. ആ മഞ്ഞപ്പാവിട്ട മരം എന്റെയും കുട്ടന്റെയും കാത്തിരിപ്പിടമായിരുന്നു. അവിടെയിരുന്നാൽ രോഹിണി ആടിയുലഞ്ഞ് പതുക്കെ ഒരു തെന്നലായി വനജയുടെ വീടിന്റെ ഒതുക്കുകൾ കയറുന്നതും അവിടെനിന്ന് ഊഞ്ഞാലിന്റെയാട്ടത്തിലെ ആയം പോലെ ഒന്നുവന്ന് പിന്നിലേക്കാഞ്ഞ് പോവുന്നതും പിന്നെ ആദ്യം വനജയെയും അതിനു പിന്നാലെ എന്തോ പലഹാരം വായിലേക്കിട്ട് അത് തിന്ന് കൈപ്പടം കൊണ്ട് ചിറി തുടച്ചിറങ്ങുന്ന രോഹിണിയെയും ഞങ്ങൾക്ക് കാണാം. ഒതുക്കിറങ്ങിയാൽ വനജയുടെ നോട്ടം ഞങ്ങളിലേക്ക് വരും. അത് രഹസ്യവും നിശ്ശബ്ദവുമായ ഒരു സന്ദേശമാവുന്നു. വനജയ്ക്ക് പിറകിലായ രോഹിണിയെ അവൾ മുന്നിലേക്ക് നടത്തും. ആ ജാഥ ഞങ്ങൾക്ക് മുന്നിൽ ഇടവഴിയിൽനിന്നും അമ്പലത്തിന്റെ പടവുകളിൽ അപ്രത്യക്ഷമാകും. വീണ്ടും അവർ ശാസ്താവിനെ പ്രദക്ഷിണവഴിയിൽനിന്നും വണങ്ങി കൽപ്പാതയിൽ കൊലുസിന്റെ ശബ്ദം നിരത്തും. അതിന് ചിലങ്കയുടെ നാദമുണ്ടെന്ന് പറഞ്ഞത് കുട്ടനായിരുന്നു. ഞാനൊന്നും കേൾക്കുകയില്ല. രോഹിണിയുടെ അലസമായ നടത്തവും അവളുടെ ചുണ്ടിലെ ചിരിയും കണ്ണുകളുടെ പാച്ചിലും കാണുകയാവും. ഇത്ര ദൂരത്തുനിന്നും ഇത്രമാത്രം അടുത്തായി അതെനിക്കനുഭവപ്പെടുന്നത് അത്രമാത്രം അവളെന്നിലുള്ളതുകൊണ്ടെന്ന് ഞാൻ മനസ്സർപ്പിച്ചു.

അത് കാത്തിരിപ്പിന്റെ കാലമായിരുന്നു. ഒന്നും പറയാതെയും ദൂരെനിന്നുമാത്രം കേട്ടും അവൾ നടന്ന വഴിയിലെ മണ്ണിൽ ചവിട്ടിയും അവളുടെ നിശ്വാസം ശ്വസിച്ചും കാണുന്നതെന്തും കേൾക്കുന്നതെന്തും ഒരു വട്ടത്തിൽ മാത്രമായി ചുരുങ്ങിയൊരു കാലം.

അയ്യപ്പൻകാവിൽനിന്നും ചെറക്കാട്ടി കാവുവരെയുള്ള ഇടവഴി സന്ധ്യവെളിച്ചത്തിൽ ചുവന്നു. ഇരുട്ട് പതുക്കെ. വഴി ആളൊഴിഞ്ഞു തുടങ്ങി. പാടത്ത് പണിയെടുത്ത പെണ്ണുങ്ങൾ അമ്പലക്കുളത്തിൽ മുഖവും കാലും കഴുകി മുണ്ടൊന്നഴിച്ച് കുടഞ്ഞ് ഒരു കാക്കക്കുളി നടത്തി വൈകുന്നേരം ചെന്ന് മക്കൾക്ക് ചോറുവച്ചു വിളമ്പി. കള്ളുകുടിച്ച് വരുന്ന കെട്ടിയവനെ കാത്തിരിക്കേണ്ട പങ്കപ്പാടിനെക്കുറിച്ച് മിണ്ടീം പറഞ്ഞും വഴി വിജനമാക്കി. ആ വഴിയിലേക്ക് ചെറക്കാട്ടി കാവിൽനിന്ന് രോഹിണിയും വനജയുമിറങ്ങി. ആകാശത്ത് നക്ഷത്രങ്ങൾ വഴിതെളിച്ചു. ആ തിളക്കം കണ്ട് കാവിന്റെ പൊളിഞ്ഞ മതിൽ ചാരി ഞങ്ങൾ. കാവിലെ കൽവിളക്കിൽ തിരിയുടെ വെളിച്ചം. ആഞ്ഞുവീശുന്ന കാറ്റിൽ അത് ഏതുനിമിഷവും കെടും. പാടത്തിനപ്പുറം കോളനിയിൽനിന്ന് പൊറാട്ടം കളിയുടെ കൊട്ട്. കാവിന്റെ മുന്നിലെ കൽത്തിട്ടയിൽ അവർ ഇരുന്നു. നിർത്താതെ അവർ സംസാരിക്കുന്നു. ഒരായുഷ്ക്കാലം മുഴുവനും പറഞ്ഞാൽ തീരാത്ത കഥകൾ അവർ പറയുന്നു. വനജയുടെ കണ്ണുകൾ ഞങ്ങളെ തിരിയുന്നുണ്ടെന്ന് ആ ഇരുട്ടിലും ഞാനറിഞ്ഞു. അവൾ ഞങ്ങൾ നിൽക്കാൻ സാധ്യതയുള്ള ഇടത്തേക്ക് മുഖം തിരിക്കുമ്പോൾ രോഹിണി അത് പിടിച്ച് സ്വന്തം കണ്ണുകളിലേക്കാക്കി. അവൾക്കും സ്വകാര്യമായി ഞങ്ങളുടെ സാന്നിധ്യമറിയാം. എന്നാലവളത് കാണിക്കാറേയില്ല. ബുദ്ധിമതിയായ ഒരുവളുടെ മനസ്സാണതെന്ന് വ്യക്തം. ആണുങ്ങൾ ഒരുപാട് ശ്രദ്ധിക്കുന്നത് തന്നെയാണെന്നറിയാമെങ്കിലും അതിന്റേതായ ഒരു ലക്ഷണവുമറിയിക്കാതെ ഈ ലോകത്ത് താൻ മാത്രമേയുള്ളൂവെന്നും തന്റെ സ്പർശത്താൽ ഭൂമി തളിർക്കുകയും വളരുകയും ചെയ്യുമെന്ന് വിസ്മയിപ്പിക്കുകയും ചെയ്യുന്ന ഒരു മനസ്സ് അവൾക്കുണ്ട്. രോഹിണിയുടെ ഈ മനസ്സായിരുന്നു ഞാൻ സ്വപ്നം കണ്ടതും സൂക്ഷിക്കുവാനാഗ്രഹിച്ചതും.

മുള്ളുവേലി കെട്ടിയ ഇടവഴിയുടെ ഇരുവശത്തും ഇലക്ട്രിക് വെളിച്ചം മുനിഞ്ഞു കത്തി. മഞ്ഞനിറമാർന്ന തീവെളിച്ചം ഒരു ചെറുകനലിൽനിന്നൂതിയെത്തുന്ന പോലെ. സന്ധ്യാപ്രാർഥനയും പാഠഭാഗങ്ങൾ ചൊല്ലുന്ന ശബ്ദവും ഒന്നിച്ചെത്തുന്നു. രോഹിണിയും വനജയും എഴുന്നേറ്റു. പാലപൂക്കുന്ന രാവുകളിൽ യക്ഷികൾ കരിമ്പനയിൽനിന്നുമിറങ്ങി അലസമായി, കാറ്റുപോലെ, നീങ്ങുമെന്ന കാൽപനികചിത്രമായി അവർ നടന്നു. ഇടവഴി ചാന്ദ്രവെളിച്ചത്താൽ വെള്ളിനൂൽപോലെ. മുള്ളുവേലിയിലെ ഈറമ്പുളയുടെ ഓലകളിൽ മഞ്ഞവെളിച്ചത്തിളക്കം. രണ്ടു പെൺകുട്ടികൾ കാറ്റിൽ പാറി. ഇരുളും വെളിച്ചവും ഇഴപിന്നിയ ഇടവഴിയിൽ അവരുടെ നടത്തത്തിന് പിന്നിലായി ഞങ്ങൾ സ്വയം കാവൽ മാലാഖമാരെന്ന് സങ്കല്പിച്ച് നടന്നു. സ്ഥിരം രക്ഷകന്റെ രൂപം മനസ്സിൽ പേറി പരസ്പരം അതിന്റെ സന്തോഷം ഉള്ളിലാസ്വദിച്ച് ഞങ്ങളുടെ മുന്നിലെ സ്നേഹത്തിന് ഒരാപത്തും വരരുതെന്ന പ്രാർഥനയുമായി. ഒരു നിശ്ചിതദൂരമെത്തിയപ്പോൾ വനജ ഒന്നു തിരിഞ്ഞുനോക്കി. അതൊരു സൂചന

യാണ്. അവർ വീടുകളിലേക്ക് തിരിയുന്നു. കുറച്ചുനേരം കഴിഞ്ഞ് മാത്രമേ കടന്നുപോകാവൂ. ആളുകളുടെ ശ്രദ്ധയിൽ ഞങ്ങളുണ്ടാവരുത്. അതൊരു കരുതലാണ്. ഇനിയും ജീവിക്കുവാനായി ചില സൂക്ഷ്മമായ കർമങ്ങൾ, അതെന്നും എല്ലാ കാലത്തിലുമുള്ളത്. ആ കൃത്യതയാണ് നമ്മളെ നില നിർത്തുന്നതും.

ഞങ്ങൾ നിന്നു, ഒരിരുട്ടിലും കാണരുതേ എന്ന പ്രാർഥനയുമായി. ആരും വന്നില്ല. എങ്കിലും ഉള്ളിൽ ഒരു മാലപ്പടക്കം പൊട്ടാനായി കോമ്പല കോർത്തിരിക്കുന്നു. രണ്ട് പെൺകുട്ടികൾ മാത്രം കടന്നുപോയ ഒരു വഴിയിൽ രണ്ട് ആണുങ്ങളെ കാണുമ്പോൾ സദാചാരബോധത്തിന്റെ കാവലാളുകൾക്ക് ഒരു നീറ്റലുണ്ടാകുമെന്ന അസ്വസ്ഥത ഞങ്ങളെ വേലിയോട് ചേർത്തു. ഏതുനിമിഷവും ആരെങ്കിലും വരുമെന്ന് ഞങ്ങൾ ചിന്തിച്ചു. ഇടവഴിയുടെ വളവിലെ ചില അനക്കങ്ങൾപോലും മരക്കൊമ്പുകളിൽ പിടിക്കുന്ന ഒരു കാറ്റിന്റെ വിറയൽപോലും ഞങ്ങളെ ഞെട്ടിച്ചു. സകല ചരാചരങ്ങളും കണ്ണടയ്ക്കണമെന്ന് ഞങ്ങൾ സകല ദൈവങ്ങളെയും ചേർത്ത് വിളിച്ചു. ആകാശത്ത് മേഘങ്ങൾ ഒന്നുംതന്നെയില്ലായിരുന്നു. തെളിച്ചമുള്ള വഴിയിൽ ആളും പരിസരവും വ്യക്തം. പതുക്കെ പ്രപഞ്ചം നിശ്ചലവും ശൂന്യവുമായി. ഒരു കാറ്റുപോലും വീശുന്നില്ല. ആകാശത്ത് പതുക്കെപ്പതുക്കെ മേഘങ്ങൾ നിറയുന്നു. അവ തിളങ്ങുന്ന ചന്ദ്രനെ മൂടുന്നു. രാത്രിയിലെ സകല ജീവനുകളും മൗനമാകുന്നു. ആ നിശ്ശബ്ദതയിൽ ആരുടെയോ കാൽപ്പാദം നീങ്ങുന്ന ശബ്ദം ഞാൻ കേൾക്കുന്നു. ആ നിമിഷംതന്നെ രോഹിണി ഇടവഴിയിലെ അങ്കണവാടിയിലേക്ക് കയറുന്നു. വനജ അവളോട് യാത്ര പറഞ്ഞ് പിരിയുന്നു. ഇടവഴിയിലെ വീടുകളിലെ ആരോ ഒരാൾ അവളെ മറികടന്ന് ഞങ്ങൾ നിൽക്കുന്ന ഭാഗത്തേക്ക് നടക്കുന്നു. അയാൾ വനജയെ മറഞ്ഞതും അവൾ തിരിഞ്ഞു നോക്കിയത് ഞാൻ കണ്ടു. അവളുടെ കണ്ണിലെ ഭയത്തിന്റെ തിളക്കം ഞാൻ കാണുന്നു. അവളുടെ നിശ്വാസത്തിന്റെ ആഴം ഞാൻ കേൾക്കുന്നു. ഞാൻ കുട്ടന്റെ കൈകളിൽ ബലമായി പിടിച്ച് വേലിയോട് ചേർന്നു. മുള്ളുവേലി ഞങ്ങളെ വേദനിപ്പിച്ചില്ല. സകല വേദനകൾക്കുമപ്പുറം ആരെങ്കിലും കണ്ടാലെന്ന ഭയം ഞങ്ങളെ മുക്കിയിരുന്നു. വേലിക്കപ്പുറം ആളൊഴിഞ്ഞ ഗോഡൗണുകളായിരുന്നു. അതിൽ കാടും പടലും നിറഞ്ഞിരുന്നു. മണ്ണിനടിയിലും വേലിയിലും ചെവിതുളയ്ക്കുമാറ് ശബ്ദമുയർത്തി ചെറുജീവികൾ പെട്ടെന്നുണർന്നു. ആ കരച്ചിലിൽ ഞങ്ങൾ വേലിയിൽനിന്ന് പെട്ടെന്ന് ചാടി. ആ നിമിഷംതന്നെ എന്റെ കാലിൽ എന്തോ ആഞ്ഞുകടിച്ച വേദനയും ഞാനറിഞ്ഞു. കാലിന്റെ പാദത്തിനുമീതെ ആരോ മാന്തിയതുപോലെ. മുള്ളുകൊണ്ട് കീറിയതുപോലെ. അന്നേരം തന്നെ കുട്ടന്റെ കാലിനരികിലൂടെ എന്തോ തിളങ്ങുന്ന ഒന്ന് ഇഴഞ്ഞുപോയി. എന്റെ കാലിൽ വേദനയേറുന്നു. എനിക്ക് കരച്ചിൽ വരുന്നു. ഏതു നിമിഷവും ഞാൻ മരിച്ചുവീഴുമെന്ന് കരുതുന്നു. കുട്ടൻ എന്നെ ചേർത്തു. ഞാൻ നിലത്തിരുന്നു. അവൻ എന്നെ താങ്ങുന്ന ആ നിമിഷംതന്നെ

അയാൾ ഞങ്ങളുടെ അടുത്തെത്തി. അത് ഗോഡൗണിലെ കാവൽക്കാരനായിരുന്നു. കൈയിലെ സഞ്ചിയിൽനിന്ന് ഒരു ചരടിന്റെ കഷണമെടുത്ത് അയാളെന്റെ കാൽവണ്ണയിൽ മുറുക്കിക്കെട്ടി.

"നോക്കിനിക്കാണ്ട് ആസ്പത്രീ പൂവാൻ നോക്ക്..."

ഭയംകൊണ്ട് ഞാൻ എഴുന്നേറ്റു. ജീവിതത്തിലേക്കോടാനായി ഞാൻ വേഗം കൂട്ടി.

"നടന്ന് പോണ്ടാ.."

പിന്നെയവരെന്നെ താങ്ങി. അവരുടെ കൈകളിൽ എന്നെ തൂക്കി. ആ ഇടവഴി മുഴുവനും അവരെന്നെയുംകൊണ്ട് ഓടി. ഇരുളിന്റെ രണ്ട് ചുമരുകൾ തീർത്ത ഗുഹപോലെ ഒരിടവഴിയിൽ ഞാൻ ജീവന്റെ വെളിച്ചം കണ്ടു.

ഈ ജീവിതം ജീവിച്ചുതീർക്കുന്നത് നിസ്സാരകാര്യമല്ല

കഥയെഴുതാൻ പറഞ്ഞത് ആരാണെന്നറിയില്ല. പക്ഷേ, നിരന്തരമായി എഴുതിക്കൊണ്ടിരുന്ന ഒരു കാലമുണ്ടായിരുന്നു. അത് കഥകൾ മാത്രമായിരുന്നില്ല. കവിതകളും ലേഖനങ്ങളും സിനിമാക്കഥകളുമുണ്ടായിരുന്നു. നെല്ലുവിളഞ്ഞ് ചാഞ്ഞ പാടങ്ങളുടെ വരമ്പുകൾപോലെയായിരുന്നു എനിക്ക് കഥകൾ. വരമ്പ് കാണാനൊക്കില്ല. അതിനിടയിൽ കഴായകളുണ്ടാവും. അതിൽ വീഴാതെ നടക്കുന്ന അഭ്യാസിയാവണം. വരമ്പ് വെള്ളത്തിൽ നനഞ്ഞിരിക്കും. അതിൽ വഴുവഴുപ്പുണ്ടായിരിക്കും. പാമ്പും നീർക്കോലിയും വണ്ടുകളും ചൊറിത്തവളകളുമുണ്ടാകും. ജീവിതം, കൊയ്യാനായി വിളഞ്ഞുകിടക്കുന്ന പാടമാണ്. അത് സ്വപ്നങ്ങളുടെ മായക്കാഴ്ചകൾ നിറഞ്ഞ തിരശ്ശീലയാണ്.

അന്തരീക്ഷം, ചുട്ടുപഴുത്ത പറളിയാണ്. ഭാരതപ്പുഴ തുടങ്ങുന്നത് ഓട്ടുകമ്പനിയുടെ പിന്നിലാണ്. സായ്പന്മാർ ഉണ്ടാക്കിക്കൊടുത്ത ഓട്ടുകമ്പനിയാണെന്നാണ് പറഞ്ഞുകേട്ടിട്ടുള്ളത്. എന്റെ വൈകുന്നേരങ്ങൾ ഭാരതപ്പുഴയുടെ ആ തുടക്കത്തിലാണ്. സ്കൂൾ കാലമാണത്. കണ്ടതും കേട്ടതുമായ എല്ലാം വിസ്തരിക്കുന്ന വൈകുന്നേരങ്ങൾ. പുഴ സകലതിനെയും ഓർമിപ്പിക്കുകയും മായ്ക്കുകയും ചെയ്യും. പുഴയുടെ വളവിൽ കോട്ടായിയിലേക്ക് പോകുന്ന മൺപാതയിലെ സിനിമാക്കൊട്ടകയിൽനിന്ന് വൈകുന്നേരത്തെ ആദ്യകളി തുടങ്ങുന്നതിനുമുൻപ് വയ്ക്കുന്ന റിക്കോർഡ് പാട്ട് കാറ്റിലലയും. അപ്പോൾ കഥ തുടങ്ങും. അത് കണ്ട സിനിമകളുടേതാവും. പതുക്കെ ചുറ്റുവട്ടത്തെ ജീവിതങ്ങളിലേക്കും അയൽപക്കത്തെ പെൺകുട്ടികളിലേക്കും പുഴയിൽ കുളിക്കാനും അലക്കാനുമായി വരുന്ന സ്ത്രീജീവിതത്തിലേക്കും പുഴയിൽനിന്ന് കയറുമ്പോഴുള്ള കള്ളുഷാപ്പിലെ ബഹളങ്ങളിലേക്കും വ്യാപിക്കും. മനുഷ്യനുള്ളിടത്തോളം കഥയവസാനിക്കില്ല.

പുഴയിലാണ് ഞാനാദ്യം ശവം കണ്ടത്. അത് അടിയന്തരാവസ്ഥ ക്കാലമായിരുന്നു. പഴയ നക്സലൈറ്റ് അച്യുതേട്ടന്റെ ശവം. ഞങ്ങളുടെ സ്കൂളിന്റെ പിന്നിലെ പുഴയോരത്ത് ഒരു നട്ടുച്ചയ്ക്ക് ഉയർന്ന അലറ ലിൽ ഞങ്ങൾ പാഞ്ഞുചെന്നുകണ്ടത് അച്യുതേട്ടന്റെ തോൾസഞ്ചി ചിത റിക്കിടക്കുന്നതാണ്. ഒപ്പം നായ്ക്കൾ വലിച്ചുപറിക്കുന്ന അച്യുതേട്ടന്റെ കാലും. പിന്നെ പെട്ടെന്ന് മിഠായിവണ്ടിക്ക് ചുറ്റും കുട്ടികൾ നിറയുന്നതു പോലെ ആൾക്കൂട്ടമായി. പൊലീസും പഞ്ചായത്തുകാരും. പിന്നീട് കണ്ട ശവങ്ങൾക്ക് ചുറ്റും കേട്ട വലിയ വായിലെ കരച്ചിൽ ഇല്ലാത്തതായിരു ന്നു എന്റെ ആദ്യ ശവദർശനം. കനത്ത നിശ്ശബ്ദതയായിരുന്നു അത്. ശരിക്കും മൗനം എന്നത് അനുഭവിച്ചു എന്ന് ഞാൻ ഇന്ന് തിരിച്ചറിയു ന്നതും ആ ദിനം ഓർക്കുമ്പോഴാണ്. അച്യുതേട്ടൻ എന്തിനാണ് മരിച്ച തെന്ന് എനിക്കറിയില്ല. എന്നാലും അച്യുതേട്ടന് മരിക്കാനുള്ള പ്രായമാ യിരുന്നില്ല. നാട്ടിലെ മനുഷ്യർ മരിച്ചത് എഴുപതും എൺപതുമൊക്കെ കഴിഞ്ഞിട്ടായിരുന്നു. ആ നിലയ്ക്ക് നോക്കുമ്പോൾ അച്യുതേട്ടന്റെ മര ണസമയത്ത് വയസ്സ് നാൽപത് കഴിഞ്ഞിരുന്നു എന്ന് പത്രത്തിൽ ചരമ ക്കോളത്തിൽ കണ്ടു.

സ്കൂൾക്കാലത്ത് സ്കൂളിനു മുന്നിലെ വായനശാല എന്റെ കളരി യായതിനുപിന്നിൽ അച്യുതേട്ടന്റെ അദൃശ്യസാന്നിധ്യമുണ്ടായിരുന്നു. ഒരു ചെറിയ പുരയായിരുന്നു അത്. കസ്തൂർബ ഗ്രന്ഥശാല എന്ന ചെറിയ ബോർഡും പഞ്ചായത്തിന്റെ വകയായിരുന്നു. കുറച്ച് പുസ്തകങ്ങളും നിറയെ പത്രങ്ങളും ഒരുവലിയ മേശയും രണ്ടു നീളൻ ബഞ്ചുകളും. പാടത്തെ വെള്ളപ്പമ്പടിക്കുമ്പോഴത്തെ ശബ്ദത്തിൽ തിരിയുന്ന ഒരുഫാനും രണ്ടു ട്യൂബ് ലൈറ്റുമുള്ള ഒരു കുഞ്ഞുഹാൾ. അലമാരയിൽ എട്ടു കള്ളി കൾ. അതിൽ അടുക്കടുക്കായി കുത്തിനിറച്ച പോലെ വച്ച പുസ്തകങ്ങ ളും. അച്യുതേട്ടനായിരുന്നു അതൊരു വലിയ ലൈബ്രറി ആക്കിയതിനു പിന്നിലെ ചാലകശക്തി. അത് അച്യുതേട്ടൻ ജയിൽവാസം കഴിഞ്ഞ് വന്ന കാലമായിരുന്നു. അന്തരീക്ഷത്തിലെ വായുപോലും സ്തംഭിച്ചുനിന്ന കുറേ നാളുകളുണ്ടായിരുന്നു. കോങ്ങാടും മുണ്ടൂരും മനയ്ക്കമ്പാട്ടു മൊക്കെ തലയറുക്കലും വീടുകേറിയാക്രമണവും. കുടിയാന്മാർക്ക് ആധാ രമെടുത്തുകൊടുത്തും ഇരുട്ടിൽ പന്തംകൊളുത്തി ജാഥ നടത്തിയും നക്സലൈറ്റുകൾ മനുഷ്യനുവേണ്ടി നടന്ന കാലമായിരുന്നു അത്. അതി ലൊന്നിൽ പലപ്പോഴും അച്യുതേട്ടന്റെ പേരുമുണ്ടായിരുന്നു. കോങ്ങാട് നാരായണൻകുട്ടിനായരുടെ തലയറുത്ത് ഗെയ്റ്റുപടിയിൽ വച്ച ആളുക ളെയൊക്കെ പൊലീസ് വലവച്ച് വീഴ്ത്തിയപ്പോൾ അച്യുതേട്ടനും പെട്ടു. പിന്നെ കുറേക്കാലത്തിനു ശേഷം നാട്ടിലിറങ്ങിയപ്പോൾ ആദ്യം മനുഷ്യർ ഭയത്തോടെ നോക്കി. പിന്നെപ്പിന്നെ അച്യുതേട്ടൻ ആൾക്കൂട്ടത്തിന്റെ ഭാഗ മായി മുന്നിൽനിന്നു. എന്തിനും ഏതിനും അച്യുതേട്ടന്റെ വാക്കിൽ സത്യവും നീതിയുമായി. പഠിച്ചതും പഠിപ്പിച്ചതും വായിച്ചതുമായ പുസ്ത കങ്ങൾ ഓരോ വൈകുന്നേരങ്ങളിലും ചന്തപ്പറമ്പിലെ ഒഴിഞ്ഞ നീളൻസ്റ്റാ

ളിൽ കൊണ്ടുവന്ന് അവിടെയുള്ളവർക്ക് വായിച്ചുകൊടുത്ത് അച്യുതേട്ടൻ പുതിയ ഒരു പാഠശാല തീർക്കുകയായിരുന്നു. വെയിലിലും മഴയിലും കാറ്റിലും മാരിയമ്മൻ കോവിലിലെ കുംഭക്കളിയിലും വിഷുവേലകളിലെ വണ്ടിവേഷങ്ങളിലും അയ്യപ്പങ്കാവിലെ അയ്യപ്പൻ വിളക്കിനും പാലക്കൊമ്പെഴുന്നള്ളത്തിനുമൊക്കെ നിതാന്ത സാന്നിധ്യമായി അച്യുതേട്ടൻ. പറളിയിലെ രക്തയോട്ടത്തിന്റെ ജീവവായുവായി. ആ അച്യുതേട്ടനായിരുന്നു കസ്തൂർബ ഗ്രന്ഥശാല തുടങ്ങിയത്.

പുസ്തകമെന്നത് വെറും അക്ഷരമല്ലെന്നും അത് അപരിചിതമായ വഴികളും ജീവിതവും നിറഞ്ഞ ഒരു മഹാമൗനമാണെന്നും അതിൽ നിന്നാവശ്യമായത് നിതാന്തമായ ഏകാഗ്രതയിലൂടെ ധ്യാനിച്ചെടുക്കേണ്ടതാണെന്നും എന്നെ പഠിപ്പിച്ചത് അച്യുതേട്ടന്റെ വായനശാലാമുറിയായിരുന്നു. ആർക്കൊക്കെയോ വേണ്ടി സ്വന്തം വാക്കുകളും മനസ്സും അർപ്പിച്ച ഒരു ജീവിതത്തിന്റെ യാത്രാവഴികൾ അന്വേഷിക്കുന്നതിലൂടെയായിരുന്നു ഞാനെന്ന അക്ഷരസ്നേഹി വാചകങ്ങൾ കണ്ടെത്തിയത്. ക്ലാസുമുറികളിൽനിന്ന് കോളേജിലേക്കെത്തിയപ്പോൾ ശങ്കുവെന്ന ടി കെ ശങ്കരനാരായണൻ വാക്കുകൾക്കും പുസ്തകങ്ങൾക്കും പുതിയ അർഥങ്ങളേകി. അത് പ്രണയത്തിന്റെയും കാത്തിരിപ്പിന്റെയും കഥകളായി മാറി. എം ടി എന്ന രണ്ടക്ഷരത്തിന്റെ ശക്തിയിൽ സേതുവും ഗോവിന്ദൻകുട്ടിയും അടങ്ങുന്ന ഉൾവലിഞ്ഞ മനസ്സുകൾ അവനവൻതന്നെയായി. പാലക്കാടിന്റെ കരിമ്പനക്കാറ്റിൽ വിജയനും മുണ്ടൂരുമാരും പ്രഭാശങ്കറും ശത്രുഘ്നനും വാക്കിന്റെ പുതിയ ചെത്തം കേൾപ്പിച്ചു. ഒരു പ്രദേശത്തിന്റെ പ്രാചീനമായ അടയാളവാക്യങ്ങൾ ഭാഷയുടെ ഈണവും സ്വഭാവവും സ്വന്തമാക്കാൻ പ്രേരിപ്പിച്ചു. പക്ഷേ, അന്നേരമെഴുതിയതൊക്കെ മറ്റൊന്നിന്റെ സ്വാഭാവിക പകർപ്പുകളായിരുന്നുവെന്ന് തിരിച്ചറിഞ്ഞത് കാലമെന്നെ കൊച്ചിയുടെ സന്ധ്യകളിലേക്ക് പ്രതിഷ്ഠിച്ചപ്പോഴായിരുന്നു. അത് സകലതും പുതിയതായനുഭവിപ്പിച്ച സഞ്ചാരമായിരുന്നു.

എറണാകുളം കാലത്തെ കഥയെഴുത്തായിരുന്നു എന്റെ ആദ്യസമാഹാരത്തിലെ ജീവിതക്കാഴ്ചകൾ. ട്രാൻസ്പോർട്ട് സ്റ്റാന്റിനടുത്തായിരുന്നു ഞാൻ താമസിച്ചിരുന്നത്. രാത്രിയിലെ ഉറക്കത്തിലേക്ക് കാറ്റിലൂടെ അലച്ചെത്തുന്ന വണ്ടിനമ്പറും സ്ഥലനാമങ്ങളും എഴുന്നേൽപിക്കുകയും ഒരു നടത്തത്തിലേക്കും സ്റ്റാന്റിലെ ചായക്കടസ്റ്റാളിലെ കട്ടൻ ചായയിലേക്കും അപരിചിതരായ യാത്രക്കാരുടെ കാത്തിരിപ്പിന്റെ ഉറക്കച്ചടവിലേക്കും അലക്ഷ്യരായ രാത്രിവാസികളുടെ ശ്രദ്ധയിലേക്കും നീളും. സ്റ്റാന്റിലെ തൂണുകളുടെയും യാർഡിലെ ബസുകളുടെയും മറവിൽ സാരിയിളക്കം കാണും. പ്രതീക്ഷയുള്ള ചിരി കേൾക്കും. ആ ദൃശ്യങ്ങളിലൂടെയെഴുതിയ അക്ഷരങ്ങൾ ചൊവ്വാഴ്ചയിൽ ചന്ദ്രദാസിന്റെ ക്വാർട്ടേഴ്സിലോ ജോർജ് ജോസഫിന്റെ കത്ത്യക്കടവിലെ വീട്ടിലോ വായിക്കും. അത് എഴുത്തിന്റെ പൂരക്കാലമായിരുന്നു.

പി എഫ് മാത്യൂസ്, തോമസ് ജോസഫ്, ജോർജ് ജോസഫ്,

ജോസഫ് മരിയൻ, പ്രൊഫസർ ചന്ദ്രദാസൻ ഈ സംഘത്തിലെ പ്രായം കൊണ്ടും എഴുത്തനുഭവംകൊണ്ടും ശിശുവായിരുന്നു ഞാൻ. ഓരോ ആഴ്ചയിലേക്കും വേണ്ടി എഴുതുന്ന കഥകൾ വായിച്ചുകഴിയുമ്പോൾ ഉത്തരപ്പേപ്പർ വാങ്ങാൻ എഴുന്നേറ്റുനില്ക്കുന്ന കുട്ടിയുടെ മനസ്സാവും. ഓരോ വാക്കും വാചകവും പോസ്റ്റ്മോർട്ടം ടേബിളിലെ മൃതദേഹമാവും. അപ്പോൾ എഴുത്തുതന്നെ നിർത്തിയാലെന്തെന്ന് തോന്നും. ആ വീട്ടിൽ നിന്ന് ഇറങ്ങിനടക്കുമ്പോൾ മത്തായിയുടെ വാക്കുകൾ ചെവിയിലുണ്ടാവും. മറ്റാരും പറഞ്ഞിട്ടില്ലാത്ത ഒരു വാക്കുണ്ടാവണം. മറ്റാരും പാടിയിട്ടില്ലാത്ത ഒരു പാട്ടുണ്ടാവണം. മറ്റാരും കണ്ടിട്ടില്ലാത്ത ഒരു ചിത്രമുണ്ടാവണം. ഇതെന്തേ എനിക്ക് തോന്നിയില്ല എന്ന ഞെട്ടലുണ്ടാക്കണം. കഥ, എഴുതുന്നവന്റേതുമാത്രമാവണം. എന്നാൽ അത് വായിക്കുന്നവന് പുതിയ ഭൂപടമാകണം.

കലാകൗമുദിയിലെ എൻ ആർ എസ് ബാബുസാർ മറുപടിക്കത്തുകളെഴുതി. അതായിരുന്നു എന്നെ മുന്നോട്ടുനീക്കിയത്. എന്റെ വഴികളിലെ ദിശാഫലകമായിരുന്നു ആ വാക്കുകൾ. ഒന്നിനുപിറകെ ഒന്നായി കഥകൾ. എന്റെ ആദ്യപുസ്തകത്തിന് അവതാരിക എഴുതിയ നരേന്ദ്രപ്രസാദ് സാർ കണ്ട സംഗതികളൊന്നും എനിക്കറിയില്ലായിരുന്നു. ഞാൻ എഴുതുകമാത്രമായിരുന്നു.

ചന്ദ്രദാസന്റെ സെന്റ് ആൽബർട്സിലെ നാടകക്യാമ്പിൽ പ്രസാദ് സാർ വരുമായിരുന്നു. പല്ലാരിമംഗലത്തെ വീട്ടിലേക്ക് ചന്ദ്രദാസനൊപ്പം പോവുമായിരുന്നു. അത് വാക്കിന്റെ കാലമായിരുന്നു.

'ഈ ജീവിതം ജീവിച്ചുതീർക്കുന്നത് നിസ്സാരകാര്യമല്ല' എന്ന കഥ കലാകൗമുദിയിലായിരുന്നു അച്ചടിച്ചത്. അതിന് ചിത്രം വരച്ചത് ജീവിതത്തിൽ വേറിട്ട കാഴ്ചകൾ കാണുന്ന വി കെ ശ്രീരാമനായിരുന്നു. അന്ന് ഞങ്ങളൊരുമിച്ച് ഒരു ചിത്രത്തിൽ അഭിനയിക്കുകയായിരുന്നു. ആ കഥ അച്ചടിച്ചുവന്ന് കുറച്ചുനാൾ കഴിഞ്ഞപ്പോൾ വി ആർ സുധീഷ് ആണ് പുസ്തകത്തിന്റെ കാര്യം പറഞ്ഞത്. അന്നുവരെ അച്ചടിച്ച കഥകളുമായി ഞാൻ സുധീഷ് തിരുവനന്തപുരത്ത് വന്നപ്പോഴിരുന്നു. അവനായിരുന്നു പുസ്തകത്തിന്റെ പേര് തീരുമാനിച്ചത്. 'ഈ ജീവിതം ജീവിച്ചുതീർക്കുന്നത്..' പ്രസാദ് സാറിനെക്കൊണ്ട് അവതാരിക എന്ന ആശയവും അവന്റേതായിരുന്നു. കഥകൾ കൊടുത്തപ്പോൾ എപ്പോൾ എഴുതുമെന്നറിയാത്ത അത്രയും തിരക്കിലായിരുന്നു നരേന്ദ്രപ്രസാദ് എന്ന ചലച്ചിത്രനടൻ. ഓരോ നിമിഷവും സെറ്റുകളിൽനിന്ന് സെറ്റുകളിലേക്ക് പായുന്നയാൾ. കോട്ടയം കറന്റ് ബുക്സിലുണ്ടായിരുന്ന രാജേഷ് എനിക്കനുവദിച്ച സമയം വളരെ കുറവായിരുന്നു. അച്ചടിച്ചിറക്കുവാൻ തീയതി തീരുമാനിച്ച സമയത്തായിരുന്നു സുധീഷ് അവതാരിക എന്ന ആമുഖം വേണമെന്ന് ഉറപ്പിച്ചത്. കഥ കൊടുത്തപ്പോൾ സാർ ചോദിച്ചു: "എത്ര ദിവസം?" "പത്തുദിവസത്തെ സമയമവർ തന്നിട്ടുണ്ട്." സാർ കഥകൾ ബാഗിൽ വച്ചു.

പുസ്തകത്തിന്റെ കവർ കെ വി രവിശങ്കർ എടുത്ത ഒരു ചിത്രം തീരുമാനിച്ചു. മൂന്നു ദീപങ്ങളുള്ള ഒരു തീവെട്ടി. ചിത്രം കവർ ആയി. പ്രൂഫ് കിട്ടി. ഞാൻ തിരുത്തി. രാജേഷ് വിളിച്ചു; “തന്നെ അവതരിപ്പിക്കുന്ന ആ കുറിപ്പെവിടെ..” ഞാൻ പ്രസാദ് സാറിന്റെയടുത്തെത്തി. മറ്റന്നാൾ അവസാനദിവസമാണെന്ന് അവർ പറയുന്നു. സാർ മൂളി. അത് തിരുവനന്തപുരത്തൊരു ഷൂട്ടിങ് ലൊക്കേഷനിലായിരുന്നു. രാത്രി മുഴുവനും ഷൂട്ടുണ്ട്. അടുത്ത പകൽ എറണാകുളത്തേക്ക് പോവും. അപ്പോൾ എപ്പോൾ എഴുതിക്കിട്ടും. ഞാനൊന്നും പറയാതെ ഇറങ്ങി. വിളിക്കാമെന്ന് സാറും. രാജേഷിനോട് വിളിച്ചുപറഞ്ഞു. ചിലപ്പോൾ അവതാരിക ഉണ്ടാവുമെന്ന് തോന്നുന്നില്ല. സാർ എഴുതിയിട്ടില്ല. ഞാൻ വിളിച്ചുചോദിക്കണോ എന്ന് രാജേഷ്. വേണ്ട എന്ന് ഞാനും. ചിലപ്പോൾ അങ്ങനെയും പുസ്തകം ഇറങ്ങാമല്ലോ. കഥകൾ സൗഹൃദങ്ങളാണ്. അത് മനസ്സിന്റെ വിങ്ങലാണ്. ഇഴയടുപ്പമുള്ള ജീവിതമാണ്. അലിവിന്റെ, കരുണയുടെ കൊച്ചുകൊച്ചുതുരുത്തുകളാണ്.

രാവിലെ വി പി ശിവകുമാറിന്റെ ഗീതച്ചേച്ചി വിളിച്ചു. പ്രസാദ് സാർ ഒരു കവർ ഏൽപിച്ചിട്ടുണ്ട്. അത് എന്റെ കഥകൾക്കുള്ള മുഖക്കുറിപ്പായിരുന്നു. രാത്രി ഏറെ വൈകിവന്ന്, വന്നപാടെ കുളിച്ച്, ഭക്ഷണം കഴിച്ച്, ഇതെഴുതിത്തീർത്ത്, വെളുപ്പിനുതന്നെ എറണാകുളത്തേക്ക് സാർ പോയി. അത് സ്നേഹവും വാത്സല്യവുമാണെന്ന് ഞാനറിഞ്ഞു.

പുസ്തകപ്രകാശനം നടന്നത് കോഴിക്കോട് അളകാപുരിയിലായിരുന്നു. 2002 മാർച്ച് ഒമ്പതാം തീയതി ഡോ. പുനത്തിൽ കുഞ്ഞബ്ദുള്ള വി ആർ സുധീഷിന് കൊടുത്തുകൊണ്ട് എന്റെ ആദ്യപുസ്തകം. ഒരു പ്രകാശനം അതിന്റെ എല്ലാ ചന്തവുമേകി സത്യമാക്കിയതിന് ഞാൻ നന്ദി പറയുന്നത് മാതൃഭൂമി ബുക്സിലെ നൗഷാദിനാണ്. അയാളായിരുന്നു ആ ചടങ്ങിന്റെ ദൈവം. അയാളുടെ മനസ്സായിരുന്നു ആ ആൾക്കൂട്ടത്തിന്റെ നിയന്ത്രണം. അയാളായിരുന്നു ഒരു എഴുത്തുകാരന്റെ ആദ്യകൃതി വായനക്കാരിലേക്ക് പകർന്നത്. അയാളായിരുന്നു അതിന്റെ പ്രവാചകൻ. അയാളിലെ നന്മ തെളിച്ചമാവുന്നത് അങ്ങനെയാണറിയുന്നത്. അയാളായിരുന്നു എല്ലാം തീരുമാനിച്ചതും. പാലക്കാടിന്റെ ചെത്തവും ചൂരുമായി മുണ്ടൂർ കൃഷ്ണൻകുട്ടി മാഷ് വേദി നിയന്ത്രിച്ചു. വിനു എബ്രഹാം എന്നെ പരിചയപ്പെടുത്തി, മാതൃഭൂമി ആഴ്ചപ്പതിപ്പിന്റെ പത്രാധിപർ ടി ബാലകൃഷ്ണൻ, സിദ്ധാർഥൻ പരുത്തിക്കാട്, അക്ബർ കക്കട്ടിൽ, കെ രഘുനാഥൻ, സുഭാഷ് ചന്ദ്രൻ, നൗഷാദ് പിന്നെയനേകം എഴുത്തുകാരായ സുഹൃത്തുക്കൾ, ജോർജ് ജോസഫ്, ഇ സന്തോഷ് കുമാർ, ശിഹാബുദ്ദീൻ പൊയ്ത്തുംകടവ്, ജോസഫ് മരിയൻ, കെ പി സുധീര, ഗണേഷ് പന്നിയത്ത്, അനിൽകുമാർ തിരുവോത്ത്, അനന്തപത്മനാഭൻ, ജോയ് മാത്യു, എം എസ് ദിലീപ്, ജെ ആർ പ്രസാദ്, കെ ഗിരീഷ്കുമാർ, അർഷാദ്, സുരേഷ് കുമാർ കെ.... അതൊരു സന്തോഷത്തിന്റെ ദിനം കൂടിയായിരുന്നു. ചിലരെയൊക്കെ ഞാൻ ഫോണിൽ കേട്ടു. ചിലരെ

ഞാൻ അക്ഷരത്തിൽ കണ്ടു. ഒടുവിൽ ജീവിതത്തിൽ അവരെന്റെ സ്നേഹമായി. എഴുത്ത് ഞാൻ കരുതുന്നത് അങ്ങനെയാണ്. വീണ്ടും കേൾക്കാനായി പറയാനായി ഒരു വാക്ക്. അത് സത്യമായി കരുതുന്ന ദിനങ്ങളിലേക്ക് ഞാൻ.

ഇനിയും ഞാൻ പറഞ്ഞുവന്നത് മുഴുവനാക്കിയില്ല. അല്ലെങ്കിലും ചിലത് അങ്ങനെയാണ്. പറഞ്ഞുപറഞ്ഞ് നമ്മൾ വേറെവേറെ വഴികളിലൂടെ സഞ്ചരിക്കും. പരിചിതവും അപരിചിതവുമായ കാഴ്ചകൾ കാണും. എന്നിട്ട് നമ്മൾ അതിനെക്കുറിച്ച് പറഞ്ഞുതുടങ്ങും. എന്നാൽ ഒരിക്കലും അത് കണ്ടതിനെക്കുറിച്ചോ കേട്ടതിനെക്കുറിച്ചോ ആയിരിക്കില്ല. സ്വപ്നത്തിന്റെ വഴികളിൽ അടയാളപ്പെട്ടുപോയ ഓർമകളെക്കുറിച്ചാവും.

കാഴ്ചയുടെ ലോകം പരിമിതം

മൈതാനം വിശാലമായ ഒരു കാഴ്ചയാണ്. നരച്ചുപഴകിയ ഒരു കീറത്തുണിപോലെ പച്ചനിറമുള്ള മൈതാനം. കുട്ടികൾ ക്രിക്കറ്റ് കളിച്ച് ഓടിയോടി സ്റ്റമ്പുകൾക്കിടയിൽ മുറിഞ്ഞുപോയ മൈതാനം. രണ്ടു ഗോൾപോസ്റ്റുകൾ അനാഥമായിക്കിടക്കുന്ന മൈതാനം. ദൂരെ ധോണിമലയും കല്ലടിക്കോടന്മലകളും മേഘങ്ങൾക്കിടയിൽ മറഞ്ഞുകിടക്കുന്ന വിദൂരദൃശ്യമേകുന്ന മൈതാനം. ലാലമരത്തിന്റെ വിശാലമായ കൊമ്പുകൾ പടർന്ന് തണലേകുന്ന മൈതാനം. ചുറ്റുമതിലിന്റെ അതിരുകളിൽമാത്രം കള്ളിമുൾച്ചെടികൾ വളർന്നുനില്ക്കുന്നു. ആ ചെറുചെടിക്കൂട്ടത്തിനിടയിൽ ഉടഞ്ഞ കുപ്പിച്ചില്ലുകൾ. ചുവന്ന മണ്ണ് വെട്ടിയെടുത്തുണ്ടായ കുഴികളിൽ മഴക്കാലത്തും വേനൽക്കാലത്തും വെള്ളം കെട്ടിക്കിടക്കുന്ന മൈതാനം. മൈതാനത്തിലെ ലാലമരച്ചുവട്ടിലിരുന്ന് നോക്കിയാൽ കോളേജിന്റെ ക്ലോക്ക് ടവറിന്റെ പിൻവശം കാണാം. അത് തുറന്നുകിടക്കുകയാണ്. ഇരുട്ടിൽ സിലൗട്ടിൽ ഒരു വലിയ ഓട്ടുമണിയും അതിന്റെ നാക്കിൽക്കെട്ടിയ കയർ ടവറിനുള്ളിലേക്ക് ഞാന്നുകിടക്കുന്നതും കാണാം. പുല്ലുവളർന്ന് വിണ്ടുകീറിയ പടിക്കെട്ടുകൾ കയറിയാൽ ഒരു ഭക്ഷണശാല. അതിന്റെ അടുക്കളയ്ക്കുമീതെ ഒരു പുകക്കുഴൽ. മഴക്കാറ്റുമേഞ്ഞ കോളേജ്.

കള്ളിമുൾച്ചെടിക്കൂട്ടത്തിനും മതിലിനും മഴക്കുഴികൾക്കുമിടയിലായിരുന്നു മൈതാനത്തിലെ ലാലമരം തണൽവിരിച്ച് പടർന്നിരുന്നത്. ആ മരച്ചുവട് ഒരു സങ്കേതമായിരുന്നു. എന്റെ, ഞങ്ങളുടെ. ഒരു ഗ്രാമത്തിൽനിന്ന് വന്ന് നഗരത്തിലെ പല കോളേജിൽ പഠിച്ച് ഒരു കോളേജിന്റെ മരത്തണൽ ഞങ്ങൾ സ്വന്തമാക്കുകയായിരുന്നു. മൈതാനം ഈ ജീവിതത്തിന്റെ കലാലയ നിറച്ചാർത്തിലേക്ക് വന്നുഭവിച്ചത് മദ്യപാനത്തിന്റെ

തുടക്കനാളുകളിലായിരുന്നു. സ്വസ്ഥമായും മനസ്സറിഞ്ഞും ആൾഭയമില്ലാതെയും തീവെള്ളം വിഴുങ്ങുവാനായി ഞങ്ങൾ കണ്ടെത്തിയ ഒരിടം. ഏത് രഹസ്യവൃത്തിയും പേടിയില്ലാതെ ചെയ്യുവാൻ പറ്റിയത് തുറസ്സായ സ്ഥലമാണെന്ന പ്രദീപിന്റെ വിശ്വാസമാണ് മൈതാനത്തിലേക്ക് ഞങ്ങളെ നയിച്ചത്. രാവിലെ ഏഴുമണിക്ക് ബസുകയറി നഗരത്തിലെത്തി ബ്രാണ്ടിക്കട തുറപ്പിച്ച് ഒരുകുപ്പി റം വാങ്ങി നേരെ മരച്ചുവട്ടിലേക്ക് നടന്ന് വെള്ളം ചേർക്കാതെ കഴിച്ച് മരച്ചില്ലകൾക്കിടയിലൂടെ വെയിലുവീഴുന്നത് നോക്കി ഇലകൾ കൊഴിയുന്നത് കണ്ട് മരവേരിൽ ചാരിക്കിടന്ന് ഉച്ചയാക്കി തിരിച്ച് ബസ് സ്റ്റാന്റിൽ ചെന്ന് അവിടം നിറഞ്ഞ കുട്ടികളെ കണ്ട് ബസ് കയറി തിരിച്ചുപോരുന്ന ദിവസങ്ങളുടെയിടയിലാണ് ഞാൻ സ്റ്റാന്റിൽ വച്ച് അവനെ കാണുന്നത്. അവൻ കൃഷ്ണൻകുട്ടി. കിണാവല്ലൂർ ഭഗവതിക്കാവിലെ ഒരു രാത്രിയിലെ തോൽപ്പാവക്കൂത്തിനിടയിൽ പാവകളുടെ ചരടുചുറ്റിയ വിരലുകളുമായി മുമ്പൊരിക്കൽ ഞാനവനെ കണ്ടിരുന്നു. അവന്റെയും അവന്റെയപ്പന്റെയും കൂടെയുള്ളവരുടെയും വിരലുകളുടെ ഇഴയനക്കങ്ങളിൽ ഒരു കഥ വിടരുന്നത് കണ്ടിരുന്നു. പുരാണ ഇതിഹാസ കഥാപാത്രങ്ങളായി പാവകൾ ജീവിതത്തിന്റെ പുതിയ പര്യായങ്ങൾ പറയുന്നത്, പാടുന്നത് കേട്ടിരുന്നു.

ബസ് സ്റ്റാന്റിൽ കൃഷ്ണൻകുട്ടി അനാഥനായിരുന്നു. മുപ്പത്താറിഞ്ച് ബെൽ ബോട്ടം പാന്റ്സും വലിയ കളങ്ങളുള്ള ഷർട്ടും ഷർട്ടിന്റെ തോളിൽ ഫ്ളാപ്പും. നീട്ടിവളർത്തിയ മുടി കൃത്യമായി വെട്ടിയൊതുക്കി കൃഷ്ണൻകുട്ടി സ്റ്റാന്റിലെ പോസ്റ്ററുകളൊട്ടിച്ച തൂണും ചാരി നിൽക്കുന്നത് ഞാൻ കണ്ടുതുടങ്ങിയത് ഉച്ചനേരത്തായിരുന്നു. ബസ് സ്റ്റാന്റിലേക്ക് കോളേജ് വിട്ട് കുട്ടികൾ കൂട്ടംകൂട്ടമായി വന്നുചേരുമായിരുന്നു. ചെങ്കല്ലുനിറമുള്ള പാവാടയും ബ്ലൗസുമിട്ട് തലമെടഞ്ഞ്, അല്ലെങ്കിൽ തുമ്പുകെട്ടിയിട്ട്, അതുമല്ലെങ്കിൽ വെറുതെ വിടർത്തിയിട്ട മേഴ്സി കോളേജിലെ പെൺകുട്ടികൾ, കാപ്പിപ്പൊടിനിറമുള്ള പാവാടയും വെള്ളജമ്പറുമിട്ട വെങ്കടേശ്വരയിലെ കുട്ടികൾ, വിവിധ നിറമുള്ള വേഷഭൂഷാദികളുമായി വിക്ടോറിയയിലെ, ചിറ്റൂരിലെ, മലമ്പുഴ ഐ ടി ഐ യിലെ, പല പാരലൽ കോളേജിലെ ആൺ-പെൺ കുട്ടികൾ, അവർക്കിടയിൽ കൃഷ്ണൻകുട്ടി അനാഥനായി നില്ക്കുന്നത് കണ്ട് ഞാനയാളെ ശ്രദ്ധിച്ചു തുടങ്ങി.

വിക്ടോറിയ കോളേജിന്റെ ഹോസ്റ്റൽ അക്ഷരസ്നേഹികളുടെ പത്തായമാണ്. ആ പത്തായത്തിലാണ് വീണ്ടും ഞാൻ കൃഷ്ണൻകുട്ടിയെ കാണുന്നത്. ഹോസ്റ്റലിന്റെ ഒന്നാം നിലയുടെ കൈവരിയിലിരുന്ന് ഒരു സിഗരറ്റ് വലിക്കുകയായിരുന്നു ഞങ്ങൾ. സ്റ്റുഡന്റ് യൂണിയന്റെ പ്രവർത്തകർക്കൊപ്പം പിന്നീട് ഞാൻ കൃഷ്ണൻകുട്ടിയെ കണ്ടു. അന്ന് അവനോടൊപ്പം ഒരു മധ്യവയസ്കൻ കൂടിയുണ്ടായിരുന്നു. അയാളെന്നെ കണ്ടതും ചിരിച്ചുകൊണ്ടടുത്തുവന്നു. പോക്കറ്റിൽനിന്ന് ബീഡിയെടുത്ത് ചുണ്ടിൽ വച്ച് എന്റെ കൈയിലെ സിഗരറ്റിൽനിന്ന് തീ പറ്റിച്ചാണ് പരിചയമിട്ടത്. "ഞാൻ ചെറുതേൽ ചെറുമൻ. നിങ്ങള് താമസിക്കണ കാവിന്റ

പ്പറത്തെ ഹരിജൻ കോളനിലാർന്നു എന്റെ വീട്. പക്ഷേ, ഒരുപാട് കാലായി ഞാനവിട്ന്ന് പോന്നിട്ട്... ഇപ്പോ ശരിക്കും പറഞ്ഞാ... വീടില്ല." "എന്നിട്ടിപ്പോ എവിടാ കഴിയ്ണേ.." എന്റെ ആശങ്കയാണത്. "ഞാനിവിടെത്തന്നെ."

കട്ടികൂടിയ പരുത്തിത്തുണികൊണ്ട് ജുബ്ബയോ ഷർട്ടോ എന്ന് തിരിച്ചറിയാനാവാത്ത ഒരു മേൽവസ്ത്രവും മുണ്ടുമുടുത്ത് ആകാശത്തേക്ക് നോക്കി കണ്ണടയ്ക്കാതെ ചെറുതേൽ ചെറുമൻ ബീഡി ആഞ്ഞുവലിച്ചു കൊണ്ടേയിരുന്നു. തോളിൽക്കിടന്ന തുണിസഞ്ചി കൈവരിയുടെ കൊളുത്തിൽ തൂക്കിയിട്ട് അയാൾ നിലത്തിരിക്കുകയായിരുന്നു. ബീഡിയുടെ തീ അണഞ്ഞതിനുശേഷം അയാൾ എന്റെ നേരെ തിരിഞ്ഞു. "ഞങ്ങള് വന്നത് തന്നെ കാണാനാ..." എന്തിനെന്ന് ഞാൻ നോക്കി. "വായനശാലേടെ വാർഷികത്തിന് താനെഴുതിയ നാടകം ഞങ്ങള് കണ്ടിരുന്നു. താൻ ഞങ്ങൾക്കൊരു നാടകം എഴുതിത്തരണം." "ഞാനങ്ങനെ നാടകമൊന്നും എഴുതീട്ടില്ല. അന്ന് കുട്ട്യോളെല്ലാരുമ്പാടെ പറഞ്ഞപ്പൊ ഒന്ന് കളിച്ചൂന്നേയുള്ളൂ. അല്ലാതെ എന്നെക്കൊണ്ട് പറ്റുംന്ന് തോന്ന്ണില്ല." ഞാനൊഴിഞ്ഞുമാറാൻ ശ്രമിച്ചു. നാടകമെഴുതി പരിചയമില്ലാത്ത ഞാൻ വായിച്ച നാടകങ്ങളുടെ ചിട്ടവട്ടങ്ങളിലൂടെ കടന്ന് വായനശാലയുടെ വാർഷികാഘോഷത്തിന് രണ്ട് രംഗമുള്ള ഒരു നാടകം, നാടകമെന്ന പേരിൽ അവിടെ അവതരിപ്പിച്ചുവെന്നേയുണ്ടായിരുന്നുള്ളൂ. എഴുത്തിന്റെ അസ്കിത പിടിച്ച് കാണിച്ചുകൂട്ടിയ എന്തോ നൊസ്സെന്ന് തോന്നുന്ന ഒരെണ്ണം എഴുതിയതാണെന്ന് അവരെ ബോധ്യപ്പെടുത്തുവാൻ മെനക്കെട്ടു. "തന്റെ കൈയ്യിമരുന്നുണ്ട്. തനിക്ക് പറ്റും."

പക്ഷേ, ആ പ്രചോദനമൊന്നും എന്നെ എഴുതാൻ പ്രേരിപ്പിച്ചില്ല. കൃഷ്ണൻകുട്ടിയും ചെറുതേൽ ചെറുമനും ഒരു യാത്രപോലും പറയാതെ ഇറങ്ങിപ്പോയി.

ചിറ്റൂർ കോളേജിൽ ഒരു സിനിമയുടെ ഷൂട്ടിങ് നടക്കുന്നുവെന്ന് പറഞ്ഞത് പ്രദീപായിരുന്നു. പിന്നെ കുറേ ദിവസങ്ങളോളം സിനിമാനിർമാണം കണ്ട് കോളേജിൽ ഉരുണ്ടുകളിച്ചുനടന്നു. അന്ന് ശോകനാശിനിയുടെ പള്ളത്ത് കൃഷ്ണൻകുട്ടിയും കൂട്ടുകാരും ചേർന്ന് ഒരു നാടകം കളിക്കുന്നതറിഞ്ഞു. ചേറിൽക്കിടന്ന് ജീവിതം സ്വരുക്കൂട്ടുന്ന അടിമകളായ ഒരുപറ്റം മനുഷ്യരുടെ ജീവിതത്തിന്റെ നിലനിൽപിനുവേണ്ടിയുള്ള കരച്ചിലായിരുന്നു അത്. പണക്കാരൻ, ജന്മി, ബൂർഷ്വ, വിധ്വംസകൻ, അധസ്ഥിതർ, വർഗവഞ്ചകൻ തുടങ്ങിയ വാക്കുകൾകൊണ്ട് അടിയാരുടെ ജീവിതമാവിഷ്ക്കരിച്ച ആ നാടകം കളിച്ച കൃഷ്ണൻകുട്ടിയെയും സംഘത്തെയും പൊലീസുകാർ പിടിച്ചുകൊണ്ടുപോയതറിഞ്ഞു. 'മൂവ്മെന്റിന്റെ' ഹാങ്ങോവർ വിട്ടുമാറാത്ത കാലംതന്നെയായിരുന്നു അത്.

പിന്നെ കുറേനാളത്തേക്ക് കൃഷ്ണൻകുട്ടിയെ കണ്ടതേയില്ല. നഗരത്തിലും ഗ്രാമത്തിലും എവിടെയൊക്കെയോ അവർ നാടകമവതരിപ്പിക്കുന്നുവെന്നറിയുന്നുണ്ടായിരുന്നു. കൃഷ്ണൻകുട്ടി എന്റെ ജീവിത

ത്തിൽനിന്ന് അപ്രത്യക്ഷനായി. ക്ലാസുകളും പരീക്ഷകളും മുറയ്ക്ക് നടന്നു. ബസ് സ്റ്റാന്റിലും സിനിമാതിയേറ്ററിലും ഞങ്ങളുടെ സംഘം നിലനിന്നു. അപ്പോഴൊക്കെ കൃഷ്ണൻകുട്ടിയെ അറിയാവുന്നവരോടും പരിചയക്കാരോടും ഞാനന്വേഷിച്ചു. നാടകവും പാവകളിയും നടക്കുന്നിടത്തൊക്കെ എന്റെ കണ്ണുകൾ അവനെത്തിരഞ്ഞു. പക്ഷേ, എന്റെ കാഴ്ചയുടെ പരിധിയിൽ അവൻ വന്നതേയില്ല.

അവസാനവർഷപരീക്ഷയുടെ അവസാന ദിവസം ബസ്റ്റ് സ്റ്റാന്റ് തികച്ചും ശോകമൂകമായിരുന്നു. പല കോളേജിൽനിന്ന് വന്നവരും പരിചയപ്പെട്ടവരും യാത്രയുടെ അവസാനമടുക്കുന്ന ആളുകളുടെ മനസ്സുമായ് വീണ്ടുമെവിടെവെച്ചെങ്കിലും കാണാമെന്ന വ്യാമോഹത്തോടെ വേർപാടിന്റെ വഴിയിലേക്ക് തിരിയുന്നത് കണ്ടു. ഡിഗ്രിയുടെ റിസൾട്ട് വരുന്നതിനുമുമ്പെ പലരും ബോംബെക്കും പാറ്റ്നായ്ക്കും അഹമ്മദാബാദിലേക്കും വണ്ടി കയറുമെന്നും അവിടങ്ങളിലെ ബന്ധുക്കൾ ജോലി വാങ്ങിത്തരുമെന്നും വീണ്ടുമെന്നെങ്കിലും കാണുമെന്നും അല്ലെങ്കിൽ അവിടെ ചെന്നുപറ്റിയാൽ ഒരു ജോലി വാങ്ങിത്തരാമെന്നും വിളിച്ചാൽ വരണമെന്നുമൊക്കെയുള്ള വാചകങ്ങളിൽ സങ്കടവും സന്തോഷവും നിറം കലർത്തി. ജീവിതത്തിന്റെ കാണാവഴികളിലേക്ക് അകന്നുപോകുന്ന യൗവനത്തിന്റെ തിരയിളക്കമെന്നു പറഞ്ഞ് സന്ദർഭത്തെ ആരോ ലഘുകരിച്ചു.

പെട്ടെന്നാണ് ബസ് സ്റ്റാന്റിൽ ഒരു വലിയ മുഴക്കം കേട്ടത്. വെടിപ്പടക്കം പൊട്ടുന്നതുപോലെയായിരുന്നു ആ ശബ്ദം. തോലന്നൂർ ഭാഗത്തേക്ക് പോകുന്ന ബസ്സുകളുടെയിടയിൽനിന്നും പുക്കയുയർന്നു. ആളുകൾ നാലുപാടും ചിതറിയോടുന്നത് കണ്ടു. സ്റ്റാന്റിലെ ഒന്നാം നിലയിലെ ചായക്കടയിലിരിക്കുകയായിരുന്നു ഞങ്ങൾ. ഏതോ ഒരുവൻ നിലവിളിച്ചുകൊണ്ടോടുന്നതു കണ്ടു. അയാൾക്കുപിറകെ കത്തിയും ഇരുമ്പുവടികളുമായി ആരൊക്കെയോ പായുന്നു. ഒരു നിമിഷംകൊണ്ടുതന്നെ പിന്നാലെ പായുന്നവരുടെ സംഘത്തിൽ ഒരു മുഖം ഞാൻ തിരിച്ചറിഞ്ഞു. അത് കൃഷ്ണൻകുട്ടിയായിരുന്നു. ആർത്തുവിളിച്ചലറിപ്പായുന്നവന്റെ പിറകെ ഉയർത്തിപ്പിടിച്ച ഒരു വടിവാളുമായി കൃഷ്ണൻകുട്ടി ഓടുകയായിരുന്നു. ഒപ്പം അലർച്ചയും ബഹളവുമുണ്ടായിരുന്നു.

പിന്നൊരിക്കലും ഞാൻ കൃഷ്ണൻകുട്ടിയെ കണ്ടിട്ടേയില്ല. പാട്ടുകാരനായി, നാടകക്കാരനായി, പാവകളിക്കാരനായി അയാൾ ലോകത്തിന്റെ ഏതെങ്കിലും മൂലയിൽ ജീവിക്കുന്നുണ്ടാവും എന്ന് വിശ്വസിക്കാനായിരുന്നു ഞാൻ ശ്രമിച്ചിരുന്നത്. അയാൾക്കൊരിക്കലും ആളുകളുടെ ജീവനെടുക്കുവാനോ അവരെ വേദനിപ്പിക്കുവാനോ കഴിയില്ലെന്ന് ഞാനിന്നും കരുതുന്നു. അല്ലെങ്കിലും അയാളുടെ ഉള്ള് വേദനിക്കുന്നവരുടെ, കണ്ണീരൊപ്പുന്നവരുടെ കൂട്ടത്തിലായിരുന്നുവല്ലോ. അതൊരു വിശ്വാസമാണ്. സത്യത്തിന്റെ പിറകെ നീങ്ങുന്ന ഒരുവന്റെ വിശ്വാസം.

മറുലോകം

ഭൂമിയുടെ ഒരു പകുതിയിൽ സൂര്യനുദിക്കുമ്പോൾ മറുഭാഗത്ത് രാത്രിയായിരിക്കുമെന്ന പാഠം സ്കൂളിൽനിന്ന് പഠിച്ചിരുന്നു. ഇവിടെ രാത്രിയായിരിക്കുമ്പോൾ അമേരിക്കയിൽ പകലായിരിക്കുമെന്നറിയുമ്പോഴുള്ള കൗതുകം അനുഭവിച്ചറിയുന്നതും സുഖകരമാണ്. കൈയിൽ കെട്ടിയ വാച്ചിൽ പകലിന്റെ സമയമറിഞ്ഞ്, നാട്ടിലേക്ക് ഫോൺ ചെയ്ത് പാതിരാവിലെപ്പോഴൊക്കെയോ സമയമറിയാതെ വീട്ടുകാരെ വിളിച്ച് ഉറക്കത്തിൽനിന്നുണർത്തി, ഫോണെടുക്കുവാൻ വൈകിയതിന് ദേഷ്യപ്പെട്ട് പിന്നെ സമയബോധത്തിന്റെ കാര്യമറിഞ്ഞ് സമാധാനിച്ച്, വിശേഷങ്ങൾ ചോദിച്ച്, ഉറക്കം തടസ്സപ്പെടുത്തിയതിന് ഖേദം പറഞ്ഞ്, ഫോൺ വയ്ക്കുമ്പോൾ ചമ്മിയത് സ്വകാര്യമായ ചില ഓർമ്മകളാണ്.

അപ്രതീക്ഷിതമായ ഒരു യാത്രയായിരുന്നു അമേരിക്കയിലേക്ക്. ഈ യാത്ര പുറപ്പെടുന്നതിന് ഒരുവർഷം മുമ്പ് അമേരിക്കയിലെ ന്യൂയോർക്കിലേക്ക് ഒരു ക്ഷണമുണ്ടായിരുന്നു. ഒരോണക്കാലത്ത് അവിടെയുള്ള മലയാളി അസോസിയേഷനിൽ പങ്കെടുക്കുവാനും ഒപ്പം ഒരു ടെലിവിഷൻ സിനിമയെടുക്കുവാനുമായി ഒരു സംവിധായകൻ ക്ഷണിച്ചു. എംബസിയിൽ ചെന്ന് വിസ ലഭിച്ചിട്ടും മറ്റുചില ജോലിത്തിരക്കിനാൽ ആ യാത്ര മാറ്റിവയ്ക്കേണ്ടിവന്നതുമാണ്. അന്ന് കരുതി ഇനിയൊരു അമേരിക്കൻ യാത്ര സ്വപ്നമായി അവശേഷിക്കുമെന്ന്. പക്ഷേ, ജീവിതത്തിൽ ചില സ്വപ്നങ്ങളൊക്കെ എന്നെ സംബന്ധിച്ചിടത്തോളം ഫലിക്കുമെന്നതിന്റെ പൂർത്തീകരണമായിരുന്നു രാജീവ് അഞ്ചൽ എന്ന ചലച്ചിത്രകാരനോടൊപ്പം അമേരിക്കയിൽവച്ച് നിർമിക്കുന്ന ഒരു ചലച്ചിത്രത്തിന് സഹസംവിധാകനായും അഭിനേതാവായും സഹകരിക്കേണ്ടിവന്നത്. മദ്രാസിലെ അമേരിക്കൻ കോൺസുലേറ്റിൽ വിസയ്ക്കുവേണ്ടിയുള്ള അഭിമുഖത്തിന്

ചെന്നപ്പോൾ മുമ്പൊരിക്കൽ വിസ കിട്ടിയിട്ടും പോകാത്തതെന്തേയെന്ന ചോദ്യമുണ്ടായി. ന്യൂയോർക്കിൽ ചെന്ന് ചെയ്യുന്ന ജോലിയേക്കാൾ ഗുണകരമായ ഒരുകാര്യം ഇവിടെയുണ്ടായിരുന്നുവെന്ന മറുപടിയിൽ അവർ തൃപ്തരായി. ഇന്ത്യയിൽനിന്ന് തൊഴിലന്വേഷിച്ച് അമേരിക്കയിലേക്ക് കടക്കുവാനുള്ള വഴികളിലൊന്നായി ഫിലിംഷൂട്ടിങ്ങിനേയും അവർ കാണുന്നുവെന്ന് അവരുമായിയുള്ള സംഭാഷണത്തിൽ എനിക്കുതോന്നി. സമ്പത്തിന്റെ അടിസ്ഥാനത്തിൽ കാര്യങ്ങൾ കാണുന്ന ആ നഗരത്തിൽ എന്നിട്ടും കലാപ്രവർത്തനങ്ങളിൽ മുഴുകുന്ന ചുരുക്കം ചിലരുണ്ടെന്ന യാഥാർഥ്യമാണ് ആ നഗരങ്ങളിലേക്ക് എന്നെ കൊണ്ടുപോയത്.

രാജീവ് അഞ്ചലിനോടൊപ്പമായിരുന്നു യാത്ര. ബോംബെയിൽനിന്ന് എയർ ഇന്ത്യയിൽ രാത്രി രണ്ടുമണിക്ക് പാരീസ്. പാരീസിൽനിന്ന് അമേരിക്കയിലെ അറ്റ്ലാന്റയിലേക്ക്. അവിടെനിന്ന് ന്യൂമെക്സിക്കോയിലെ അൽബുഖർക്കി. പാരീസിലെ ചാൾസ് ഡീഗോ ഇന്റർനാഷണൽ എയർപോർട്ടിൽ ചെന്നിറങ്ങിയത് ഒരു വെളുപ്പാൻകാലത്തായിരുന്നു. ചാറ്റൽമഴയുള്ള വെളുപ്പാൻകാലം. അറൈവലിൽനിന്ന് ഡിപ്പാർച്ചറിലേക്ക് തിരക്കിട്ട് ചെന്ന് ഇനിയൊരു നാലുമണിക്കൂർ കാത്തിരുന്നിട്ടു വേണം അറ്റ്ലാന്റയിലേക്കുള്ള വിമാനത്തിലേക്ക് ചെക്ക് ഇൻ ചെയ്യാനെന്നറിയുന്നതുകൊണ്ടുതന്നെ എയർപോർട്ടിൽ ഒന്ന് കറങ്ങുവാൻ കഴിയുമെന്നാശിച്ചു. സ്റ്റീവൻ സ്പിൽബർഗിന്റെ 'ടെർമിനൽ' എന്ന സിനിമയ്ക്ക് കാരണമായ ആൽഫ്രഡ് നസീറി എന്ന മനുഷ്യൻ ചാൾസ് ഡീഗോ ഇന്റർനാഷണൽ എയർപോർട്ടിലെവിടെയോ ഉണ്ടെന്ന അറിവ് ആ അലച്ചിലിന് പ്രേരിപ്പിക്കുകയും ചെയ്തു.

ചാൾസ് ഡീഗോ ഇന്റർനാഷണൽ എയർപോർട്ടിൽ ഒരഭയാർഥിയായി ജീവിക്കുന്ന മെർഹൻ കരീമി ആൽഫ്രഡ് നസീറി എന്ന മനുഷ്യനെക്കുറിച്ച് ഒരുപാട് വായിച്ചറിഞ്ഞിരുന്നു. ബ്രിട്ടീഷ് പൗരത്വം വേണമെന്ന് വാശിപിടിച്ച് ജീവിക്കുന്ന അയാളുടെ ജീവിതമായിരുന്നു ടെർമിനൽ എന്ന വിഖ്യാത ചിത്രത്തിന് പ്രേരകമായത്. ബ്രിട്ടീഷ്– ഇറാനിയൻ മാതാപിതാക്കളുടെ ആ മകൻ ബ്രിട്ടനിൽ പഠിച്ച് ഇറാനിലെത്തിയപ്പോൾ അവിടത്തെ ഷാ ഗവൺമെന്റിനെതിരെ പ്രവർത്തിച്ചതിന് രാജ്യഭ്രഷ്ടനാക്കിയിരുന്നു. 1988 ൽ പാരീസിലെത്തിയപ്പോൾ അയാളുടെ യാത്രാരേഖകൾ എയർപോർട്ടിൽ വച്ച് നഷ്ടപ്പെടുന്നു. പിന്നീടൊരു ദേശത്തിലേക്കും തിരിച്ചുപോവാൻ കഴിയാതെ പാരീസിലെ എയർപോർട്ടിൽ ജീവിക്കുകയായിരുന്നു അയാൾ. 1999 ൽ ഫ്രഞ്ച് ഗവൺമെന്റ് പെർമിറ്റ് നല്കിയെങ്കിലും അത് കൈപ്പറ്റാൻ വിസമ്മതിച്ചു. ബ്രിട്ടീഷ് നേറ്റീവ് പെർമിറ്റും കാത്ത് ഇംഗ്ലണ്ടിലേക്കുള്ള വിമാനം പ്രതീക്ഷിച്ച് ഇന്നും പാരീസിൽ എയർപോർട്ടിൽ കഴിയുന്ന ആ മനുഷ്യന്റെ ജീവിതത്തെ ആസ്പദമാക്കി അലക്സിസ് കുറോസിയും ഹമീദ് റെഹ്മാനിയനും മെലീസഹിബാർട്ടും ചേർന്നും ഗ്ലെൻ ലൂക്ഷനും ചെയ്ത ചലച്ചിത്രങ്ങൾ കണ്ടിട്ടുള്ളതുകൊണ്ടുതന്നെ നസീറിയെക്കുറിച്ച് ഞാൻ അന്വേഷിച്ചു. അറ്റ്ലാന്റയിലേക്കുള്ള

എന്റെ വിമാനത്തിൽ ചെക്കിൻ ചെയ്യേണ്ട സമയത്തിനുമുമ്പേ അയാളെ കണ്ട് മടങ്ങിയെത്തുവാൻ സാധിക്കില്ലെന്നറിഞ്ഞപ്പോൾ ഖേദത്തോടെ ആ ശ്രമമവസാനിപ്പിച്ച് പാരീസിൽനിന്ന് അറ്റ്ലാന്റയിലേക്കുള്ള എന്റെ വിമാനത്തിന്റെ ചെക്കിൻ ഗെയ്റ്റായ ൪൪-ാം നമ്പർ ഗെയിറ്റിനുമുന്നിൽ ഞാൻ കാത്തുനിന്നു. രാത്രി ഏഴുമണി കഴിഞ്ഞപ്പോൾ ന്യൂമെക്സിക്കോയിലെ അൽബുഖർക്കിലെത്തുന്നു. സൂര്യനപ്പോഴും അസ്തമിച്ചിട്ടില്ല. ചുവന്ന ചായം വാരിയൊഴിച്ചതുപോലെ അൽബുഖർക്കിലെ മണൽക്കുന്നുകൾ. അമേരിക്കയിലെ അതിമാനുഷികശക്തികൾ അധിവസിക്കുന്നുവെന്ന് കരുതുന്ന രഹസ്യങ്ങളുടെ ഭൂമികയാണിതെന്ന അറിവ് ഒരു നടുക്കത്തോടെ മഥിക്കുന്നു.

അൽബുഖർക്കിയിലെ സൺ വില്ലേജായിരുന്നു ഞങ്ങളുടെ വാസസ്ഥലം. നാല് അപ്പാർട്ടുമെന്റുകൾ. മണ്ണുകൊണ്ട് നിർമിച്ച്, മരഗോവണികളുള്ള സുന്ദരമായ രണ്ടു കിടപ്പുമുറികളും അടുക്കളയും ഡ്രോയിങ് റൂമുമുള്ള ഈ വീടുകൾ കാഴ്ചയിൽ ഒരു പാലക്കാടൻ ഗ്രാമത്തിന്റെ അന്തരീക്ഷമേകിയിരുന്നു. ആന്ധ്രാപ്രദേശിൽനിന്നുള്ളവരായിരുന്നു ആ അപ്പാർട്ടുമെന്റുകളിലധികവും താമസിച്ചിരുന്നത്. നൂറോളം കുടുംബങ്ങൾ അഞ്ഞൂറിൽ കൂടുതൽ വീടുകൾ. കളിസ്ഥലവും സിമ്മിങ് പൂളുകളും വിശാലമായ പുൽത്തിട്ടകളും ധാരാളം മരങ്ങളും ദൂരെ കാണുന്ന മലകളും വഴിയരികിലെ വേപ്പുമരങ്ങളിൽ എപ്പോഴും വീശിയടിക്കുന്ന കാറ്റും നാട്ടിലെ ഒരു വൃശ്ചികപ്പകലിനെ ഓർമിപ്പിക്കുന്നു. ആദ്യമായാണ് ഹോളിവുഡിലെ ചലച്ചിത്രപ്രവർത്തകരോടൊപ്പം ജോലി ചെയ്യുന്നത്. ഇന്ത്യയിൽനിന്ന് ഈ ചിത്രത്തിന്റെ അണിയറയിൽ പ്രവർത്തിക്കുന്നത് കുറച്ചുപേർ മാത്രം, സംവിധായകനായ രാജീവ് അഞ്ചലും മലയാളത്തിൽനിന്നും തമിഴിൽനിന്നുമായി കുറച്ച് നടീനടന്മാരും. ചലച്ചിത്ര നിർമാണത്തിന്റെ അടുക്കും ചിട്ടയും ഒരു ഷൂട്ടിങ് സെറ്റിൽ പെരുമാറുന്ന രീതിയും ദൃശ്യം ഫിലിമിലേക്ക് പകർത്തുന്നതിനുമുമ്പുള്ള സൈലൻസ് വിളിയും നിശ്ശബ്ദമായ അന്തരീക്ഷത്തിൽ നടീനടന്മാർ അഭിനയിക്കുമ്പോൾ ഉരുവിടുന്ന കഥാപാത്രങ്ങളുടെ സംഭാഷണവുമല്ലാതെ മറ്റൊരു കാറ്റനക്കം പോലുമില്ലാത്ത, നാട്ടിൽനിന്നും തികച്ചും വിഭിന്നമായ ഒരു ചലച്ചിത്ര നിർമാണത്തിന്റെ ദിവസങ്ങളായിരുന്നു അത്. കേരളത്തിൽ ഏതൊരിടവും ചിത്രീകരിക്കുവാൻ വേണ്ടി മുൻകൂട്ടി അനുവാദം വാങ്ങി ചിത്രീകരണസ്ഥലത്തെത്തി തിരക്കഥയിലെ സീൻ വായിച്ച് നേരത്തെ നിശ്ചയിച്ചിട്ടുണ്ടെങ്കിലും അതിൽനിന്ന് മാറ്റം വരുത്തി അന്നേരം തോന്നുന്ന രീതിയിൽ ഷോട്ടുകളെടുക്കുവാൻ സംവിധായകന്മാർക്ക് അവകാശവും അനുവാദവുമുണ്ട്. അത് ഒരു കലാകാരന്റെ ക്രിയേറ്റിവിറ്റിയുടെ ഭാഗമായാണ് കാണാറുള്ളത്. പക്ഷേ, ഹോളിവുഡ് സാങ്കേതിക പ്രവർത്തകരോടൊപ്പം ഒരു സീൻ ഷൂട്ട് ചെയ്യുമ്പോൾ അതിന്റെ ഷോട്ടുകൾ പ്ലീപ്ലാൻഡ് തന്നെയായിരിക്കും. ഒരു ഇംപ്രവൈസേഷന്റെ സാധ്യതകൾ നിശ്ചയിക്കപ്പെട്ട ഷെഡ്യൂളിൽനിന്ന് മറ്റൊരു ദിനത്തിലേക്ക് മാറ്റിവയ്ക്കപ്പെടുന്ന അവസ്ഥ പോലുമുണ്ടായിട്ടുണ്ട്.

ഒരുതരത്തിൽ പറഞ്ഞാൽ സിനിമയെടുപ്പ് കേരളത്തിലും ഹോളിവുഡ്ഡിലും രണ്ടുതരത്തിലാണെന്ന് ബോധ്യപ്പെടുന്നു. ഒരു കഥ തീരുമാനിച്ച് അത് കടലാസിലും കംപ്യൂട്ടറിലുമായി എഴുതിയും വരച്ചും ദൃശ്യങ്ങൾക്ക് ഒരിഴയടുപ്പമുണ്ടാക്കിയും വീണ്ടും മാറ്റിയും മറിച്ചും തിരശ്ശീലയിൽ ഒരു സിനിമ കണ്ടാസ്വദിക്കുന്നതുപോലെയുള്ള അവസാന പണിയും കഴിച്ചുവച്ച്, ഒരു ബിൽഡിങ് കൺസ്ട്രക്ഷനുമുമ്പ് പ്ലാൻ വരച്ച് അതിന്റെ അളവുകൾ കൃത്യമായി നിർമാണത്തിനുവേണ്ടുന്ന സാമഗ്രികൾ ഒപ്പിച്ച് ഒരുനാൾ കെട്ടിടംപണി തുടങ്ങുന്നതുപോലെ കടലാസിൽനിന്നും കംപ്യൂട്ടറിൽനിന്നും ചലച്ചിത്രം സെല്ലുലോയ്ഡിലേക്ക് മാറ്റുക എന്ന ദൗത്യം മാത്രമാണ് ഷൂട്ടിങ് സമയത്ത് നടക്കുന്നത്. എഴുതിവയ്ക്കപ്പെട്ടതിൽനിന്നോ വരച്ചുണ്ടാക്കിയ ഷൂട്ടിങ് സ്ക്രിപ്റ്റിൽ നിന്നോ യാതൊരു വിധത്തിലുമുള്ള മാറ്റവുമില്ലാതെ വളരെ യഥാതഥമായി ചിത്രം നിർമിച്ചു പോകുവാൻ ആ ഒരവസ്ഥയ്ക്ക് കഴിയുന്നുണ്ട്. കൃത്യമായ ആ പ്ലാനിങ് അതിന്റെ സാമ്പത്തികാവസ്ഥയെ സ്വാധീനിക്കുന്നുപോലുമുണ്ട്. പക്ഷേ, സ്വാഭാവികമായുണ്ടാവുന്ന ക്രിയേറ്റിവിറ്റി ചിലപ്പോൾ നഷ്ടപ്പെടുമെന്ന് എനിക്ക് തോന്നിയിട്ടുണ്ട്. ഒരു കഥയെഴുതി പലയാവർത്തിവായിച്ച് വെട്ടിയും തിരുത്തിയും വീണ്ടും മാറ്റിയെഴുതിയും പൂർണതൃപ്തി വന്നുവെന്ന് ബോധ്യപ്പെട്ട് നല്ല കൈയക്ഷരത്തിൽ പകർത്തിയെഴുതുമ്പോഴും മാറ്റങ്ങളുണ്ടാവുമെന്ന സ്വാഭാവികത ഹോളിവുഡ് ചലച്ചിത്ര നിർമാണത്തിൽ അസാധ്യമായിത്തീരുന്നതാണനുഭവം.

ഒരു ഷോട്ട് എടുക്കുവാൻ തീരുമാനിച്ച് അത് എടുത്തുതുടങ്ങുമ്പോൾ മാറ്റപ്പെടാം. എങ്കിലും അത് പകർത്തുവാനെടുക്കുന്ന സമയത്തെക്കുറിച്ച് ഏറെ ബോധവാന്മാരാണ് ഹോളിവുഡ് ചലച്ചിത്ര പ്രവർത്തകർ. സമയത്തിന്റെ വിലയെക്കുറിച്ച് അത്രയധികം കോൺഷ്യസാകുന്ന ആളുകളെയാണ് ഞാനവിടെ കണ്ടിട്ടുള്ളത്. പ്രവർത്തിക്കുന്ന ഓരോ നിമിഷവും വളരെ വിലപ്പെട്ടതാണെന്ന് തിരിച്ചറിഞ്ഞ ആ കലാകാരന്മാരോടൊപ്പം ജോലി ചെയ്തത് ജീവിതത്തിന്റെ മൂല്യത്തെക്കുറിച്ച് ഒരുപാടു പഠിക്കാൻ പ്രേരിപ്പിച്ചിരിക്കുന്നു.

തീക്കാറ്റ് വീശിയ ഭൂതകാലം

ജീവിതത്തിൽ ചില സ്വപ്നങ്ങൾ സ്വപ്നങ്ങളായിത്തന്നെ അവശേഷിക്കും. ഒരുറക്കത്തിൽ കണ്ട് പിന്നീടോർക്കുവാൻപോലുമാവാതെ അവ മറന്നുപോകും. എല്ലാ കൗമാരങ്ങളിലും അറിയാതെ തോന്നുന്ന ആകർഷണം, അതാവും പ്രണയം. പ്രണയത്തിന് സ്വപ്നങ്ങളുടെ കടുത്ത നിറമുണ്ടാകും. എണ്ണിയാലൊടുങ്ങാത്ത ചാടങ്ങളുടെ വർണപ്രപഞ്ചം.

പെൺകുട്ടികളെ എനിക്ക് പേടിയായിരുന്നു. അതുകൊണ്ടുതന്നെ ഒരു പ്രണയം എന്റെ സ്വപ്നങ്ങളിൽ മാത്രമേ പൂക്കുകയും തളിർക്കുകയും ചെയ്തിരുന്നുള്ളൂ. സ്കൂൾ കാലങ്ങളിൽ പെൺകുട്ടികളുടെ വഴികളിൽ നിന്ന് ഞാൻ മാറിനടന്നിരുന്നു. അവരുടെ കൂട്ടത്തെ കാണുമ്പോൾ എന്റെ കാൽവിരലിലൂടെ ഒരു വിറയൽ ശരീരത്തെ ബാധിക്കും. ഒറ്റയ്ക്കെങ്ങാനും പെൺസംഘത്തെ അഭിമുഖീകരിച്ചാൽ വിയർത്ത് വിളറി താഴെ വീഴുമെന്നയവസ്ഥയിൽ ഒരു താങ്ങിനായി ഞാൻ ചുറ്റും പരതും.

സ്കൂൾ വിട്ട് കോളേജിലേക്ക് ബസ് കയറുവാൻ തുടങ്ങിയ നാളുകളിലായിരുന്നു പെൺകുട്ടികൾ എന്റെ ജീവിതത്തിലേക്ക് പുഞ്ചിരിയുടെ വളപ്പൊട്ടുകളെറിഞ്ഞുതന്നത്. സൗഹൃദത്തിന്റെ മിഠായികൾ തിരിച്ചു നല്കിയത്. പക്ഷേ, അതിലൊന്നിലും പ്രേമത്തിന്റെ പൂക്കൾ വിടർന്നില്ല. കരിമ്പനക്കാറ്റും മാരിക്കൊളുന്തിന്റെ മണവും, ജമന്തിയും ചെണ്ടുമല്ലിയും നിറഞ്ഞ എണ്ണപുരട്ടിയ തലമുടിക്കൊണ്ടകളും പെൺകുട്ടികളെ എന്റെ സൗന്ദര്യസങ്കല്പനങ്ങളിൽനിന്ന് വേറിട്ടുനിർത്തി. മൺപൊടി നിറഞ്ഞ, വഴിവാണിഭക്കാരുടെ ഒച്ചയുള്ള, മുള്ളുവേലികളതിരിട്ട ഇടവഴിയിലൊരു ഞായറാഴ്ചപ്പകലിൽ ഞാനൊരു പെൺകുട്ടിയെ കണ്ടു. വെളുത്തുമെലിഞ്ഞ് എണ്ണമയമില്ലാത്ത മുടിയഴിച്ചിട്ട ചുവന്ന ജംബറും കസവുപാവാടയുമണിഞ്ഞ് തോളത്തൊരു ബാഗും തൂക്കി നടന്നുപോകുന്ന ഒരു

പെൺകുട്ടി. അവളുടെ കണ്ണുകൾ എന്റെ നേരെ അടച്ചുതുറന്ന ഒരു നിമിഷം. അതെനിക്ക് സ്വപ്നത്തിന്റെ ഒരു വാതിൽ തുറന്നുതന്നു. പേരറിയാത്ത ആ പെൺകുട്ടിയെ വീണ്ടും കാണുമെന്ന് മനസ്സ് പറഞ്ഞു. വെയിലിന്റെ മഞ്ഞനിറത്തിൽ വിളഞ്ഞുകിടക്കുന്ന നെൽപ്പാടത്തിനു നടുവിലെ പുഴയോരവരമ്പിലാണ് വീണ്ടുമവളെ കണ്ടത്. കാക്കപ്പുള്ളികളുള്ള കറുത്തപാവാട അൽപമൊന്നുയർത്തി ഒരു കഴായ കടക്കുവാൻ പണിപ്പെടുകയായിരുന്നു അവൾ. ചെങ്കൽച്ചൂളകൾ നിറഞ്ഞ പാടത്തിനരികിൽ അട്ടിയിട്ട കല്ലുകൾക്കുമുകളിൽ ഞാൻ ഇരിക്കുകയായിരുന്നു. എന്റെ മുന്നിലൂടെ അവളും കൂട്ടുകാരിയും നടന്നുപോയി. അന്നും അവളെന്നെ കണ്ടു. ആ കണ്ണുകളിൽ ഞാനെന്നെ തിരഞ്ഞു. ഒരു നിമിഷമൊന്നടഞ്ഞുതുറന്ന് അവൾ ഇടവഴിയുടെ കയറ്റത്തിലേക്ക് മറഞ്ഞു. അവളെനിക്കുള്ളതെങ്കിൽ വീണ്ടും ഈശ്വരൻ അവളെയെന്റെ മുന്നിലൂടെ കൊണ്ടുവരുമെന്ന് വിശ്വസിക്കുവാൻ ഞാൻ തീരുമാനിച്ചു.

പുഴവരമ്പിൽനിന്ന് വൈകുന്നേരങ്ങളിൽ വിരിയുന്ന നാലുമണിപ്പൂവുപോലെ അവളെന്റെയുള്ളിലേക്ക് നടന്നുകയറി. ഞാനറിയാതെ അവളുടെ വഴിയിലൂടെ, അവൾ പോലുമറിയാതെ ഞാനും നടന്നു. അമ്പലപ്പറമ്പുകളിൽ വൈകുന്നേരങ്ങൾ അവൾക്കുവേണ്ടിയുള്ള കാത്തുനിൽപായി. ദീപാരാധനയുടെ മണിമുഴങ്ങുമ്പോൾ വിളക്കിൽ തെളിയുന്ന അവളുടെ മുഖം എന്റെ രാത്രിയുറക്കങ്ങളെയകറ്റി. ഓരോ കാഴ്ചയിലും അവളോടെന്തെങ്കിലും മിണ്ടുവാനായി ഒരുപാട് വാക്കുകൾ ഞാൻ കരുതിയിരുന്നു. പാലമരച്ചുവട്ടിലും ആൽത്തറയിലും കോളാമ്പിപ്പൂവുകൾ നിറഞ്ഞ മരത്തണലിലും ഞാനവളെ കാത്തുനിന്ന് കണ്ടു.

അവൾക്കൊരു കൂട്ടുകാരിയുണ്ടായിരുന്നു. വനജ. എന്റെ പുസ്തകശേഖരങ്ങളിൽനിന്ന് വായിക്കുവാനായി വനജ പുസ്തകമെടുത്തു പോകുന്നുവെന്ന് ഞാനറിഞ്ഞത് ഒരു ദിവസം അനുജത്തി പറഞ്ഞാണ്. അതൊരു പ്രതീക്ഷയായെന്നിൽ വളർന്നു. വനജയെന്ന പരിചയത്തിലൂടെ എന്റെ പ്രണയിനിയിലേക്ക് ഞാനൊരു നൂൽപ്പാലം പണിയുവാൻ ശ്രമിച്ചു. വായിക്കുവാനെടുക്കുന്ന ലൈബ്രറി പുസ്തകങ്ങളിലൊരെണ്ണം പിന്നീട് ഞാൻ വനജയ്ക്കുകൂടി കരുതി. ഏതുവഴിയിലും എവിടെവച്ച് കണ്ടാലും ഒന്നിച്ചുനടന്ന് വർത്തമാനം പറയുവാൻ പറ്റുന്നതും ഏതുസമയത്തും വനജയുടെ വീട്ടിലേക്ക് കടന്നുചെല്ലുവാനുമാവുന്ന ഒരവസ്ഥയിലേക്ക് ആ ബന്ധത്തെ ഞാനുയർത്തി. സൗഹൃദത്തിന്റെ നേർത്ത നൂലുകൾക്ക് കനം വച്ച് വടമാകുന്നതും ഞാനറിഞ്ഞു. എന്തും എപ്പോഴും പറയുവാനുള്ള ഒരു സമ്മതപത്രം വനജ എനിക്കുതന്നു. ആ ഒരു ധൈര്യത്തിന്റെ പിൻബലത്തിലാണ് ഞാൻ എന്റെ പ്രണയത്തെക്കുറിച്ച് വനജയോട് പറഞ്ഞത്. ഒരുപാടുനേരം വനജ ഒന്നും മിണ്ടാതെയിരുന്നു. എന്റെയുള്ളിൽ ഒരാൽമരമിളകുന്നുണ്ടായിരുന്നു. മൗനത്തിന്റെ മഹാസാഗരത്തിനുമീതെ ഒരു കാറ്റടിച്ചു.

“എന്തിനാ മധു വെറുതേ... ഒന്നും വേണ്ടാട്ടോ...” “ആ കുട്ടിയോട്

പറഞ്ഞിട്ട്.. അവള് വേണ്ടാന്ന് പറയാണെങ്കിൽ..” അങ്ങനെയൊന്നുമുണ്ടാവില്ലെന്ന് വിശ്വസിച്ചുകൊണ്ടുതന്നെ ഒരു സമ്മതം കിട്ടുവാനായി ഞാൻ പ്രാർഥിച്ചു. “ഇല്ല മധു. ഇതൊന്നും ശരിയാവില്ല..” “എന്നാലും വനജ എനിക്കുവേണ്ടി.. എന്നു പറഞ്ഞിട്ട്...” അവളോടുള്ള എന്റെ സ്നേഹത്തിന്റെ ആകാശംതന്നെ ഞാൻ വനജയ്ക്ക് വെളിപ്പെടുത്തി. നക്ഷത്രങ്ങളും പ്രകാശവും കണ്ട് വനജ എന്നെത്തന്നെ നോക്കിയിരുന്നു. ഒടുവിൽ അവളെയെല്ലാമറിയിക്കുമെന്ന് വനജ എനിക്കുറപ്പേകി. പിന്നെയുള്ള ഓരോ ദിനവും പാടത്തും പുഴവരമ്പിലും അമ്പലത്തിലും ബസ് സ്റ്റാന്റിലും അവളെ കാണുമ്പോൾ അവളുടെ കണ്ണുകളിൽ എനിക്കായൊരു വെളിച്ചം തെളിയുമെന്ന് ഞാൻ കൊതിച്ചു. ഓരോ നേർക്കുനേരിലും വനജയെന്തെങ്കിലും പറഞ്ഞോയെന്ന് ചോദിക്കുവാൻ പോലും എനിക്കായില്ല. ജീവിതത്തിന്റെ ഏതെല്ലാമോ കെട്ടുപാടുകളിൽ എന്റെ സ്നേഹത്തിന്റെ തീവ്രത അവളറിഞ്ഞില്ല. അവളോട് പറഞ്ഞില്ല. വനജയും അവളോട് പറഞ്ഞിട്ടുണ്ടാവില്ല. ചിലതങ്ങനെയാണെന്ന് ഞാൻ വിശ്വസിക്കുന്നു. ജീവിതം, അത് തീരുമാനിക്കുന്ന വഴികളിലൂടെയാണ് കടന്നുപോകുന്നത്. അതിന്റെ മുന്നിൽ വ്യക്തമായ നിശ്ചയങ്ങളുണ്ട്. പ്രകടിപ്പിക്കപ്പെടാതെ പോയ പ്രണയത്തിന്റെ തീക്കാറ്റ് ഭൂതകാലത്തിലിപ്പോൾ തണുപ്പ് പടർത്തുന്നുണ്ട്.

തണൽമരങ്ങൾ

സർവചരാചരങ്ങളിലും നിറഞ്ഞുനിൽക്കുന്ന ചൈതന്യത്തെ തിരിതെളിയിച്ച് നയിക്കുന്നതിന് എല്ലാക്കാലത്തും ഒരു ഗുരു തുണയാകണം. മരമായാലും മൃഗമായാലും മനുഷ്യനായാലും ആ മഹത്തിന്റെ വാക്കുകളറിഞ്ഞുമാത്രമേ പെരുമാറാനാകൂ. സംസർഗങ്ങളിലൂടെ വെളിപ്പെടുന്ന സ്വഭാവങ്ങളിൽ നന്മതിന്മ തിരിച്ചറിയുവാൻ പ്രാപ്തനായത് മനുഷ്യൻ മാത്രമാണ്. നിറത്തിലോ രൂപത്തിലോ ഭിന്നമായാലും അവൻ ഒന്നാണെന്ന് തിരിച്ചറിവുണ്ടാകേണ്ട മനുഷ്യൻ എന്നിട്ടും വ്യത്യസ്തമായ ചിന്തകളിലും ഭാവങ്ങളിലും അഭിരമിക്കുന്നു. ജീവിതത്തിന്റെ വിശാലമായ കാഴ്ചകളെ വ്യക്തമായി കാണാനുള്ള ഉൾക്കണ്ണ് മനുഷ്യന് നഷ്ടപ്പെടുന്നത് ഇന്നത്തെ ജീവിതചുറ്റുപാടുകളാലാണെന്ന് സംശയിക്കേണ്ടിവന്നിരിക്കുന്നു.

ആചാരാനുഷ്ഠാനങ്ങൾ ഒരു മനുഷ്യന്റെ ജീവിതത്തെ, ജീവിതക്രമങ്ങളെ മാറ്റുന്നു. അവന്റെയുള്ളിൽനിന്ന് ലോകനന്മയ്ക്കനുകൂലമായ പ്രവർത്തനമുണ്ടാകണമെന്നും വിചാരിക്കുന്നു. മനുഷ്യകുലത്തിന്റെ സാർവത്രികമായ ഉന്നമനത്തിനുവേണ്ടി ജീവിക്കുന്നവർ ചെയ്യുന്ന കർമങ്ങൾ പ്രപഞ്ചത്തിന്റെ ഭാഗമാകണമെന്നും വിശ്വസിക്കുന്നു. നന്മയും സ്നേഹവും സാഹോദര്യവും പ്രചരിപ്പിക്കുന്ന ഗുരുക്കന്മാരുടെ വീക്ഷണങ്ങൾ നൽകുന്നതും പഠിപ്പിക്കുന്നതും ലോകനന്മയ്ക്കുള്ള പാഠങ്ങളാണ്.

ഒരു കാറ്റ് വീശുന്നത് ഏതെങ്കിലും പ്രത്യേകതയുള്ള ഒരാൾക്കുവേണ്ടിയല്ല. ഇഹത്തിലെ എല്ലാ ചേതനയ്ക്കും കാറ്റ് അനുഭവമാകുന്നു. മരങ്ങൾ പൂക്കുന്നതും തളിർക്കുന്നതും കായ്ക്കുന്നതും പ്രപഞ്ചത്തിന്റെ സ്പന്ദനമാകുന്നു. ഇതറിഞ്ഞിട്ടും പ്രകൃതിയുടെ ഉച്ഛ്വാസം ശ്വസിച്ച് വിവേ

ചനാധികാരമുള്ള മനുഷ്യൻ, അവൻ ജീവിക്കുന്ന ഇടത്തെത്തന്നെ നശിപ്പിക്കുന്ന ഒരു കാലത്തിലൂടെ കടന്നുപോകുന്നു. പഞ്ചഭൂതങ്ങളില്ലാത്ത അചേതനമായ ഒരു പാഴ്നിലമായി ഭൂമി മാറ്റപ്പെടുന്ന ദിവസത്തിലേക്ക് പറക്കുന്ന മനുഷ്യരിൽനിന്ന് വ്യത്യസ്തമായി വറ്റാത്ത നീരുറവകളുള്ള മനസ്സുകളെ ഒന്നിപ്പിക്കുവാനുള്ള ശ്രമം അത്യാവശ്യമായിരിക്കുന്നു. ഇനിയും നശിച്ചിട്ടില്ലാത്ത നന്മയുടെ സ്രോതസ്സുകൾ ഒന്നിച്ചുചേരുന്ന ഗുരുസന്നിധി ഈ തിരിച്ചറിവിലേക്കാണ് നയിക്കുന്നത്.

ആയുസ്സിലൊരിക്കലും സംഭവിച്ചുകാണരുതേയെന്ന പ്രാർഥനകൾക്കിടയിൽ ഒരുനാൾ പ്രകൃതി ഒരു ദുരന്തം കാണിച്ചുതന്നു. ആഞ്ഞടിച്ച തിരമാലകൾ മനുഷ്യവാസയിടങ്ങളിലേക്ക് ആർത്തലച്ചുവന്ന ഒരു ദിവസം. ലോകം ഞെട്ടിത്തരിച്ച് ശൂന്യമായ കണ്ണുകളുയർത്തി ഈശ്വരനെ വിളിക്കുവാൻ മാത്രം ചുണ്ടുകളനക്കി. കരയോരങ്ങളിൽ ചത്തടിഞ്ഞ മീനുകൾ പോലെ മനുഷ്യശരീരങ്ങൾ. ആലംബമായവർ മരണത്തിന്റെ ഇരുളടഞ്ഞ വഴികളിലേക്ക് നടന്നുപോയത് അനക്കമറ്റ കണ്ണുകളുമായി നോക്കിനിന്ന ഹതഭാഗ്യർ. ജീവന്റെയും മരണത്തിന്റെയും നൂൽപ്പാലത്തിലൂടെ താങ്ങില്ലാതെ നടന്ന് രക്ഷപ്പെട്ടവർ കണ്ണീർവറ്റിയ മിഴികളുമായി ആശ്രയമില്ലാത്ത തുരുത്തുകളിലൊറ്റപ്പെട്ടു. മനുഷ്യത്വം വറ്റിയിട്ടില്ലാത്ത സുമനസ്സുകൾ അപ്പോഴും ലോകത്തിന്റെ ഏതെല്ലാമോയിടങ്ങളിൽനിന്ന് ആശ്വാസത്തിന്റെ തിരിനാളങ്ങളുമായി ഇരുട്ടിലകപ്പെട്ടവരുടെയരികിൽ എത്തുന്നുണ്ടായിരുന്നു. അപരിചിതരായ ദുരന്തസാക്ഷികളെ ആശ്വസിപ്പിക്കുവാനും അവരുടെ നോവുകൾക്ക് ശമനമേകുവാനും വന്നവരുടെ കൂട്ടത്തിലേക്ക് ഒരുനാൾ ഞാനും കടന്നുചെന്നു. അഹമ്മദാബാദിലെ എസ് എം പട്ടേൽ ഇൻസ്റ്റിറ്റ്യൂട്ട് ഓഫ് മാനേജ്മെന്റ് എന്ന സ്ഥാപനത്തിലെ പതിനഞ്ചോളം വിദ്യാർഥികളും മൂന്ന് അധ്യാപകരും എനിക്കൊപ്പമുണ്ടായിരുന്നു. അവർക്കൊപ്പം ഞാനുമുണ്ടായിരുന്നു എന്നതാണ് വാസ്തവം. എത്രയോ കാലങ്ങളായി ദുരന്തങ്ങൾമാത്രം കണ്ട് അതിനെ അതിജീവിക്കുകയും ഒപ്പം അനുഭവിക്കുകയും ചെയ്യുന്ന ആ ആളുകളോടൊപ്പം കൂടിയത് തെളിനീരുറവപോലുള്ള ആ മനസ്സുകളുടെ സാമീപ്യമനുഭവിക്കുകതന്നെയെന്ന ആഗ്രഹത്തിലായിരുന്നു. കരുനാഗപ്പള്ളിയിലെ ഒരു അഭയാർഥിക്യാമ്പിൽ ഞങ്ങളെത്തിയപ്പോൾ മനുഷ്യൻ അനുഭവങ്ങളിൽനിന്നൊരിക്കലും ഒന്നും പഠിക്കുകയില്ലെന്ന സത്യം മനസ്സിലാവുകയായിരുന്നു. അഹമ്മദാബാദിൽനിന്ന് കുട്ടികൾ കൊണ്ടുവന്ന അവശ്യവസ്തുക്കൾ ക്യാമ്പിൽ വിതരണം ചെയ്യുന്നതിൽ മതവും ജാതിയുമുണ്ടെന്ന് വേദനയോടെ ഞാൻ തിരിച്ചറിഞ്ഞു. ദുരന്തം ആ ആളുകളെ ഒന്നിപ്പിക്കുകയല്ല മറിച്ച് ചില സ്ഥാപിത താല്പര്യങ്ങൾക്കായി വേർതിരിക്കുകയാണെന്നും ഞാൻ മനസ്സിലാക്കി. നന്മ ലക്ഷ്യമാക്കി ഒരു സംഘത്തോടൊപ്പം വന്നിട്ട് ജീവിതത്തിലെന്ത് സംഭവിച്ചാലും, ദുരന്തമുണ്ടായാലും അതിലൊക്കെ നേട്ടങ്ങൾ കാണുന്ന അധമ വിചാരമുള്ള മനുഷ്യരുടെയിടയിലാണ് ഇപ്പോഴും സത്യമുള്ളവർ കഴിയുന്നതെന്ന് സങ്കടത്തോടെ

കാണേണ്ടിവന്നു. ഏതൊരു സന്ദേശവും നമ്മൾ മനുഷ്യർക്ക് ഉച്ചഭാഷിണിയിലെ ശബ്ദംപോലെയാണ്. സാമുദായികവും രാഷ്ട്രീയവുമായ പ്രസ്ഥാനങ്ങളുടെ വിളംബര ജാഥകളും സന്ദേശയാത്രകളും സാധാരണമായ ഒരു നാടാണ് നമ്മുടേത്. അവയിൽനിന്നെല്ലാം വ്യത്യസ്തമായ ഒരു സന്ദേശയാത്രയെപ്പറ്റി വായിക്കുകയുണ്ടായി. ഈ വിചിത്രമായ യാത്ര അമേരിക്കയുടെ ഒരറ്റം മുതൽ മറ്റേയറ്റം വരെ നീണ്ടതായിരുന്നു. ഏതാണ്ട് മൂവായിരം മൈൽ ദൂരം. യാത്ര നടത്തിയ ആൾ, ക്യാൻസർ വന്നിട്ട് ഒരു കാൽ മുട്ടിനുമുകളിൽ വച്ച് മുറിച്ചുമാറ്റപ്പെട്ടയാൾ. കൃത്രിമക്കാൽ ഉപയോഗിച്ചായിരുന്നു ഇത്രയും ദൂരം അയാൾ നടന്നത്. ജെഫ് കീത്ത് എന്നായിരുന്നു അയാളുടെ പേര്. ഇരുനൂറ്റിനാൽപത് ദിവസംകൊണ്ടായിരുന്നു ആ യാത്ര പൂർത്തിയാക്കിയത്. മൂന്നുപ്രാവശ്യം കൃത്രിമക്കാൽ മാറ്റി. മുപ്പത്താറുജോഡി ഷൂസുകൾ വേണ്ടിവന്നു. ഒരുദിവസം ശരാശരി പന്ത്രണ്ടു മൈലോളം സഞ്ചരിച്ചു. ദൃഢനിശ്ചയത്തോടെയും ലക്ഷ്യബോധത്തോടെയും നടത്തിയ ഈ യാത്രയിൽ തളർന്നുപിന്മാറാവുന്ന സാഹചര്യങ്ങൾ അനവധിയായിരുന്നു. എന്നിട്ടും ആ ഒറ്റക്കാലുകാരൻ തളരാത്ത മനസ്സുമായി ക്യാൻസർ രോഗത്തിന്റെ വേദനയനുഭവിക്കുന്നവർക്കായി ലോകത്തിന്റെ മുന്നിലേക്ക് സ്വന്തം ജീവിതംതന്നെ സന്ദേശമാക്കി യാത്ര ചെയ്തു. യാത്ര പുറപ്പെടും മുമ്പ് ജെഫ് കീത്ത് തനിക്കുനേർന്ന ആശംസകൾക്ക് മറുപടിയായി പറയുന്നത് ഇങ്ങനെയാണ്. ചില വ്യക്തികൾ മലകളെ മാറ്റുവാൻ ശ്രമിക്കുന്നു. ഞാൻ അത് ചെയ്തിരിക്കുന്നു. ഇപ്പോൾ ഞാൻ ആഗ്രഹിക്കുന്നതാകട്ടെ ഒരു രാജ്യത്തെ ചലിപ്പിക്കുവാൻ കഴിയുമോ എന്നാണ്. അതായത് ജീവിതപ്രശ്നങ്ങളെ അതിജീവിക്കുവാൻ കഴിയുമെന്ന് ഒരു രാജ്യത്തിലെ ആളുകളെ ബോധ്യപ്പെടുത്തുക എന്നതുതന്നെ. ആരോഗ്യമുള്ള ഒരാൾ നൽകുന്ന സന്ദേശത്തെക്കാളും സാക്ഷ്യങ്ങളേക്കാളും ശക്തമാണ് അംഗവൈകല്യമുള്ള ഒരാൾ നൽകുന്നത്. സ്വന്തം അനുഭവത്തിൽനിന്ന് ഉരുവപ്പെടുന്ന സന്ദേശം ആരെയും സ്വാധീനിക്കും. തന്റെ രോഗാവസ്ഥയെയും അതുമൂലമുണ്ടായ നഷ്ടത്തെയുമോർത്ത് നിരാശപ്പെടുവാനല്ല കീത്ത് നിശ്ചയിച്ചത്.

ആയുസ്സ് മുഴുവൻ വിലപിച്ചും ദൈവത്തെ കുറ്റപ്പെടുത്തിയും മറ്റുള്ളവരുടെ സഹതാപമാഗ്രഹിച്ചും കഴിയാതെ യാഥാർഥ്യത്തെ ധീരമായി നേരിടുവാനാണ് കീത്ത് തീരുമാനിച്ചത്. ക്യാൻസർ രോഗികൾ നിറഞ്ഞ ആശുപത്രികളും കുറ്റവാളികളുറങ്ങുന്ന ജയിലുകളും സന്ദർശിച്ച്, രോഗികൾക്ക് ധൈര്യവും പ്രത്യാശയും പകർന്ന്, കഠിനശിക്ഷയേറ്റുകഴിയുന്ന തടവുപുള്ളികൾക്ക് ജീവിതത്തിലേക്ക് തിരിച്ചുവരുവാനുതകുന്ന ഉപദേശമേകി കീത്ത് ഒരു യാത്ര നടത്തി. ദൈവകൃപയും ഇച്ഛാശക്തിയുമുണ്ടെങ്കിൽ ലോകത്ത് അസാധ്യമായത് ഒന്നുമില്ലെന്നും അൽഭുതങ്ങൾ സൃഷ്ടിക്കുവാൻ മനുഷ്യന് കഴിയുമെന്നുമുള്ള സന്ദേശമാണ് കീത്ത് നല്കിയത്.

നമ്മുടെ പരിമിതികളും പരാധീനതകളും എന്തുതന്നെ ആയാലും

സമൂഹത്തിനുവേണ്ട എന്തെങ്കിലും നന്മ ചെയ്യണമെന്ന് ആത്മാർഥമായ ആഗ്രഹമുണ്ടെങ്കിൽ അതിനുള്ള വഴികളും സാധ്യതകളും തെളിഞ്ഞു വരും. പരിമിതികൾ തടസ്സമായി നിൽക്കേണ്ടതില്ല. അവയെ അതിജീവിക്കുന്ന ഇച്ഛാശക്തിയാണ് വേണ്ടത്. വാക്കുകളേക്കാൾ ശക്തവും ഫലപ്രദവുമാണ് ജീവിതസാക്ഷ്യം. നമുക്ക് ലഭിക്കുന്ന ആശ്വാസവും ആത്മീയനന്മയും മറ്റുള്ളവരുടെ ആശ്വാസത്തിനായി പ്രയോജനപ്പെടുത്താം. ദൈവം നമ്മൾക്കു നൽകുന്ന സാന്ത്വനത്താൽ, ഓരോ തരത്തിലുള്ള വ്യഥകളനുഭവിക്കുന്നവരെ ആശ്വസിപ്പിക്കുവാൻ നമ്മൾ ശക്തരാകേണ്ടതിനും നമ്മൾ ദൈവത്തിൽനിന്നനുഭവിക്കുന്ന അതേ ആശ്വാസം തന്നെ അവരും അനുഭവിക്കേണ്ടതിനും ദൈവം നമ്മളെ എല്ലാ ക്ലേശങ്ങളിലും സമാശ്വസിപ്പിക്കുന്നു. ജീവിതം അനുഭവിച്ചറിയുന്ന വിശ്വാസമാണിത്. മനസ്സിന്റെ സംശുദ്ധിക്ക് തന്റെ രഹസ്യവും പരസ്യവുമറിയുന്ന ഗുരുവുണ്ടെന്ന അംഗീകരണവും ആ ഗുരുവിന്റെ നിർദേശങ്ങൾ അനുധാവനം ചെയ്യുന്ന വിശ്വാസിയായി മാറുകയുമല്ലാതെ മറ്റൊന്ന് മറുമരുന്ന് ഈ ലോകത്തുണ്ട്.

ആയില്യം-മകം

ഓണം മനുഷ്യമനസ്സിനെ ഭ്രമിപ്പിക്കുന്ന ഒരു സ്വപ്നമാണ്. കേരളത്തിന്റെ സാമ്പ്രദായിക അവസ്ഥയിലേക്ക് ഒരു മടക്കയാത്ര ആ സ്വപ്നത്തിന്റെ തുടർച്ചതന്നെയാണ്. എല്ലാ മനുഷ്യരും ഒന്നുപോലെ ചിന്തിക്കുകയും ജീവിക്കുകയും അന്യനെന്ന വാക്ക് അർഥമില്ലാത്ത ഒന്നാണെന്ന് തിരിച്ചറിഞ്ഞ് കഴിയുകയും ചെയ്തിരുന്ന ആ പഴയകാല മനുഷ്യൻ സുന്ദരമായ ഒരു പ്രതീകമാണ്. ആധുനിക മനുഷ്യൻ ജീവിതത്തെ അടച്ചിട്ട ഒരു മുറിയിൽ ലാപ്ടോപ്പിലൊതുക്കി. അവന്റെ വിരലുകളിൽ ബട്ടണുകളുടെ സ്പർശം മാത്രമറിഞ്ഞു. അടുത്തുള്ളവരോടുപോലും അവൻ ഇലക്ട്രോണിക് യന്ത്രങ്ങളിലൂടെ സംസാരിച്ചു. കഴിയുന്നതും അവൻ കള്ളം പറഞ്ഞുകൊണ്ടേയിരുന്നു. പരസ്പരം വെളിപ്പെടാതെ ശബ്ദമായിമാത്രം അവൻ ജീവിച്ചുകൊണ്ടിരിക്കുന്നു. വെയിലും കാറ്റും പാട്ടും മഴ മാറിയ പ്രകൃതിയും ശുഭദായകമായ ഒരു ജീവിതത്തെ വരവേറ്റത് ഓണത്തോടെയായിരുന്നു. മഹാബലിയെന്ന അസുരരാജാവിന്റെ ചരിത്രത്തോടെയായിരുന്നു. മലയാളിമനസ്സിന്റെ ഗൃഹാതുരത്വവുമായി ഓണം ഇന്നും നില്ക്കുന്നത് ചിലതൊക്കെ നഷ്ടപ്പെടുത്തുവാൻ മനസ്സില്ലാത്തതുകൊണ്ടുതന്നെയാണ്. ചിങ്ങനിലാവും പൂക്കളങ്ങളും പൂവിളിയും ഊഞ്ഞാലാട്ടവും നിറപറയും കസവുപുടവയുടെ തിളക്കവും ഓണസദ്യയും മാവേലി മന്നനും മനസ്സിലെ ഏറ്റവും വലിയ ദൗർബല്യമാണ്. എത്ര വർഷങ്ങൾ കഴിഞ്ഞാലും എവിടെയൊക്കെയോ ഇരുന്ന് ചിലരെങ്കിലും ഈ സ്വപ്നങ്ങളിൽ അഭിരമിക്കുമെന്നുതന്നെയാണ് വിശ്വസിക്കുന്നത്. ഓണം എന്റെ ബാല്യത്തിൽ യാത്രയുടെ കാലമാണ്. പൂക്കൾ തേടിയും ഓണക്കളിയിടങ്ങളിലേക്കും നഗരത്തിൽനിന്ന് മാറിവരുന്ന സിനിമകൾ കാണാൻ ഗ്രാമത്തിലെ കൊട്ടകയിലേക്കും ഒത്താൽ നഗരത്തിലേക്കുമുള്ള യാത്രകൾ.

സംഘം ചേർന്നുള്ള ആ യാത്രകൾ സൈക്കിളിലായിരുന്നു. അത് സൈക്കിൾ ചവിട്ടാൻ പഠിച്ച കാലവുമായിരുന്നു. പത്തുപന്ത്രണ്ട് കിലോമീറ്റർ സൈക്കിൾ ചവിട്ടി നഗരത്തിലെ സിനിമാ തിയേറ്ററിലെ ടിക്കറ്റ് ക്യൂവിൽ വിയർത്തുകുളിച്ച് ഗുഹ പോലുള്ള ടിക്കറ്റ് കൗണ്ടറിനുമുന്നിൽ ഗെയിറ്റ് തുറക്കുമ്പോൾ ആദ്യമെത്തുവാനായി കൂട്ടംകൂടിനിൽക്കുന്ന ആളുകളോട് ഇടിച്ചും ബഹളം വച്ചും ഉള്ള നിൽപ്. നനഞ്ഞൊട്ടിയ ഷർട്ടോടെ തിയേറ്ററിലെ എയർ കണ്ടീഷനിലേക്ക് കയറുമ്പോഴുള്ള തണുപ്പനുഭവിച്ചും വലിയ തിരശ്ശീലയിലെ താരങ്ങളെ ആസ്വദിച്ചും സിനിമകഴിഞ്ഞ് ഹരിഹരപുത്ര വിലാസത്തിലെ പൊറോട്ടയും മസാലക്കറിയും സാമിയുടെ സ്പെഷ്യൽ കാപ്പിയും കഴിച്ച് മടക്കയാത്ര അടുത്ത ഓണംവരെ അല്ലെങ്കിൽ അടുത്ത ഒരാഘോഷംവരെ നിലനിൽക്കുന്ന ഒരു സ്മരണയാണ്.

പാലക്കാടൻ മണ്ണിൽ കർക്കടക സംക്രാന്തിയായിരുന്നു ഏറ്റവും വലിയ വിശേഷം. ആടിനെയും കോഴിയെയും അറുത്ത് മസാലക്കറി വച്ച് ദോശചുട്ട് അന്യദേശത്തുപോയ ബന്ധുക്കളെ മുഴുവൻ വിളിച്ചുകൂട്ടി കുത്തരിച്ചോറും നാടൻകറികളുമായി സദ്യയുണ്ട് നാലുംകൂട്ടി മുറുക്കി പുറംനാട്ടിലെ വീരകഥകൾ പറഞ്ഞ് 'ചക്രാന്തി' കഴിഞ്ഞ് പിരിഞ്ഞുപോയി അടുത്ത സംക്രാന്തിവരെ കാത്തിരിക്കുന്നവർക്കിടയിലായിരുന്നു ഞാനും എന്റെ കുട്ടിക്കാലവും. കർക്കടക സംക്രാന്തി കഴിഞ്ഞാൽ പിന്നെ കന്നിമാസത്തിലെ ആയില്യം-മകം. നെല്ലിന്റെ നാളാണ് ആയില്യം എന്നാണവിടെ പറയുക. ആയില്യം-മകത്തിന് മാതേവരെയുണ്ടാക്കും. കളിമണ്ണ് കുഴച്ച് ഒരാൾരൂപം പോലെ മാതേവരെയുണ്ടാക്കി പീഠമിട്ട് അതിനുചുറ്റും പൂക്കളമൊരുക്കി കോഴിക്കറിയും ആട്ടിൻകറിയും ഉണ്ടാക്കും. കൃഷിക്കാരുടെ വീടുകളിൽ മുറ്റം മുഴുവനും ചാണകം മെഴുകി ചുമരിൽ നെൽക്കതിരൊരുപിടി പതിച്ച് മുറ്റത്ത് അരിമാവുകൊണ്ട് കോലമിട്ടിരിക്കും. വീടിനും പറമ്പിനും പച്ചനെല്ലിന്റെ, വെന്തു പുഴുങ്ങിയ നെല്ലിന്റെ മണമായിരിക്കും. സ്കൂൾ ഗ്രൗണ്ടിൽ ആട്ടക്കളവും ഓണത്തല്ലും ഒരു മത്സരമല്ലാതെയുണ്ടാവും. ഒരു വട്ടത്തിനുള്ളിൽ ഒരു ടീമും അവരെ വലിച്ചുപിടിച്ചുമാറ്റുവാനായി വേറൊരു ടീമും തമ്മിലുള്ള കൈയാങ്കളി ആട്ടക്കളമായും തമിഴ്നാട്ടിൽനിന്ന് കൊണ്ടുവന്ന മല്ലന്മാരുടെ ഗുസ്തിമത്സരത്തിന് പേരുമാറ്റി ഓണത്തല്ലെന്നാക്കിയും രാവിലെ മുതൽ കള്ളും കുടിച്ച് വറുത്തതും ചുട്ടതുമായ കോഴിക്കാലുകൾ കടിച്ചുവലിച്ച് ഒരധ്വാനത്തിന്റെ വിയർപ്പുമണികൾ പൊന്നാക്കിയ ആളുകൾ ആട്ടക്കളത്തിനും ഓണത്തല്ലിനും വിളിച്ചുകൂവാനായി ഒരു പകലുമുഴുവനുമുണ്ടാകും. ആയില്യം-മകത്തിനും സിനിമാതിയേറ്ററിൽ മാറ്റിനിയോടുകൂടിയ മൂന്ന് പ്രദർശനങ്ങൾ ഉണ്ടാവും. ഓണം ഇതിനിടയിൽ കർക്കടകത്തിനും കന്നിക്കുമിടയിൽ തൃശൂരിനപ്പുറത്തുനിന്നും വരുന്നവരുടെ ആഘോഷമായി കടന്നുപോകും. സൗകര്യങ്ങളായിരുന്നു അന്നത്തെ പ്രധാനം.

കർക്കടകം മുതൽ കന്നിവരെയുള്ള ദിവസങ്ങളിൽ കന്നിക്കൊയ്ത്തിനായുള്ള കാത്തിരിപ്പിനിടയിൽ പാലക്കാൻ ജീവിതത്തിൽ ഓണം നിശ്ശ

ബ്ദമായി വലിയ ആരവങ്ങളില്ലാതെ ഒരു നിലാവായി മാഞ്ഞുപോകും. വൈരമില്ലാത്ത മത്സരത്തിലെ ജയവും തോൽവിയും സമാസമം കണ്ടാസ്വദിച്ച് തോളിൽ കൈയിട്ട് കള്ളുഷാപ്പിലോ ചായക്കടയിലോ ഒത്തുകൂടി ചില വീരവാദങ്ങളും വിടുവായത്തരങ്ങളും പറഞ്ഞ് സൗഹൃദത്തിന്റെ നേർക്കാഴ്ചകൾ തന്നെയായിത്തീരും. മഹാബലിയുടെ കാലത്തെന്ന പോലെ എല്ലാവരും ഒന്നെന്ന സങ്കല്പത്തിലൂടെയുള്ള ഒരു ജീവിതമായിരുന്നു അത്. ഓണം മത്സരങ്ങളുടെ തിരശ്ശീലയായി മാറിക്കൊണ്ടിരിക്കുകയാണിന്ന്. വിജയവും പരാജയവും അക്കമിട്ട് തെളിയിക്കുന്ന തിരശ്ശീല. മാവേലിയുടെ പഴയകഥയിൽ മത്സരമെന്ന വാക്കുപോലും അന്യം. മനുഷ്യരെ ഒരേ കണ്ണുകളിൽ കണ്ടവർക്ക് എല്ലാവരും അവനവന്റേതെന്ന് പറയുവാനുള്ള മനസ്സുണ്ടായിരുന്ന ഒരു കാലം മിത്താണെന്ന് പറഞ്ഞ് കഥയാക്കി മാറ്റുവാനുള്ളതല്ലെന്ന് ചിന്തിക്കുവാനാണെനിക്കിഷ്ടം. ആ തിരിച്ചറിവിന്റെ ഇടങ്ങളിൽ എന്നും ഓണമാണെന്ന് കരുതുവാൻ ശ്രമിക്കുന്നു.

പരിശുദ്ധത്രിത്വം

എന്റെ ജീവിതം വായനശാലയ്ക്കും സിനിമാശാലയ്ക്കുമിടയിലെ കാളവണ്ടിയാണ്. വലിയ പോസ്റ്റർ പതിച്ച രണ്ടു തട്ടികൾ ഒന്നൊന്നിനു താങ്ങായി കാളവണ്ടിയിൽ ചാരിവയ്ക്കും. ബഹുവർണചിത്രങ്ങൾ പ്രേംന സീറും മധുവും സത്യനും ആവും. വായിൽനിന്ന് പതയൊഴുകുന്ന കാള കളുടെ കാതിനെ പിളർക്കുമാറ് ചെണ്ടകൊട്ടുണ്ടാവും. വണ്ടിയിലിരിക്കുന്ന ഒരാൾ നോട്ടീസ് വിതറും. അത് പറന്നുവീഴുന്നത് പെറുക്കുവാൻ ഊർന്നു വീഴുന്ന ട്രൗസർ പിടിച്ച് പായുന്ന ചെക്കന്മാരുണ്ടാവും. അതൊരു പുതിയ സിനിമയുടെ വരവറിയിപ്പാകുന്നു. അന്നേരം സിനിമാക്കൊട്ടകയിലെ ഓപ്പ റേറ്ററുടെ മുറിയിലിരുന്ന് ഞാൻ പുതിയ നോട്ടീസുകൾ വായിക്കുകയാ യിരിക്കും. അതിന്റെ കഥാസാരം മുഴുവൻ വായിച്ചുതീരുമ്പോൾ ഞാൻ അതെഴുതിയതാരെന്ന് നോക്കും. കഥ പാറപ്പുറത്ത് അല്ലെങ്കിൽ പൊൻകുന്നം വർക്കി, എം ടി വാസുദേവൻ നായർ, മലയാറ്റൂർ രാമകൃ ഷ്ണൻ... സിനിമ സാഹിത്യത്തിന്റെ ദൃശ്യത്തിലേക്കുള്ള പ്രകാശക്കാ ഴ്ചയാകുന്നു. എന്റെ സിനിമ തുടങ്ങുന്നത് കല്യാണി ടാക്കീസിലെ ഓപ്പ റേറ്ററുടെ ക്യാബിനിൽനിന്നാണ്. ആ അനുഭവക്കാഴ്ചതന്നെയാണ് ഇന്നും എന്നെ മുന്നോട്ട് കൊണ്ടുപോകുന്നത്. വായനശാലയിലെ അംഗത്വഫീ സും, പാലക്കാട്ടിലെ മറ്റു തിയേറ്ററുകളിൽ സിനിമ കാണാനുള്ള കാശും തന്ന്, അക്ഷരവും സ്വപ്നം കാണുന്ന, ചലിക്കുന്ന ചിത്രങ്ങളും ഒരു ജീവി തത്തിന്റെ കാഴ്ചയും തുടർച്ചയും ആവുമെന്ന തിരിച്ചറിവിന്റെ കാലവും ആകുന്നു. സിനിമ എന്ന മാധ്യമം തുടങ്ങിയകാലത്ത് അതിന് പ്രേരക മായ കഥകളുണ്ടായത് എഴുതി അച്ചടിച്ച കൃതികളിൽനിന്നായിരുന്നു. ലോകവ്യാപകമായിട്ടും അങ്ങനെതന്നെ ആയിരുന്നു അത്. സിനിമയും സാഹിത്യകൃതികളും തമ്മിൽ ഒരു മനസ്സടുപ്പം സൃഷ്ടിച്ചതിനുപിന്നിൽ

വായനക്കാരനും പ്രേക്ഷകനും ഒരാൾതന്നെയായിരുന്ന ഒരുകാലത്തിന്റെ ഓട്ടപ്പാച്ചിലുണ്ടായിരുന്നു.

കമലാനെഹ്രു വായനശാല, കസ്തൂർബ ഗ്രന്ഥശാല, മുനിസിപ്പൽ വായനശാല..... നാടുനീളെയുള്ള ലൈബ്രറികളിലെത്താൻ സൈക്കിൾ ചവിട്ടാൻ പഠിച്ചു. രണ്ടുമണിക്കൂർ നേരം അവിടെയിരിക്കുവാൻ നടന്നെത്തുന്നതിലും നല്ലത് മണിക്കൂറിന് 30 പൈസ വാടക സൈക്കിളായിരുന്നു. അത് വായനയുടെ സമയത്തിനുവേണ്ടിയായിരുന്നു. വായിച്ച പുസ്തകങ്ങൾ സിനിമയായിക്കാണണമെന്നാഗ്രഹിച്ചു. സിനിമാമാസികകളിൽ വരുന്ന പല സിനിമകളും ഏതെങ്കിലും നോവലിനെയോ കഥകളെയോ ആസ്പദമാക്കിയതാണെങ്കിൽ ആ പുസ്തകം വായിച്ച് അതിന്റെ കഥയെങ്ങനെ സിനിമയായി തിരശ്ശീലയിൽ വരുമെന്ന് സ്വപ്നം കണ്ടു. സിനിമ വരുന്നതിനുമുമ്പെ അതിന്റെ കഥ മറ്റുള്ളവരോട് പറഞ്ഞു. വായിക്കുന്നതിൽനിന്നും പറയുന്നതിലേക്കും അതിനുശേഷമുള്ള കാഴ്ചയിലേക്കുമായി സിനിമയും സാഹിത്യവും ഇഴയടുപ്പിച്ചു തുന്നിയ നിറമുള്ള ശീല തന്നെയായിരുന്നു. അനുഭവത്തിന്റെ പുത്തൻ ലോകങ്ങളിൽ എഴുത്തിന്റെ ഈശ്വരന്മാർ നിർമിച്ച കൃതികളിൽ ദൃശ്യത്തിന്റെ മറുചാർത്ത് ചാർത്തുന്ന അൽഭുതകൃത്യം കാണിച്ചവരുടെയൊപ്പമായിരുന്നു കാലത്തിന്റെ സഞ്ചാരം. സാഹിത്യവും സിനിമയുമെന്ന വേർതിരിവില്ലാതെയുള്ള വഴിയായിരുന്നു അത്.

ഹോളിവുഡ് സിനിമാനിർമാണത്തിൽ ആരംഭകാലത്ത് അവിടത്തെ സ്റ്റുഡിയോകളിൽ ഒരേസമയം വിശ്വപ്രസിദ്ധരായ എഴുത്തുകാർ പ്രവർത്തിച്ചിരുന്നു. സിനിമ എന്ന സങ്കേതത്തിന്റെ ഘടനതന്നെ മാറിയതിനുകാരണം പ്രേക്ഷകരെ ഒരേസമയം രസിപ്പിക്കുകയും ചിന്തിപ്പിക്കുകയും ചെയ്യുന്ന പ്രമേയങ്ങളും പരിഷ്കൃതമായ അവതരണരീതിയും, ഈ എഴുത്തുകാരും സാങ്കേതിക വിദഗ്ധരും കൊണ്ടുവന്നതുതന്നെ. രണ്ട് മാധ്യമമെന്ന കാഴ്ചയെ മറികടന്ന് ഒരുപാട് കലാരൂപങ്ങളുടെ ഒരൊറ്റ കലയായി സിനിമ മാറുന്ന അൽഭുതപരിണാമം സംഭവിക്കുന്നത് കാണാനായത് ഒരു ജനകീയകല ലോകവ്യാപകമായി അംഗീകരിക്കപ്പെടുന്നതിന്റെ ആവേശമായിരുന്നു.

ഒരർഥത്തിൽ അത് ചിന്താശക്തിയുള്ള എഴുത്തുകാരന്റെ മനസ്സിന്റെ വികാസം തന്നെയായിരുന്നു. ഇന്ത്യൻ സിനിമയിൽ ഏറ്റവും പ്രചാരമുള്ള കഥകൾ സിനിമയാക്കിയതിനുകാരണം അത് പ്രേക്ഷകമനസ്സിന്റെ താൽപര്യം തന്നെയാവും. എന്നും മനസ്സിൽ നിറഞ്ഞുനിൽക്കുന്ന സ്വപ്നങ്ങളിൽ പുതിയ ആകാശമേകാനും അതിൽ പുതിയ മേഘങ്ങൾ പറക്കാനുമാവുന്നത് പ്രചുരപ്രചാരമായ ജീവിതവീക്ഷണം തന്നെയാണ്. പുരാണകഥകളും ഐതിഹ്യമാലകളും ബാലകഥകളുമൊക്കെ ഒരുപാടുതവണ പറഞ്ഞ് പഴകിയതെങ്കിലും വാമൊഴിയിൽനിന്ന് വരമൊഴിയിലേക്കും പിന്നീട് കറുപ്പും വെളുപ്പുമായ ചിത്രങ്ങളിലേക്കും വർണം ചാലിച്ച ചലച്ചിത്രങ്ങളിലേക്കുമൊക്കെ മാറി അത് ഇന്നും നിലനിൽക്കു

ന്നതിനുകാരണം അതിൽ നിറയുന്ന സാഹിത്യവും സന്ദേശവുമാകുന്നു.

സംവിധായകനും എഴുത്തുകാരനും ഒരാൾതന്നെയാവുന്നതിൽ നല്ലത് രണ്ട് മനസ്സുകളുടെ സങ്കലനത്തിൽ ലഭിക്കുന്ന മൂന്നാമത്തെ രൂപത്തിനുവേണ്ടിത്തന്നെയാണ്. സർവതിലും ത്രിത്വം നിലനിൽക്കുന്നത് ആവശ്യമാണെന്ന് ചിന്തിക്കുന്ന ഒരു മനസ്സുണ്ട്. പിതാവും മാതാവും പുത്രനും. പിതാവും പുത്രനും പരിശുദ്ധാത്മാവും എന്ന പരിശുദ്ധ ത്രിത്വം ഏതൊരു കലാരൂപത്തിലും നിറഞ്ഞുനിൽക്കുന്നുണ്ട്. സിനിമ കാണുന്നതിലും കാണിക്കുന്നതിലും നിർമിക്കുന്നതിലും ഇഴചേർത്ത് സഞ്ചരിക്കുന്ന സമാന മനസ്സുകളുടെ ഒത്തുചേരലുണ്ട്. അതിൽ കലയും കച്ചവടവും അതിനുവേണ്ടിയുള്ള ശ്രമവുമുണ്ട്.

ദേവസംഗീതം കേൾക്കുന്ന ജീവിതം

മനുഷ്യൻ സംഗീതം കേൾക്കുന്നത് അവന്റെ ജീവൻ നിലനിൽക്കുന്നതിന് തുല്യമായാണ്. ചാക്കാലയ്ക്കും നാവോറിനും അവൻ സംഗീതത്തെ കൂട്ടുപിടിക്കുന്നു. സംഗീതമില്ലാത്ത അവസ്ഥകൾ അവന്റെ ജീവിതത്തിലുണ്ടാവുന്നേയില്ല. പ്രഭാതങ്ങൾ അമ്പലങ്ങളിലെ റെക്കോഡ് പാട്ടാണ്. പള്ളികളിലെ ബാങ്ക് വിളിയാണ്. അത് പിന്നെ റേഡിയോ പാട്ടിലേക്കും ടി വിയിലെ സിനിമാപ്പാട്ടിലേക്കും നീങ്ങും. അങ്ങനെ ജീവിതത്തിന്റെ സകലാവസ്ഥകളിലേക്കും സംഗീതം വഴി തെളിച്ചുകൊണ്ടുപോകുമെങ്കിൽ അതിലേറ്റവും പ്രിയമായതെന്തെന്നാലോചിക്കും. അനാഥമാകുന്ന ഒരു വഴിയിലെ കൂട്ടായി ഏതു ഗീതമാവും വിളിക്കാവുന്നത്. ഓരോ പാട്ടും ഓരോരുത്തർക്കും ഓരോ രീതിയിലാവും സ്പന്ദിക്കുന്നത്. പാട്ട് ഹൃദയത്തിന്റെ ഒഴുക്കാണെന്ന് കരുതും. സന്തോഷത്തിന്റെയും സന്താപത്തിന്റെയും കാലത്ത് ആശ്വാസത്തിന്റെ കാറ്റായി വരും. ബാല്യകൗമാരയൗവനത്തിന്റെ സഞ്ചാരങ്ങളിൽ വിയർപ്പിന്റെയും കാത്തുനിൽപിന്റെയും ശകാരത്തിന്റെയും വേദനയുടെയും മഴയും വെയിലുമാകും. ആരുടെയൊക്കെയോ ഓർമകളിൽ വീണ്ടും അന്നത്തെ പാട്ടുകളുണ്ടാവും. പിന്നെയത് സ്വകാര്യതയുടെ തലോടലാവും.

സിനിമാഭിനയം തുടങ്ങുന്നതിനുമുന്നെ സഹസംവിധായകനായി തുടങ്ങിയ തമിഴ് ചിത്രത്തിൽ ഒമ്പത് പാട്ടുണ്ടായിരുന്നു. അത് ചിത്രീകരിച്ചത് രാജീവ് അഞ്ചലായിരുന്നു. തങ്കക്കൊലുസ് എന്നായിരുന്നു ആ ചിത്രത്തിന്റെ പേര്. ഒമ്പത് പാട്ടുകളും വ്യത്യസ്തമായി വരണമെന്ന ആഗ്രഹത്തിൽ വിവിധമാനയിടങ്ങളിൽ അത് ചിത്രീകരിച്ചു. പത്മനാഭപുരം കൊട്ടാരത്തിൽ പെട്ടുപോകുന്ന രണ്ട് ചെറുപ്പക്കാരുടെ കഥയായിരുന്നു അത്. ഒരു അരമനയുടെ കഥയും. ഇളൈ തെൻട്രൽ ദേവയും കവിയരശ് വൈര

മുത്തുവും ചിട്ടപ്പെടുത്തിയ ആ ഗാനങ്ങളിലൂടെ ഞാൻ സിനിമയെന്ന ലോകത്തെ ഗാനചിത്രീകരണരംഗങ്ങളിലേക്ക് സഞ്ചരിക്കുകയായിരുന്നു. പ്രണയത്തിന്റെയും പകയുടെയും ശൃംഗാരത്തിന്റെയും വേർപാടിന്റെയും ഹൃദയതാളമായിരുന്നു ആ പാട്ടുകളുടെ ശക്തി. നൃത്തത്തിന്റെ സാധ്യതകൾ എങ്ങനെ പാട്ടുകളിൽ വരുന്നുവെന്ന് ഞാൻ പഠിക്കുകയായിരുന്നു. തമിഴ് മലയാള സിനിമകളുടെ വഴികളിൽ പാട്ടുകൾ പ്രേക്ഷകഹൃദയങ്ങൾ ഏറ്റുവാങ്ങുന്നതും തൊട്ടറിയുകയായിരുന്നു.

സിനിമകളിൽ പാട്ടുപാടിയും നൃത്തം ചെയ്തും അഭിനയിച്ചിട്ടുണ്ട്. കാശ്മീരമെന്ന ആദ്യ സിനിമയിലെ പാട്ട് ഹരിയാനയിലെ കടുകുപാടത്തിലും ആഗ്രയിലെ താജ്മഹലിനുമുന്നിലെ യമുനാ നദിയുടെ തീരത്തും മൺമറഞ്ഞുപോയ ചക്രവർത്തിമാരുടെ ശവകുടീരങ്ങളിലുമായി ചിത്രീകരിച്ച് പ്രേക്ഷകമനസ്സുകളിൽ ഇടം നേടി. സിനിമകളിലെ പാട്ട് ചിത്രത്തിന്റെ കഥയും പശ്ചാത്തലവും നടീനടന്മാരുടെ പ്രകടനങ്ങളും മറന്നാലും കാലത്തെ അതിജീവിച്ച് നിൽക്കുന്നു. അത് ചിലപ്പോൾ ഈണത്തിന്റെയും സാഹിത്യത്തിന്റെയും ദൃശ്യത്തിന്റെയും ചന്തംകൊണ്ടാവും. പണ്ട് റേഡിയോയിൽ ഇഷ്ടപ്പെട്ട പാട്ടുകൾ കേട്ട് ആ നിമിഷങ്ങൾ ഓർമകളിലേക്കാവാഹിക്കും. ഇന്ന് ടെലിവിഷൻ എന്ന മാധ്യമം അതിന്റെ ദൃശ്യങ്ങൾകൂടി പകർന്നുനൽകും. ഒരഭിനേതാവിന്റെ കാഴ്ചയിൽ ആ ചിത്രങ്ങൾ പഴയ ഒരുപാടോർമകളും നൽകും. പോരു നീ വാരിളം ചന്ദ്രലേഖേ, താജ്മഹൽ തീർത്തൊരീ രംഗഭൂവിൽ.. എന്ന കാശ്മീരത്തിലെ പാട്ടിൽ കൂടുതലും താജിന്റെ പശ്ചാത്തലം തന്നെയായിരുന്നു. താജ്മഹൽ ഞങ്ങൾക്ക് ഷൂട്ട് ചെയ്യാൻ അനുവാദമില്ലായിരുന്നു. ആർക്കിയോളജിക്കൽ ഡിപ്പോർട്ട്മെന്റ് അനുവാദം നൽകില്ലെന്ന് മനസ്സിലായപ്പോൾ എങ്ങനെ താജിനെ അതിന്റെ പൂർണതയിൽ കിട്ടുമെന്ന അന്വേഷണമായിരുന്നു ഞങ്ങളെ യമുനയുടെ കരയിലേക്ക് നയിച്ചത്. അതൊരു കഷ്ടപ്പെട്ട യാത്രതന്നെയായിരുന്നു. വരണ്ടുവിണ്ട പാടത്തുകൂടെ വഴിയില്ലാത്ത ഇടവഴിയിലൂടെ അന്യരുടെ വീട്ടുമുറ്റത്തുകൂടെ ഞങ്ങൾ യമുനയുടെ കരയിലെത്തുന്നു. ചെളി പിടിച്ച് ഒരു കറുത്ത ദ്രാവകം- നഗരമാലിന്യം നിറഞ്ഞ ഒരു ഓട, അതായിരുന്നു യമുന. നിൽക്കാനാവാത്തവിധം അസഹ്യമായ ഗന്ധവും. പക്ഷേ, അവിടെനിന്നുള്ള താജിന്റെ കാഴ്ച ഗംഭീരം തന്നെയായിരുന്നു. എല്ലാ പ്രതിബന്ധങ്ങളും സഹിച്ച് ആ പാട്ട് സെല്ലുലോയ്ഡിലാക്കി. ഇന്നും ടെലിവിഷനിൽ ആ ഗാനം വരുമ്പോൾ നല്ല അഭിപ്രായം കിട്ടുന്നു. ആ സ്ഥലത്തുനിന്ന് മണിരത്നം എന്ന സംവിധായകൻ ഇരുവർ എന്ന ചിത്രത്തിലെ ഒരു പാട്ട് ചിത്രീകരിച്ചിട്ടുണ്ട്. എനിക്കിപ്പോൾ പാട്ട് കമ്പോസിങ് മുതൽ സിനിമ തിയേറ്ററിലെത്തുന്നതിനു മുമ്പ് ടെലിവിഷനിൽ കൊടുക്കുന്നതുവരെയുള്ള പിടച്ചിലാണ്. ആളുകളുടെ പ്രതികരണമറിയുന്നതുവരെയുള്ള വേവലാതി. അതൊരു സുഖകരമായ നീറുന്ന കാത്തിരിപ്പാണ്.

അഭിനയിച്ച സിനിമകളിലെ പാട്ട് തന്നെയാണ് ഞാനെന്നും ഇപ്പോൾ

കൂടെ കൊണ്ടുനടക്കുന്നത്. അതിലേറ്റവും പ്രിയം രാജീവ് അഞ്ചൽ സംവിധാനം ചെയ്ത 'ഗുരു' എന്ന ചിത്രത്തിലെ ദേവസംഗീതം എന്ന ഗാനമാണ്. അത് കാഴ്ചയുടെയും സാഹിത്യത്തിന്റെയും ഈണത്തിന്റെയും നവ്യാനുഭവമാകുന്നു. 1997 ൽ സേലത്തിനടുത്ത് ഒരു മാഗ്നസൈറ്റ് ക്വാറിയിൽ എഴുപത്തിരണ്ട് ദിവസങ്ങൾ കൊണ്ട് പൂർത്തിയാക്കിയ ഒരു പാട്ട്. ഏകദേശം എഴുപത്തെട്ടോളം ഷോട്ടുകളിലൂടെ എന്നും അതികാലത്തും പോക്കുവെയിലിലും ചിത്രീകരിച്ചു. ആ പാട്ട് ഒരു തേങ്ങലായിരുന്നു. അതിന്റെ ആദ്യവരി നീറുന്ന ഒരു ഹൃദയത്തിന്റെ വേദന പൂണ്ട നിലവിളിയായിരുന്നു. ഒരു കാമുകന്റെ വിരഹത്തിന്റെ സങ്കടം, ഒരു സാമീപ്യത്തിനുവേണ്ടിയുള്ള അടങ്ങാത്ത ആഗ്രഹം.

ദേവസംഗീതത്തിന് തുല്യമായിരുന്നു ആ കാമുകി. ദേവസംഗീതം നീയല്ലേ എന്ന വരി കാറ്റിലെങ്ങുനിന്നോ ഒഴുകിവരുമ്പോലെ. അന്ധന്മാരുടെ താഴ്വരയിൽ എത്തിപ്പെട്ട ഒരു കാഴ്ചയുള്ളവന്റെ കഥ. അവൻ കാണുന്ന കാഴ്ചകൾ കാഴ്ചയില്ലാത്തവരുടെ ജീവിതം. കാഴ്ചയും അന്ധതയും ആരുടേതെന്ന് തിരിച്ചറിയുന്ന മനുഷ്യന്റെ കഥ. എസ് രമേശൻനായരായിരുന്നു ആ വരികളെഴുതിയത്.

"ദേവസംഗീതം നീയല്ലേ.
ദേവീ വരൂ.. വരൂ..
തേങ്ങുമീ കാറ്റ് നീയല്ലോ
തഴുകാൻ ഞാനാരോ
ദേവസംഗീതം നീയല്ലോ,
നുകരാൻ ഞാനാരോ..
ആരുമില്ലാത്ത ജന്മങ്ങൾ
തീരുമോ ദാഹമീമണ്ണിൽ
നിന്നോർമയിൽ ഞാനേകനായ്
നിന്നോർമയിൽ ഞാനേകനായ്...
ദൂരെ ശിഞ്ജിതം പൊഴിയുമ്പോൾ
ഉതിരുമീ മിഴിനീരിലും
പ്രാണ വിരഹവുമലിയുന്നു
എവിടെ നിന്മധുരശീലുകൾ
മൊഴികളേ നോവല്ലേ
സ്മൃതിയിലോ പ്രിയസംഗമം
ഹൃദയമേ ഞാനല്ലേ
സ്വരം മൂകം വരം ശോകം
പ്രിയനേ വരൂ വരൂ..
ശ്രുതിയിടും കുളിരായ്
നിന്നോർമകൾ നിറയുമ്പോൾ
ജനനമെന്ന കഥ തീർക്കാൻ
തടവിലായതെന്തേ നാം

ജീവദാഹമധുതേടി
വീണുപോയതെന്തേ നാം
സ്നേഹമെന്ന കനിതേടി
നോവുതിന്നതെന്തേ നാം
ഒരേ രാഗം ഒരേ താളം
പ്രിയ നീ വരൂ വരൂ..”

ഇശൈജ്ഞാനി ഇളയരാജയായിരുന്നു ഈ ഗാനത്തിന് ഈണമിട്ടത്. കഥയിലെ കാഴ്ചയില്ലാത്തവനൊരുക്കിയ സംഗീതമാണത്. അവന്റെ മനസ്സിൽനിന്ന് ഉതിർന്ന ഈണം. അവൻ നിർമിച്ച സംഗീത ഉപകരണം, അത് കാഴ്ചയുള്ളവൻ കണ്ടിട്ടില്ലാത്തത്. അതിൽനിന്നുൽഭവിക്കുന്ന സംഗീതവും ആരും കേട്ടിട്ടില്ലാത്തത്. അനുഭവിച്ചിട്ടില്ലാത്തത്. അതായിരുന്നു ഇളയരാജയെന്ന സംഗീതചക്രവർത്തി ജനഹൃദയങ്ങളിലെത്തിച്ചത്. ഗാനഗന്ധർവൻ യേശുദാസും വേർപാടിന്റെ മനസ്സ് ശബ്ദത്തിലാവാഹിച്ച് രാധികാതിലകും ദേവസംഗീതം പാടി. സേലത്തെ പകലിന് നീളം കൂടുതലായിരുന്നു, ആ ഷൂട്ടിങ് കാലത്ത്. എന്നും രാവിലെ അഞ്ചുമണിയാവുമ്പോൾ ഞാനും കാവേരിയും ചിത്രീകരണയിടത്ത് ആദ്യമെത്തും. തേങ്ങുന്ന ഹൃദയവുമായി ഗാനമാലപിക്കുന്ന രമണകന്റെ സഞ്ചാരവും കാത്തിരിപ്പും അവന്റെ സാമീപ്യം കൊതിക്കുന്ന സ്യമന്തകയെന്ന രാജകുമാരി കാവൽക്കാരുടെ പരിധികളിൽനിന്ന് അവരറിയാതെ വരുന്നതുമായ രംഗങ്ങൾ പ്രഭാതവെയിലിലും ബാക്കി ആളുകൾ വന്ന് മറ്റു സീനുകൾ എടുത്തുകഴിഞ്ഞ് എല്ലാവരും പോയതിനുശേഷം സായാഹ്നസൂര്യവെളിച്ചത്തിലുമായി ആ പാട്ട് പൂർത്തിയാക്കിയത് എഴുപത്തിരണ്ട് ദിവസങ്ങൾകൊണ്ടായിരുന്നു.

സിനിമയിലെ രമണകൻ പ്രത്യക്ഷപ്പെടുന്ന ആദ്യരംഗം ഏറ്റവും അവസാനം ഒരു വൈകുന്നേരമായിരുന്നു എസ് കുമാർ ഫിലിമിലാക്കിയത്. ആ ഷോട്ടോടുകൂടി ആ സിനിമയിലെ എന്റെ അഭിനയവും തീരുകയായിരുന്നു. ജീവനറ്റ മാഗ്നസൈറ്റ് ക്വാറിയിലെ മണ്ണിൽ നഗ്നപാദനായി കാഴ്ചയില്ലാതാക്കാൻ കണ്ണിൽ കാചമിട്ട് ആഞ്ഞുവീശുന്ന കാറ്റിൽ അതിന്റെ വേദനയനുഭവിച്ച് ഒരുപാട് ത്യാഗത്തിലൂടെ അഭ്രപാളിയിലായ ഒരു പാട്ട്. അതുപോലെ ഒരു ഗാനം വീണ്ടുമുണ്ടായിട്ടില്ലെന്ന് ഞാൻ കരുതുന്നു. ആ രീതിയിലൊരു ഈണം അതിനുശേഷവും ഞാൻ കേട്ടിട്ടില്ല. പരിമിതമായ എന്റെ അറിവുകളിലേക്ക് ഗുരുകടാക്ഷം പോലെ ലഭിച്ച കാലത്തെ അതിജീവിച്ച് നിൽക്കുമെന്ന് ഞാൻ പ്രതീക്ഷിക്കുന്ന ഓർമകളിൽ ഒരു സ്പന്ദനമായി ജീവിക്കുന്ന ഒരു പാട്ട്.

മനസ്സ്: പ്രകൃതിയെ നിയന്ത്രിക്കുന്ന അതീന്ദ്രിയശക്തി

മനുഷ്യമനസ്സിൽ ഉറങ്ങിക്കിടക്കുന്ന പ്രവർത്തനശേഷി ഉത്തേജിപ്പിക്കുവാനായി ആദ്യം മനസ്സിന്റെ പ്രകൃതം മനസ്സിലാക്കണം. വിജയകരമായ ഒരു ജീവിതത്തിലേക്കുള്ള യാത്രയുടെ തുടക്കമായി കാണാവുന്നത് മനസ്സിനെ എങ്ങനെയാണ് ഒരു ജേതാവിനെപ്പോലെ ചിന്തിപ്പിക്കുക എന്ന് പഠിക്കുന്നതാണ്. ജീവിതത്തിൽ മായാജാലം സൃഷ്ടിക്കുവാൻ മനസ്സിനാവും. പക്ഷേ, അത് പാകപ്പെട്ട ഒരു മനസ്സിന്റെ അനുവാദത്തോടെ മാത്രം. ജീവിതത്തിന്റെ പരിമിതികളെല്ലാംതന്നെ സ്വയംകൃതമാണ്. പരിമിതിയില്ലാതെ സ്വപ്നം കാണുകയും ചിന്തിക്കുകയും ചെയ്യുകയാണെങ്കിൽ ജീവിതത്തിൽ ആശ്ചര്യകരമായ സംഭവങ്ങൾ ഉണ്ടാവുകതന്നെ ചെയ്യും.

ഒരു ദിവസത്തിലെ ഓരോ നിമിഷത്തിലും അതിന്റെ ഓരോ അംശത്തിലും നിങ്ങൾ എന്ത് ചിന്തിക്കുന്നു എന്നത് നിങ്ങളുടെ ചിന്ത നിങ്ങളുടെ സാമ്രാജ്യത്തിന് രൂപം നല്കുന്നു. നാളെയുടെ സ്വപ്നങ്ങളെ പണിതുയർത്താൻ ഇന്നത്തെ ചിന്തകൾ സഹായിക്കുന്നു.

ജീവിതരീതി മാറ്റണമെന്നുണ്ടെങ്കിൽ മനസ്സിലെ ചിന്തകൾ മാറ്റുന്നതിൽനിന്ന് തുടങ്ങണം. ബാഹ്യവിജയത്തിന്റെ തുടക്കം ആന്തരിക വിജയത്തിൽനിന്നുമാണ്. നിങ്ങളുടെ ചിന്തകളുടെ നിയതാവ് നിങ്ങൾ തന്നെയാണ്. അതുകൊണ്ടുതന്നെ നിങ്ങൾ ചിന്തിക്കുന്ന രീതി നിങ്ങൾക്ക് മാറ്റുവാൻ കഴിയും. അതിലൂടെ ഏത് ദുഷ്ചിന്തകളെയും ഇല്ലാതാക്കുവാൻ നിങ്ങൾക്ക് കഴിയും. നമ്മുടെ ചിന്താരീതി എന്നത് ശീലങ്ങളെപ്പോലെയാണ്. മറ്റേതിനെയുംപോലെ അതിയായ ആഗ്രഹമുണ്ടെങ്കിൽ അതിനെ സാക്ഷാൽക്കരിക്കുവാൻ നിങ്ങൾക്കുമാത്രമേ സാധിക്കൂ.

വിജയത്തിലേക്ക് നയിക്കുന്ന ഒരു മാനസികഘടന ഒരുദിവസം കൊണ്ടുണ്ടാവുന്നതല്ല. അതിനുവേണ്ടി കഠിനാദ്ധ്വാനം ചെയ്യണം. ഏകാ

ഗ്രതയോടുകൂടിയുള്ള പരിശീലനത്തിലൂടെ വിസ്മയകരമായ മാറ്റങ്ങൾ നിങ്ങളുടെ ചിന്തയിലും അനുഭവത്തിലും പ്രവൃത്തിയിലും ഉണ്ടാകുന്നത് പ്രത്യക്ഷത്തിൽ ദർശിക്കുവാൻ കഴിയും.

ആത്മദർശനമാണ് നന്മയുള്ള ജീവിതത്തിന്റെ പ്രധാന താക്കോൽ. നമ്മുടെ മനസ്സിന്റെ ഗതിവിഗതികളാണ് ആത്മസാക്ഷാൽക്കാരത്തിന് കാരണഹേതുവാകുന്നത്. ഈ ദർശനം നമ്മുടെ ലക്ഷ്യങ്ങളും നേട്ടങ്ങളുമായി മാറ്റിയാൽ, വ്യക്തിത്വത്തെ തന്നെ അത് പരിഷ്ക്കരിക്കും. സ്വന്തം കഴിവിലും ബലത്തിലും ഉള്ള ആത്മവിശ്വാസം അത് വർധിപ്പിക്കും. പിന്നെ ലക്ഷ്യങ്ങൾ വളരെ പെട്ടെന്നുതന്നെ കൈവരിക്കുകയും സാധാരണക്കാരൻ അസാധാരണക്കാരനായി മാറുകയും ചെയ്യുന്നു.

നിങ്ങൾക്ക് നേടാൻ കഴിയുമെന്നുറപ്പുണ്ടെങ്കിൽ, ആ ലക്ഷ്യത്തിനു വേണ്ടി ഉറച്ച പരിശ്രമം നടത്തുക. നിങ്ങൾ അത് നേടിയിരിക്കും. നിങ്ങളുടെ ശാരീരികവും മാനസികവുമായ ഊർജത്തെ ഒരു ലക്ഷ്യത്തിലേക്ക് കേന്ദ്രീകരിക്കുക. നിങ്ങൾപോലുമറിയാതെ നിങ്ങളുടെയുള്ളിൽ സുഷുപ്തിയിലാണ്ടുകിടന്നിരുന്ന ശക്തികൾ ഉണർന്ന് പ്രവർത്തിക്കുന്നതറിയാൻ കഴിയും. ഒരു ബുദ്ധിമാന്റെ രഹസ്യമാണത്. നിങ്ങൾ എന്താണോ ഏറെ ഇഷ്ടപ്പെടുന്നതെന്ന് തിരിച്ചറിഞ്ഞാൽ അതുചെയ്യുവാൻ വേണ്ടി മാത്രമാവും നിങ്ങൾ ജീവിക്കുക. ഒരിക്കൽ ഒരു ജ്ഞാനി പറഞ്ഞതുപോലെ, നിങ്ങൾ ഏറ്റവുമധികം ചെയ്യാൻ ആഗ്രഹിക്കുന്നത് എന്തെന്ന് കണ്ടെത്തിക്കഴിഞ്ഞാൽ പിന്നീട് ജീവിതത്തിൽ ഒരു ദിവസം പോലും നിങ്ങൾക്ക് ജോലി ചെയ്യേണ്ടിവരില്ല. പക്ഷേ, അത്തരമൊരു ഉന്നതിയിലെത്തുവാൻ വളരെ കുറച്ചുപേർക്ക് മാത്രമേ കഴിയൂ.

മനസ്സിന്റെ നിലയെ സ്വാധീനിക്കുന്നത് ആകർഷണനിയമമാണ്. നിങ്ങൾ എന്ത് ചിന്തിക്കുന്നുവോ എന്തിൽ വിശ്വസിക്കുന്നുവോ അത് നിങ്ങളെ ജീവിതത്തിലേക്ക് ആകർഷിക്കും. ഉത്സാഹഭരിതരും സന്തോഷവാന്മാരുമായ മനുഷ്യർ അങ്ങനെയുള്ളവരെ തങ്ങളുടെ ജീവിതത്തിന്റെ പ്രചോദനമായി കരുതും. വിജയത്തെക്കുറിച്ച് നവപ്രതീക്ഷകളുള്ളവർ തങ്ങളെ ലക്ഷ്യസ്ഥാനത്തെത്തിക്കുന്ന അവസരങ്ങൾക്കായി അക്ഷീണ പ്രയത്നത്തിലേർപ്പെടും. ഉപബോധമനസ്സ് ജീവിതത്തിന്റെ അനന്തരഫലം നിർണയിക്കുന്നതിൽ ഒരു വലിയ പങ്ക് വഹിക്കുന്നുണ്ട്. നേട്ടത്തിന്റെ പരമാവധി ലഭിക്കുന്നതിനായി അതിനെ ഉപയോഗിക്കുവാൻ പഠിക്കണം. ആത്മദർശനത്തിന്റെ വ്യാഖ്യാനങ്ങൾ ഉപബോധമനസ്സിനെ പ്രചോദിപ്പിക്കുവാനായി സദാ സന്നദ്ധമാകുന്ന അവസ്ഥകളുണ്ടാവുന്നുണ്ട്.

നമ്മുടെ മനസ്സിന് ഒരുനേരത്ത് ഒരു ചിന്തയിൽ കേന്ദ്രീകരിക്കുവാനേ സാധിക്കുകയുള്ളൂ. ഈ അറിവുപയോഗിച്ച് ആ ചിന്ത മൂല്യവും പ്രാധാന്യവും നിറഞ്ഞ ഒന്നാക്കി മാറ്റുവാൻ ശ്രദ്ധിക്കണം. അശുഭകരമായ തോന്നലുകൾ മനസ്സിൽ പ്രവേശിക്കുന്നുവെങ്കിൽ അവയെ ആ നിമിഷം തന്നെ ഇല്ലാതാക്കുവാൻ ശ്രമിക്കണം. ഉപയോഗപ്രാധാന്യവും ഊർജം

പകരുന്നതുമായ തോന്നലുകൾ മനസ്സിൽ വളർത്തിയെടുക്കുമ്പോൾ ദുർബലമായവയ്ക്ക് അവിടെ സ്ഥാനം ഉണ്ടാവില്ല.

പ്രായോഗികോത്തേജനംകൊണ്ട് ഉണർന്ന് പ്രവർത്തിക്കുന്ന ഒരു വിജയതന്ത്രം നമ്മുടെ നിർദേശങ്ങൾക്കായി നമ്മുടെയുള്ളിൽത്തന്നെ കാത്തിരിപ്പുണ്ട്. അത് മനസ്സിലാക്കി നമ്മുടേതായ ലക്ഷ്യങ്ങൾ ഉണ്ടാക്കിയെടുത്താൽ ഈ വിജയതന്ത്രം അതിനുവേണ്ട അവസരങ്ങൾ നിർമിക്കുകയും നമ്മളെ ലക്ഷ്യസ്ഥാനത്തെത്തിക്കുകയും ചെയ്യുന്നു.

ഒരു മനുഷ്യമസ്തിഷ്കത്തിന്റെ ഏകദേശം 25% മാത്രമേ അതിന്റെ പരമാവധി കഴിവിൽനിന്ന് ഒരു മനുഷ്യൻ ഉപയോഗപ്രദമായ രീതിയിൽ പ്രവർത്തിപ്പിക്കുകയുള്ളൂവെന്നും ഇനിയും ബാക്കിയായ കഴിവുകളെപ്പറ്റി മനുഷ്യർ അജ്ഞനാണെന്നും അതിന്റെ പൂർണമായ വളർച്ച പ്രായോഗികപരിജ്ഞാനത്തിലൂടെ സാധൂകരിക്കാനാവുന്നതാണെന്നുമുള്ള ശാസ്ത്രസത്യം മനുഷ്യൻ മനസ്സിലാക്കുന്നില്ല. ഇത്രയൊക്കെ മതി എന്ന തീരുമാനത്തേക്കാൾ എത്രത്തോളമെന്നത് മനസ്സ് കേന്ദ്രീകരിച്ചാവാഹിക്കാം. പരിപൂർണമായ ആരോഗ്യമുള്ള ശരീരവും മനസ്സുമുണ്ടെങ്കിൽ ജീവിതത്തിന്റെ അത്യുന്നതങ്ങളിൽ ഒരു മനുഷ്യനെത്തിച്ചേരാനാവുമെന്ന് ഒരു ജീവിതംകൊണ്ട് തെളിയിക്കുവാൻ കഴിയും. അതുകൊണ്ട് മനസ്സിനെ വരുതിയിൽ നിർത്തി ജീവിതത്തിന്റെ അമൂല്യമായ ദർശനത്തിനായി സ്വയം സന്നദ്ധമാക്കുക. മനസ്സ് നമ്മുടേതാണ്. കറകളഞ്ഞ ജീവിതവീക്ഷണത്തെ ജീവിതചര്യയാക്കാനുള്ള ശ്രമമാകട്ടെ ജീവിതം.

ഇന്ത്യ, 66

ഒരു രാജ്യത്തിന്റെ സ്വാതന്ത്ര്യം എന്നത് അവിടെ ജീവിക്കുന്ന മനുഷ്യന്റെ സ്വതന്ത്രമായ ജീവിതംകൂടി ആശ്രയിച്ചാണ്. അറുപത്തിയാറു വർഷം കൊണ്ട് ഇന്ത്യ ആർജിച്ചത് പുരോഗമനവും ഉന്നതിയുമാണെന്ന് വിശ്വസിക്കുക എളുപ്പമല്ല. മാറിമാറി വരുന്ന ഭരണകർത്താക്കൾ അവരവരുടേതായ ആശയങ്ങൾ നടപ്പിലാക്കുന്നതിലൂടെ സ്വതന്ത്രമായ ഒരു ജീവിതം സാക്ഷാൽക്കരിക്കുന്നില്ല എന്നത് വാസ്തവം. ഒരാൾ നടപ്പിലാക്കുന്നത് അവരുടെ മാത്രമായ ഒരാഗ്രഹമാണ്. എന്നാൽ അത് പൂർത്തിയാക്കുന്നതിനുമുന്നെ അത് മാറ്റപ്പെടുകയും ചെയ്യുന്നു. രണ്ടാം ലോകമഹായുദ്ധത്തിൽ തീരെ തകർന്നുപോയ രാജ്യങ്ങൾകൂടി സത്യസന്ധമായ ജീവിതവീക്ഷണത്തിലൂടെ ആകാശവളർച്ച നേടുമ്പോൾ ഇന്ത്യ അതിന്റെ പിൻപുറങ്ങളിലൂടെതന്നെ സഞ്ചരിക്കുകയാണ്.

എന്റെ ഓരോ യാത്രകളിലും ഞാൻ കാണുന്നത് നഗരങ്ങൾമാത്രം വികസിക്കുകയും ഗ്രാമങ്ങൾ കൂടുതൽക്കൂടുതൽ ഇരുളിന്റെ ലോകത്തിൽ ആഴപ്പെടുകയും ചെയ്യുന്നതാണ്. നഗരവികസനം മാത്രമാണ് ഭരണകർത്താക്കൾക്കും രാഷ്ട്രീയപ്പാർട്ടികൾക്കും നേട്ടമുണ്ടാക്കുന്നത് എന്നതുകൊണ്ട് അവർ അങ്ങനെ ചിന്തിക്കുന്നു എന്നത് സത്യം. കർണാടകത്തിലെ ഗ്രാമങ്ങളിലെ പൊളിഞ്ഞ് നാശമായ മൺപാതയിൽ യാത്ര ചെയ്ത് ഒരു നഗരത്തിലേക്ക് കയറുമ്പോൾ നാമറിയുന്നത് ഇത്രയും നേരം സഞ്ചരിച്ചത് ഒരു സംസ്ഥാനപാതയിലൂടെയാണെന്നാണ്. നഗരങ്ങളിൽ മാത്രമാണ് ജീവിതം എന്ന് ചിന്തിക്കുന്നവരുടേതാകുന്നു ഇന്ത്യ. ഗ്രാമങ്ങളിലാണ് സത്യമായ ജീവിതമെന്നും ഗ്രാമങ്ങൾ വളരുന്നതിലൂടെ മനുഷ്യൻ അവന്റെ സുന്ദരവും സുരഭിലവുമായ ജീവിതസ്വപ്നങ്ങൾ സാക്ഷാൽക്കരിക്കുമെന്നും പറഞ്ഞ രാഷ്ട്രപിതാവിന്റെ വാക്കുകളിൽനിന്ന്

ഇന്ത്യ ബഹുദൂരം മാറ്റപ്പെട്ടുകഴിഞ്ഞു എന്ന സങ്കടവും ഞാനറിയുന്നു. രാജ്യത്തിന്റെ അടിസ്ഥാനവികസനം ആ മണ്ണിന്റെ സ്വഭാവത്തെക്കൂടി കണക്കിലെടുത്തുകൊണ്ടാണ്. കൃഷി എന്നത് വളർച്ചയുടെ തെളിവാണ്. എന്നാൽ പലയിടങ്ങളിലും കൃഷിഭൂമികൾ നശിപ്പിക്കപ്പെടുന്ന അവസ്ഥ കാണാനാവുന്നു. വ്യാവസായിക വളർച്ചയാണ് വിഭാവനം ചെയ്യുന്നതെന്ന് നമ്മളെ വിശ്വസിപ്പിക്കുന്നു. എന്നാൽ തികച്ചും സാധാരണക്കാരായ മനുഷ്യരുടെ ജീവിതനിലവാരം ഈ വ്യാവസായിക പുരോഗതിയിൽ ഉയരുന്നില്ല എന്നതും കണക്കുകളിൽ തെളിയുന്നു. കൃഷിഭൂമികളിൽ വിയർപ്പൊഴുക്കുന്ന കർഷകന് അവന്റെ വിയർപ്പിന്റെ മൂല്യം ലഭിക്കുന്നുമില്ല. ഇതൊരർഥത്തിൽ മനുഷ്യനെ മണ്ണിൽനിന്നകറ്റുകയും ചെയ്യുന്നു. ഇത് വരാനിരിക്കുന്ന ജനതയെ കൂടുതൽക്കൂടുതൽ പരാശ്രയത്തിനടിമയാക്കും എന്നത് തിരിച്ചറിയുന്നുമില്ല. ഉള്ളവൻ എന്നും വളരുകയും ഇല്ലാത്തവൻ ഏറ്റവും താഴ്ന്ന് ഇല്ലാതാവുകയും ചെയ്യുന്നു എന്നത് സങ്കടവും.

ഭാരതമെന്നത് അഖണ്ഡമായ ഒരു സ്വപ്നമാണ്. ഒരുപാട് നാട്ടുരാജ്യങ്ങൾ ഒരു പൊതുശത്രുവിനെതിരെ യുദ്ധം ചെയ്യുകയും അതിലെ വിജയം ഇന്ത്യ എന്ന മഹാരാജ്യത്തിന്റെ ഉദയമാകുകയും ചെയ്തതിന് ഗാന്ധിജി എന്ന വിശ്വാസമുണ്ടായിരുന്നു. എന്നിട്ടും അന്നും വിഘടനവാദത്തിന്റെ ആശങ്കകളുയർന്നെങ്കിലും അതിനെ അതിജീവിക്കുവാൻ ആത്മാവ് നല്കിയ ആ സത്യത്തിന്റെ തുടർച്ച ഇന്ന് ഇല്ലാതാവുന്നു എന്നത് ആശങ്കപ്പെടുത്തുന്നു. ഇന്ത്യ പതുക്കെപ്പതുക്കെ ജനാധിപത്യ രാഷ്ട്രീയബോധത്തിൽനിന്നും മതത്തിന്റെയും ജാതിയുടെയും ഭാഷയുടെയും ഒറ്റത്തുരുത്തുകളാവാൻ ശ്രമിക്കുന്നു. വിവിധ രാഷ്ട്രീയകക്ഷികളാൽ ഒരു പൊതുസ്വഭാവം ഉണ്ടാക്കുവാൻ ശ്രമിച്ച അവസ്ഥയിൽനിന്ന് എല്ലാവരും അവരവരുടേതായ അധികാരം ഉയർത്തുന്നത് പഴയ അവസ്ഥയിലേക്കുള്ള തിരിച്ചുപോക്കുതന്നെയാവുന്നു. ചെറുപ്പക്കാരിൽനിന്ന് രാഷ്ട്രീയബോധവും ചിന്തയും അകന്നിരിക്കുന്നു. കഴിഞ്ഞ അഞ്ചുവർഷങ്ങളിൽ പുതുതായി സമ്മതിദാനാവകാശത്തിനർഹരായ 14,93,62,120 ചെറുപ്പക്കാരുണ്ടെന്നാണ് കണക്കുകൾ പറയുന്നത്. ഈ പൊതുസമൂഹം ഭാവിയെ എങ്ങനെ കാണുമെന്നതാണ് വരാനിരിക്കുന്ന തിരഞ്ഞെടുപ്പ് അടയാളപ്പെടുത്തുക. സ്കൂളുകളിലും കൊളേജുകളിലും രാഷ്ട്രീയപാഠങ്ങൾ നൽകുന്നതിൽ പിന്നാക്കം പോവുകയോ രാഷ്ട്രീയം നിരോധിക്കുകയോ ചെയ്തതൊക്കെ പൊതുസമൂഹത്തിന്റെ പൊതുബോധം ഇല്ലാതാക്കിയെന്ന സത്യം അനുഭവിക്കുവാൻ പോകുന്നു. തികച്ചും രാഷ്ട്രീയമല്ലാത്ത ഒരു ജനത രൂപപ്പെടുന്നത് ഒരു രാജ്യത്തിന്റെ ഐക്യത്തിന് വിരുദ്ധമാവുമെന്നും സംശയിക്കുന്നു. സമ്പത്തും അധികാരവും പുതുജനതയുടെ സ്വപ്നവും ആവേശവുമാവുന്നു. പണത്തെ ആധാരമാക്കി ചിന്തകൾപോലും രൂപപ്പെടുന്നു. ആയതിനാൽ സ്വാതന്ത്ര്യം നേടിത്തന്ന

പ്പോൾ ആഗ്രഹിച്ചതും കണ്ടതുമായ വീക്ഷണവഴികളിൽനിന്ന് ഇന്ത്യ മാറിക്കൊണ്ടേയിരിക്കുന്നു. മുഴുവൻ ജനതയുടെയും പുരോഗതി എന്നത് ചില സംഘങ്ങളുടേതുമാത്രമായി മാറുന്ന കാഴ്ചയും അറിയുന്നു. വിശ്വസിക്കാനും അഭയം പ്രാപിക്കാനാവുന്നതുമായ ഒരു നേതാവും നമുക്കില്ലാതാവുന്നു. ആയതിനിടയിൽ ചില ചിന്തകളുടെ പുതു നക്ഷത്രങ്ങളുദിക്കുന്നുവെങ്കിലും അതിലും കലർപ്പുണ്ടാവും എന്നത് തെളിയുവാൻ പോകുന്നു. ചില വിശ്വാസങ്ങളിൽനിന്ന് പൊഴിഞ്ഞുപോവുകയോ അകന്നുമാറുകയോ ചെയ്ത ആളുകൾ പുതുവിശ്വാസങ്ങളിൽ ലയിക്കുന്നതിൽ അവരവരുടേതായ ആഗ്രഹങ്ങൾ മുളപ്പിക്കുകയില്ല എന്ന് വിശ്വസിക്കുവാനാവുന്നുമില്ല. ഏത് പുതിയ കക്ഷിരാഷ്ട്രീയത്തെയും തുറന്ന കണ്ണുകളും മനസ്സുമായി സമീപിക്കുവാനാവുന്നില്ല എന്നതാണ് കഴിഞ്ഞകാലം ഓർമപ്പെടുത്തുന്നത്. എല്ലാ കക്ഷികൾക്കും സ്വന്തം താൽപര്യങ്ങളുണ്ടെന്നും അത് പ്രാവർത്തികമാക്കാനാണ് അവർ ശ്രമിക്കുകയെന്നും മാധ്യമങ്ങൾ നമ്മെ ബോധ്യപ്പെടുത്തുന്നു. ഇത് ഇന്ത്യ എന്ന മഹാരാജ്യത്തിന്റെ പുരോഗതിയും വളർച്ചയുമാണോ എന്ന് ആശങ്കപ്പെടുന്നു.

ഏകവും നിത്യവുമായ കാലം

ജീവിതത്തിൽ ഒരുപാട് കണക്കെടുപ്പ് നടത്തുന്ന മനുഷ്യരുടെ കഥകളാണ് എല്ലാവരും പരക്കെ പറയുന്നത്. നമ്മുടെ ചിന്തകളിലും സ്വപ്നങ്ങളിലും പ്രകാശമയമായ ഒരുകാലമുണ്ടാകണമെന്ന് നാം ആഗ്രഹിക്കുന്നു. നമ്മുടെ പ്രാർഥനകളിൽ നമുക്ക് താങ്ങായി നമ്മുടെ വിധാതാവുണ്ടാകുമെന്ന് നാം പ്രത്യാശിക്കുന്നു. ആകാശം മുട്ടെ വളർന്നുനിൽക്കുന്ന വൻമരങ്ങളിൽനിന്ന് താഴോട്ട് നോക്കുമ്പോൾ കാണുന്ന കാഴ്ചകൾ ഒരു കടുകുമണിയുടെ വലുപ്പമുള്ളതാവും. മനുഷ്യജീവിതത്തിന് ഇഹലോകത്തിൽ ഒരു കടുകുമണിയുടെ സ്ഥാനമേയുള്ളൂവെന്ന ചിന്ത ഉയർന്ന മനസ്സുകൾക്ക് തിരിച്ചറിയാനാവും. ഓരോ ജീവിതത്തിനും ഒരു കാഴ്ചപ്പാടുണ്ടാകും. അത് ജീവിച്ച് കാണിച്ചുകൊടുക്കേണ്ടുന്ന ഒന്നാണ്. അനന്തമായ ഈ ഗോളത്തിൽ ഒരു പരമാണുവായി ജീവിച്ചുതീരുമ്പോൾ ആർക്കെങ്കിലും എന്തെങ്കിലും നന്മകൾ ചെയ്ത് ജീവിച്ചുതീർന്നുവെന്ന സമധാനത്തോടെ, പരമമായ മുക്തിക്കുവേണ്ടിയുള്ള യാത്രയാവാമെന്ന് ആശ്വസിക്കാം.

മനുഷ്യവിഭവശേഷി മന്ത്രാലയം സ്ഥാപനങ്ങളിലും വ്യക്തികളുടെ സംഘങ്ങളിലും നടപ്പിലാക്കുന്ന ഏതൊരു പുതിയ തുടക്കങ്ങൾക്കും മുൻപേയായി ഒരു തത്ത്വം പരിശീലിപ്പിക്കുന്നുണ്ട്. മനുഷ്യന്റെ എല്ലാ പ്രശ്നങ്ങൾക്കും കാരണമാകുന്നത് മനസ്സിന്റെ പിരിമുറക്കമാണ്. കലുഷിതമായ ഒരു മനസ്സിന് നന്മയുണ്ടാക്കുന്ന ഒന്നും ചിന്തിക്കാനാവില്ല. സംഘർഷങ്ങൾ നിറഞ്ഞ ജീവിതകാലം അധോഗതിയുടെ ആഴങ്ങളിൽ പതിക്കും. അതുകൊണ്ടുതന്നെ അവർ ഒരു പുതിയ പദ്ധതി ആധുനിക ലോകത്തിനായി ഒരുക്കിയിരിക്കുന്നു. കൂട്ടുചേർന്നുള്ള ജീവിതചുറ്റുപാടുകളിൽ മനുഷ്യൻ അവന്റെ ഉന്നമനത്തിനായി അഹോരാത്രം പരിശ്രമി

ച്ചിരുന്ന ഒരു കാലമുണ്ടായിരുന്നു. ഗ്രാമങ്ങളിലും ഗൃഹങ്ങളിലും അവൻ സ്വച്ഛമായ ഒരു ജീവിതം നയിച്ചിരുന്നു. അവന്റെ പ്രാർഥനകൾ സമൂഹത്തിനുവേണ്ടിയായിരുന്നു. ഗ്രാമങ്ങൾ നഗരങ്ങളുടെ ആധിപത്യത്തിന് കീഴടങ്ങിക്കൊണ്ടിരിക്കുന്ന അവസ്ഥകളിൽ, മനുഷ്യനിലെ സംഘം ചേരുന്ന പ്രവണതയിൽനിന്ന് പിന്മാറുന്ന ഇന്നത്തെക്കാലത്ത് ഒറ്റപ്പെടുന്ന ജീവിതങ്ങൾ തണൽമരങ്ങളില്ലാതെ പൊരിവെയിലത്ത് തളർന്ന് വീഴുവാൻ തുടങ്ങുന്ന പരിതാപകരമായ കാഴ്ചകൾ മനുഷ്യപുരോഗതിയുടെ സ്വയം വളർച്ചയെ ഇല്ലാതാക്കുന്നു. ഇത് തിരിച്ചറിഞ്ഞ ഒരു കൂട്ടായ്മയാണ് ഈ പദ്ധതി ആവിഷ്ക്കരിച്ചത്. ഒരു സ്ഥാപനത്തിലെ എല്ലാ ജോലിക്കാരും വിവിധ മാനസികസാഹചര്യങ്ങളിലാവും ഓരോ ദിവസവും ജോലിക്കെത്തുന്നത്. അവരുടെ മനസ്സ് പറയുന്നപോലാവും പ്രവർത്തനവും. ചിലപ്പോൾ ഉയർച്ചയും മറ്റു ചിലപ്പോൾ തകർച്ചയും അതുമൂലം സംഭവിച്ചേക്കാം. ഓരോ പ്രഭാതവും നൽകുന്ന ഊർജമാവും അന്നന്നത്തെ പ്രവർത്തനത്തിന്റെ തോത് നിശ്ചയിക്കുന്നത്. സ്വച്ഛമായ മനസ്സുമായി ജീവിതത്തിനൊത്ത് വ്യക്തമായ ദർശനമുണ്ടായാൽ അതിൽനിന്ന് പ്രസരിക്കുന്ന വെളിച്ചം ലോകത്തിന് ഉപകാരപ്രദമാകുന്നതുതന്നെ ആയിരിക്കും. ഒരു സ്ഥാപനത്തിലെ ഓരോ ജോലിക്കാരനും പരസ്പരം കാണുന്ന വേളയിൽ അഭിവാദനം അർപിക്കണം. അതിന് ഊഷ്മളമായ ഒരു സ്വാഗതത്തിന്റെ മാറ്റുണ്ടാകണം. ഒരുവേളയതിന് സ്പർശനത്തിന്റെ സുതാര്യതയുണ്ടാവണം. മനസ്സിന്റെ ആഴങ്ങളിൽനിന്ന് വരുന്ന സ്നേഹത്തിന്റെ വാക്കുകളുണ്ടാവണം. ഇത് ഒന്നാം ഘട്ടം. മനസ്സറിഞ്ഞ ഒരു കൂട്ടായ്മയിൽ ഏകാഗ്രമായ ഒരു ധ്യാനാവസ്ഥയിലേക്ക് സ്വയം സമർപ്പണമാകും രണ്ടാം ഘട്ടം. എല്ലാ മനസ്സുകളും ഒരു കേന്ദ്രീകൃത ബിന്ദുവിലർപ്പിക്കുമ്പോൾ അതൊരു ശക്തിയാകും. ആ ഊർജമാകും മനുഷ്യനിലെ നന്മ നിറഞ്ഞ പ്രവർത്തനത്തിന്റെ ഇന്ധനം. ഈ ഇന്ധനം നിറഞ്ഞുകഴിയുമ്പോൾ അതെന്തിനുവേണ്ടിയാകണമെന്ന തീരുമാനം മനസ്സിൽ കാണണം. ഒരു സ്വപ്നം പോലെ ഒരു ദർശനം പോലെ വിചാരിക്കുന്ന കാര്യങ്ങൾ നടക്കുന്നതായ ഒരു കാഴ്ച മനസ്സിന്റെ തിരശ്ശീലയിൽ കാണുക. ആ സ്വപ്നം സാക്ഷാത്ക്കരിക്കുവാനുള്ള പ്രവർത്തനവുമായി ഒരു ദിനം കഴിയുന്നു. ഏതൊരു നല്ല കാര്യവും കണ്ടാൽ അതാരുമാകട്ടെ അത് ചെയ്തവരുടെ തോളിൽത്തട്ടി ഒന്ന് പ്രകീർത്തിക്കുവാനുള്ള സന്മനസ്സുണ്ടാകുമ്പോൾ അതൊരുത്തേജനമാകും. അതിലൂടെ പ്രവഹിക്കുന്ന പോസിറ്റീവ് എനർജി ഒരു ജീവിതകാലം മുഴുവനും നിലനിൽക്കുന്നതിനുള്ള പരിശ്രമോപാധിയാകും. ഒരു സ്ഥാപനത്തിലെ ഏറ്റവും ചെറിയ ജോലിക്കാരൻ മുതൽ നടത്തിപ്പുകാരൻ വരെ ഒരേ മനസ്സോടെ ഒരു ശ്രമത്തിലേർപ്പെടുമ്പോൾ അവരവരുടെ പരമാവധി കഴിവുകളെ ഉപയോഗിക്കും. ഓരോ വ്യക്തിയുടെയും സ്വയാർജിത കഴിവുകൾ വ്യത്യസ്തവുമായിരിക്കും. എങ്കിലും ആരും ഒരാളിന് കീഴെയോ മേലെയോ അല്ല എന്നുള്ളത് മനസ്സിലാക്കിയാൽ മനുഷ്യരിലെ അഹന്തയെന്നത് തുടച്ചുമാറ്റുവാൻ

കഴിയും. തുറന്ന മനസ്സും പുഞ്ചിരിക്കുന്ന മുഖവും കാലുഷ്യമില്ലാത്ത ഒരു ജീവിതത്തിന്റെ സഞ്ചാരമാകും. എല്ലാ പ്രവർത്തനങ്ങളും പ്രാവർത്തികമായി കഴിയുമ്പോൾ നിറഞ്ഞ ചാരിതാർത്ഥ്യത്തോടെ വിശ്രാന്തിയിലേക്ക് സമർപ്പിക്കാം. അവിടെ പ്രാർഥനകൾ മാത്രമേയുണ്ടാകൂ. ഇതൊരു തത്ത്വമായി മനുഷ്യവിഭവശേഷി മന്ത്രാലയത്തിന്റെ പദ്ധതി നടത്തിപ്പുകളിലെ ആമുഖമായി കൊണ്ടുനടക്കുന്നു. അതിലൂടെ മനുഷ്യവിഭവമെന്ന മഹാശക്തിയെ കേന്ദ്രീകൃതമാക്കുന്നു. പല മനസ്സുകളെ ഒരുമയോടെ സ്വരുമിപ്പിക്കുന്ന ഇത്തരം പ്രവർത്തനതത്ത്വങ്ങൾ ആധുനിക ലോകത്തിന്റെ വിജയമന്ത്രമായി, മനുഷ്യവിഭവശേഷി പുനരുദ്ധരിക്കുന്നതിനുള്ള പുതിയ മന്ത്രമായി പ്രസരിപ്പിക്കുന്നു.

നവലോകത്തിന്റെ പുതിയ കണക്കെടുപ്പുകളൊന്നുമില്ലാത്ത ഒരു കാലത്തുതന്നെയാണ് നവജ്യോതി ശ്രീ കരുണാകര ഗുരു മനുഷ്യകുലത്തെ ഒന്നിപ്പിച്ച് ഒരു മഹാസ്രോതസ്സാക്കി മാറ്റുവാൻ പ്രാർഥനയും ഏകാഗ്രതയും സങ്കല്പവും വിശ്വാസികൾക്കേകിയത്. പുതിയ കാലത്തിന്റെ വിജയഗാഥകളെഴുതുന്നവർ ഇതുതന്നെയാണ് പ്രയോഗത്തിൽ വരുത്തുന്നത്. രമണമഹർഷിയുടെ വാക്കുകളിൽ, നിന്റെ ജീവൻ പ്രകാശമാനമായി, ആ പ്രകാശത്തിൽ ഈ ലോകത്തിന്റെ തമസ്സിലേക്ക് ഒരു ചെറിയ കിരണമെങ്കിലും തെളിയിക്കുവാൻ കഴിയണമെങ്കിൽ ചെയ്യേണ്ടുന്ന കർമമെന്ത്? സ്വയം പുണ്യമില്ലാത്തവന് എങ്ങനെയാണ് മറ്റുള്ളവർക്ക് പുണ്യം നൽകുവാൻ കഴിയുക? ദൈവത്തെ പ്രാപിക്കുവാൻ, നിന്റെ കർമവും ധർമവും ഒന്നാകാൻ, അതിലൂടെ പുണ്യം നേടാൻ ഒരു മധ്യവർത്തി വേണം. ജ്ഞാനിയുടെ സത്സംഗത്തിൽ അകപ്പെടൂ. ആ വരികളെ മാനിച്ചെടുക്കുക. മറ്റൊരനുഷ്ഠാനങ്ങളും വേണ്ടിവരില്ല. ജീവിച്ചിരിക്കുമ്പോൾത്തന്നെ നിനക്ക് മുക്തനാകാം. കൃത്രിമമായ അനുഷ്ഠാനങ്ങളില്ലാതെ ജ്ഞാനിയുടെ സംസർഗത്തിലൂടെ വരുന്ന മാറ്റം സ്വാഭാവികം മാത്രമാണ്. തീർഥങ്ങളിലെ പുണ്യജലത്തിനോ, അതല്ല കല്ലിലും മണ്ണിലും ഉണ്ടാക്കിവച്ച ദേവരൂപങ്ങൾക്കോ കരുണാമയനായ ഋഷിവര്യന്റെ ഒറ്റനോട്ടത്തിൽ കിടപിടിക്കാനാവുമോ.

കാലത്തിന്റെ പുതിയ ചട്ടങ്ങളിൽ നമുക്കായിക്കണ്ട കാഴ്ചകൾ ഒരു പ്രകാശനാളമായി കൊണ്ടുനടക്കുവാൻ കഴിയുന്ന ഒരു ജീവിതചര്യയുണ്ടാക്കുവാനുള്ള പ്രയത്നമാകണം സ്വന്തം ജീവിതം. അന്യനുവേണ്ടി സങ്കടപ്പെടുന്ന ഒരു മനസ്സിൽ മാത്രമേ നന്മയുടെ നീരോട്ടമുണ്ടാകൂ എന്ന തത്ത്വത്തിലൂടെ ഒരു യാത്ര. കണ്ടതും കേട്ടതും ഒരരിപ്പയിലിട്ടരിച്ചെടുത്ത് സ്വയം തിരിച്ചറിഞ്ഞ് ഒരു യാത്ര. സത്യസന്ധമായ ഒരു പാതയിലൂടെ മനസ്സിനെ നയിച്ചുകൊണ്ടൊരു യാത്ര.

സമൂഹത്തെ ബാധിച്ച രോഗം

മനുഷ്യൻ എന്നത് മഹത്തായ ഒരനുഭവമാണ്. സ്നേഹിച്ചും ബഹുമാനിച്ചും ഈ ഭൂമണ്ഡലത്തിൽ സകലതിനോടും സഹാനുഭൂതി കാണിച്ചും ഒന്നാണെന്ന് വിശ്വസിച്ചും ജീവിക്കുന്ന ബോധമുള്ള ഒരവസ്ഥയാകുന്നു. കണ്ടും കേട്ടും അതിനെ ഇഴകീറി വ്യാഖ്യാനിച്ചും അവൻ വ്യക്തമായ തീരുമാനങ്ങളിൽ എത്തുന്നവനാകുന്നു. അവനറിയാത്തതായി ഒന്നുമില്ലെന്ന് അഹങ്കരിക്കുന്നു. പ്രപഞ്ചത്തിന്റെ സർവമാറ്റത്തിനും വിധാതാവും സാക്ഷിയുമായി അവൻ വർത്തിക്കുന്നു. മനുഷ്യൻ സ്വയമോ മറ്റുള്ളവരാലോ നിർമിക്കപ്പെട്ടവനാകുന്നു. അവന്റെ ചിന്തകളുടെ ആയുധശാലയിൽ സ്വയം നശീകരണപ്രാപ്തമായ ആയുധങ്ങളുണ്ടാക്കുന്നു. സ്വർഗീയമായ സന്തോഷത്തിനുവേണ്ടിയോ അതുമല്ലെങ്കിൽ സമാധാനത്തിന്റെ ശക്തിക്കുവേണ്ടിയോ അവന് അവന്റേതായ ചില തീരുമാനങ്ങളിൽ സ്വയം നിർമിക്കുവാനാകുന്നു. ചിന്തയുടെ സത്യമായ പ്രയോഗത്തിലൂടെയോ തീരുമാനത്തിലൂടെയോ മനുഷ്യൻ അവന്റെ സാക്ഷാൽകാരത്തിന്റെ പരിപൂർണതലത്തിലേക്ക് ആരോഹണം ചെയ്യുന്നു. എന്നാൽ അവൻ അവന്റെ ചിന്തകളെ തെറ്റായി ഉപയോഗിക്കുന്നതിലൂടെ മൃഗതുല്യമായ അവസ്ഥയിലേക്ക് കൂപ്പുകുത്തുന്നവനുമാകുന്നു.

ആധുനികലോകത്തിന്റെ ഏറ്റവും മാരകമായ ദുർവിധിയെക്കുറിച്ച് വൈദ്യശാസ്ത്രം പല കണ്ടെത്തലുകളും നടത്തുന്നുണ്ട്. തിരിച്ചറിയപ്പെടാത്ത രോഗങ്ങളും ഭേദമാക്കാൻ കഴിയാത്ത ആരോഗ്യപ്രശ്നങ്ങളും പുരോഗതിയിലേക്ക് നയിക്കുന്നുവെന്ന് സ്വയം അഹങ്കരിക്കുന്ന മനുഷ്യരിൽ ചിലരെയെങ്കിലും ഭീതിയിലാഴ്ത്തുന്നുണ്ട്. എണ്ണിയാൽ തീരാത്ത അസുഖങ്ങളുടെ കണക്കെടുപ്പിൽ വൈദ്യകുലംതന്നെ ഭയപ്പാടിന്റെ നിഴലിലാണ്. ഓരോ ദിവസവും പുതിയ രീതിയിലുള്ള, എന്താണെന്ന് പറഞ്ഞ്

മനസ്സിലാക്കാൻ കഴിയാത്ത, വിഷമതകളും വേദനകളുമായി ഓരോ രോഗവും ആധുനികമനുഷ്യനെ വട്ടം കറക്കുന്നു. രോഗനിദാനശാസ്ത്രത്തിന്റെ തെളിവെടുപ്പുകളിലൊന്നും വരാത്ത ചില സൂചകങ്ങളുമായി അനവധി രോഗങ്ങൾ മനുഷ്യകുലത്തിന്റെ ജീവന് ഭീഷണിയായി വന്നുഭവിക്കുന്നത് നവീനലോകം പകപ്പോടെ കാണുന്നു. ഓരോ രോഗവും അതിന്റെ ലക്ഷണവും കണ്ടെത്തുമ്പോഴും മരുന്നുകളുടെ ഒരു നീണ്ട നിരതന്നെ കമ്പോളത്തിലെത്തുന്നു. ജീവനിൽ കൊതിപൂണ്ട മനുഷ്യൻ അതെല്ലാം വാങ്ങിവിഴുങ്ങുന്നു. ആധുനികമരുന്നുകൾ രോഗത്തിന് പ്രതിവിധിയാകുന്നതിനേക്കാളേറെ പുതിയ രോഗവും അതിന്റെ ലക്ഷണങ്ങളും പുതിയ മരുന്നുമായി ഒരിക്കലും വിട്ടുമാറാത്ത രോഗങ്ങളുടെ പത്തായമാകുന്നു മനുഷ്യൻ.

മാനസികമായ ഉന്മേഷമാണ് ഒരു പരിധിവരെ എല്ലാ പ്രശ്നങ്ങൾക്കും ഫലവത്തായ മരുന്ന് എന്ന് പൂർവസൂരികൾ പറഞ്ഞുവച്ചിട്ടുണ്ട്. പക്ഷേ, ഇന്നത്തെ കാലത്ത് മനസ്സ് ഒരു പ്രഹേളികയായി, ഒരിക്കലും അടിത്തട്ട് കണ്ടെത്തുവാൻ കഴിയാത്ത ഒരഗാധഗർത്തമായി മാറിയിരിക്കുന്നു. മനസ്സിന്റെ നൂലുകളിഴപിരിച്ച് അതിന്റെ നിറവും ഗുണവുമൊക്കെ വ്യാഖ്യാനിക്കുന്ന അല്ലെങ്കിൽ ഉള്ളിൽ തോന്നുന്ന എല്ലാ പ്രശ്നങ്ങളും മനസ്സിലാക്കുവാൻ കഴിയുമെന്ന് തെറ്റിദ്ധരിക്കപ്പെട്ട, അപരിചിതനായ, ഒരുവന്റെ മുന്നിൽ വിളമ്പി അവൻ നിഷ്കർഷിക്കുന്ന ഒരു വഴിയിലൂടെ കുറേ സഞ്ചരിച്ച് പിന്നെ അതെല്ലാം തെറ്റായിരുന്നുവെന്ന് മനസ്സിലാക്കി വീണ്ടും വിഷമതകളും വേദനകളുമായി വഴിനീളെ നട്ടം തിരിഞ്ഞ് കാണുന്നവന്റെ മുന്നിലെല്ലാം കുമ്പിട്ട് അവന്റെ വാക്കുകൾക്ക് വിലകൽപിച്ച് ഒരുജീവിതം ജീവിച്ചുതീർക്കുമ്പോഴേക്കും അതില്ലാതായി തീർന്നിട്ടുണ്ടാകും. ഈയവസ്ഥയിലാണ് മനുഷ്യകുലത്തെ മുഴുവനും ബാധിച്ചിരിക്കുന്ന ഒരു രോഗത്തെപ്പറ്റി ആലോചിക്കേണ്ടത്. ഇത് ഒരു രോഗമാണോയെന്നത് ഇനിയും കണ്ടെത്തിയിട്ടില്ലെന്ന് വർത്തമാനത്തിൽ പറയാം. പുറമേക്ക് യാതൊരുവിധ ലക്ഷണങ്ങളും കാണിക്കാത്തതുകൊണ്ടുതന്നെ ഒരു മാരകരോഗത്തിനടിമയാണെന്ന് ഇത് ബാധിച്ചവർ അറിയുന്നുമില്ല. ആധുനികവൈദ്യശാസ്ത്രത്തിന്റെ എല്ലാ യന്ത്രങ്ങളും ഉപയോഗിച്ചാലും ഇത് എന്ത് രോഗമാണെന്ന് കണ്ടെത്തുവാൻ കഴിയുകയില്ല. ഒരിക്കലും ചികിത്സിച്ച് ഭേദമാക്കുവാൻ കഴിയാത്ത ഒരു രോഗത്തിന്റെ പട്ടികയിൽ ഇതിനെ ചേർക്കാമെന്ന് ഒരു തോന്നലുണ്ട്. മനസ്സുമായി ബന്ധപ്പെട്ടതാണെന്ന് വ്യക്തമായി പറയുവാൻ കഴിയില്ലെങ്കിലും ഒരു പരിധിവരെ ഇതൊരു മാനസികരോഗമാണ്. ഇതാരെയെല്ലാം ബാധിച്ചിരിക്കുന്നുവെന്ന് വ്യക്തമായി പറയുവാൻ കഴിയില്ല. ഇന്നയാൾ ചൂണ്ടിക്കാണിക്കുമ്പോൾ ചൂണ്ടുന്നവനും ഈ രോഗത്തിന്റെ പിടിയിലല്ലെന്ന് എങ്ങിനെ നിരൂപിക്കുവാൻ കഴിയും എന്നതാണ് തർക്കമില്ലാത്ത ഒരു വിഷയം. ഒരു പകർച്ചവ്യാധിപോലെ ഇത് ജനജീവിതത്തിന്റെ എല്ലായിടങ്ങളിലും വേരുകളാഴ്ത്തുന്നുണ്ട്. നാടും നഗരവും രാജ്യവും ഈ കരാളരോഗത്തിന്റെ ദംഷ്ട്രകളിലമരുന്നു. സമാ

ധാനത്തിന്റെ എല്ലാ അവസ്ഥകളും ഇല്ലാതാക്കി യുദ്ധത്തിന്റെ അധാർമികതയുണ്ടാക്കുവാൻ ഈ രോഗത്തിന് കഴിയും. ചിന്തകളിൽ കടന്നുകയറിയ ഈ രോഗത്തിന്റെ അണുക്കൾ മനസ്സിനെ കാർന്നുതിന്നുകൊണ്ടിരിക്കുന്നതിനാൽ ഒരർബുദത്തിന്റെ ജനുസ്സിൽ ഈ രോഗത്തെ പെടുത്താം. ജീവിതത്തിന്റെ നാനാതുറകളിലും ഈ രോഗബാധിതർ കാണിക്കുന്ന ക്രൂരതകൾ മനസ്സിൽ അൽപമെങ്കിലും നീരുള്ളവരെ വേദനിപ്പിക്കുകതന്നെ ചെയ്യും. സഹജീവികളെ കൊന്നും കുഞ്ഞുങ്ങളെ നിർദയമായി പീഡിപ്പിച്ചും സർവചരാചരങ്ങളിൽ തനിക്കിഷ്ടമില്ലാത്തവയെയൊക്കെ നിഷ്കരുണം സംഹരിച്ചും മനുഷ്യകുലത്തിന്റെ നാശം കാണുവാൻ കഴിയുമാറ് വിലസുന്ന ഇത്തരം മനുഷ്യരെ തിരിച്ചറിയുകതന്നെ വേണം.

എന്തു കിട്ടിയാലും മതിവരാത്ത മനസ്സുകളെയാണ് ഈ രോഗം കാർന്നുതിന്നുന്നത്. ഉയരാനും വളരാനും മനുഷ്യൻ വല്ലാതെ ആഗ്രഹിക്കുന്നത് സ്വാഭാവികമാണ്. മനസ്സിൽ മോഹങ്ങൾ വർധിക്കുന്നു. അമിതമായി ലാഭം കിട്ടുവാൻ കൊതിക്കുന്നു. ലോകത്തിന്റെ ഭാവി എന്തുതന്നെയായാലും തന്റെ കാര്യവും തനിക്ക് എന്ത് കിട്ടുമെന്ന് ചിന്തിക്കുന്നതും ഈ രോഗത്തിന്റെ ലക്ഷണങ്ങളിൽ പ്രധാനമാണ്. നമുക്കില്ലെന്ന് പറയുകയും മറ്റുള്ളവരെല്ലാം ഇത്തരം അവസ്ഥയിലാണെന്ന് കുറ്റാരോപണം നടത്തുകയും ചെയ്യുന്നവരും ഈ രോഗത്തിന്റെ പിടിയിലാണ്. ഈ മനോർബുദത്തെ ബൗദ്ധികതലത്തിൽ ഒരു രോഗത്തിന്റെയും പട്ടികയിൽ ചേർത്തിട്ടില്ലെങ്കിലും ഈ രോഗത്തിനടിമപ്പെടുന്നവർക്ക് ഒരാത്മപരിശോധനയിലൂടെ സ്വയം പ്രതിവിധി കണ്ടെത്തുകയെന്ന ഒറ്റവഴിയേയുള്ളൂ.

സത്യസന്ധമായ ഒരു ജീവിതചര്യയെക്കുറിച്ച് ചിന്തിക്കുകയും ലോകം മുഴുവനും തനിക്കുവേണ്ടിമാത്രം സൃഷ്ടിച്ചതല്ലെന്നും പ്രപഞ്ചത്തിലെ ഓരോ അണുവിനും തന്നെപ്പോലെതന്നെ സർവസ്വാതന്ത്ര്യമുണ്ടെന്നും അതും കൂടി ചേർന്നാലേ വിശ്വമാകുകയുള്ളൂവെന്നും ചിന്തിക്കുന്ന ഒരു സമൂഹത്തെ വാർത്തെടുക്കുവാൻ കഴിയുന്ന ഒരു ജീവിതമാകുകയാണ് എല്ലാ രോഗങ്ങൾക്കുമുള്ള നിത്യനിദാനമായ മരുന്ന്. ആ മരുന്ന് ലഭിക്കുവാൻ ചിട്ടയായ ജീവിതമാണ് വേണ്ടത്.

മലമടക്കുകളിൽ കസ്തൂരിതരംഗം

കേരളത്തിലെ കുടിയേറ്റകർഷകരെ ദ്രോഹിക്കാനല്ല ഒരു കമ്മിറ്റിയും എന്ന് തിരിച്ചറിയേണ്ടത് ആ പ്രദേശത്തുള്ളവരാണ്. കുടിയേറ്റ കർഷകരെ ദ്രോഹിക്കാനും അവരുടെ പേര് പറഞ്ഞ് പറ്റിക്കാനുമാണ് ഇന്ന് രാഷ്ട്രീയപ്പാർട്ടികൾ ശ്രമിക്കുന്നത്. നാളെ എന്ന അവസ്ഥയെക്കുറിച്ച് ചിന്തിക്കാത്ത ഒരു പാർട്ടിയും നമുക്കാവശ്യമില്ല. സ്നേഹമുള്ള, തിരിച്ചറിവുള്ള പാവം മനുഷ്യരേ, ഒന്നിച്ചുനിൽക്കുക. നമുക്കുവേണ്ടി മാത്രമാണ് ഈ ഭൂമി എന്ന് തിരിച്ചറിയുക. ഇനി വരാനിരിക്കുന്ന സകലതിനെയും കുറിച്ച് കരുതുക, എല്ലാം ഒരു നിമിഷം കൊണ്ട് ഇല്ലാതാവാൻ ഇടവരരുതേ എന്ന് പ്രാർത്ഥിക്കുക.

ഗാഡ്ഗിൽ റിപ്പോർട്ട് മാത്രമല്ല നമുക്കാവശ്യം. ഇനിയും വേണം ഒരുപാട്... പ്രകൃതിയെ അടുത്ത തലമുറയ്ക്കായി ബാക്കിവയ്ക്കാൻ കുറേയധികം റിപ്പോർട്ടുകൾ നമുക്ക് വേണ്ടതുണ്ട്. നമ്മുടെ ഓരോ നഗരവും ഗ്രാമവും ഒന്ന് ശ്വസിക്കാനുള്ള ശുദ്ധവായുപോലുമില്ലാതെ വേദനിക്കുന്നത് നാം കാണേണ്ടതുണ്ട്. തിരിച്ചറിയേണ്ടതുണ്ട്. വർധിച്ചുവരുന്ന ശ്വാസകോശരോഗങ്ങളും വിവിധ ക്യാൻസറുകളും നിറയുന്ന ആശുപത്രികൾ ഒരു നല്ല സാമൂഹിക ലക്ഷണമല്ല. ഏത് പാർട്ടി വിജയിക്കുമെന്ന പഠനം നടത്താനും അതിൽ ചർച്ച നടത്താനും രാഷ്ട്രീയ പൊതുജന ഫണ്ട് ഉപയോഗിക്കുന്ന സ്ഥാപനങ്ങൾ ഇത്തരം വിഷയത്തിൽ പഠനം നടത്തുകയും സാമൂഹിക ബോധവൽക്കരണം നടത്തുകയും ഭരണകൂടങ്ങളിൽ സമ്മർദം ചെലുത്തുകയും ചെയ്താൽ സമൂഹത്തിന് അതുകൊണ്ട് ഗുണമുണ്ടാകും.

ഗാഡ്ഗിൽ– കസ്തൂരി രംഗൻ റിപ്പോർട്ടുകളുടെ കാര്യത്തിൽ ഭരണകൂടങ്ങൾക്ക് വീഴ്ച പറ്റിയിട്ടുണ്ട്. ജനതയെ കാര്യങ്ങൾ ഗൗരവപൂർവം

ബോധ്യപ്പെടുത്താനും വിഷയഗൗരവത്തിലേക്ക് പൊതുജനമനസ്സ് എത്തിക്കാനും കഴിഞ്ഞിട്ടില്ല എന്നതാണ് ഇപ്പോൾ നടക്കുന്ന രാഷ്ട്രീയ മുതലെടുപ്പിൽനിന്ന് മനസ്സിലാക്കാൻ കഴിയുന്നത്. സ്കൂൾതലം മുതൽ ആരംഭിക്കേണ്ട ബോധവൽക്കരണ പ്രവർത്തനങ്ങളോ പഠന ക്ലാസുകളോ നടത്തിയിട്ടില്ല. ഇതൊക്കെ കാര്യങ്ങൾ കൂടുതൽ വഷളാക്കി. ഇത്തരം ശാസ്ത്രീയവിഷയങ്ങളിൽ, അറിവില്ലാത്ത സാധാരണ ജനത്തിന് നൂറുകണക്കിന് പേജുവരുന്ന റിപ്പോർട്ടുകൾ നൽകി മനംമാറ്റാം എന്ന് കരുതിയ എല്ലാവർക്കും തെറ്റുപറ്റി എന്നതാണ് സത്യം. യഥാർഥത്തിൽ ഈ റിപ്പോർട്ടുകൾ ബാധിക്കുമെന്ന് പറയുന്ന സ്ഥലത്തെ മനുഷ്യർ, നമ്മേക്കാൾ എത്രയോ നല്ലവരാണ്. നമ്മേക്കാൾ കൂടുതൽ മറ്റുള്ളവരെ സ്നേഹിക്കുന്ന സാധാരണ മനുഷ്യരാണവർ! അവരെ കാര്യങ്ങൾ വേണ്ടവിധം മനസ്സിലാക്കിക്കുവാൻ കഴിഞ്ഞിരുന്നുവെങ്കിൽ രാഷ്ട്രീയ-മത മാഫിയകൾ അവരെ കൈയിലെടുത്ത് കാര്യങ്ങൾ ഇത്രയും വഷളാക്കില്ലായിരുന്നു. ഇനിയെങ്കിലും കേന്ദ്രവും സംസ്ഥാനവും പ്രാവർത്തികമാക്കാൻ കഴിയുന്ന, അവിടെയുള്ള ജനതയുടെ മനസ്സറിയുന്ന പദ്ധതികൾ ആവിഷ്ക്കരിക്കേണ്ടിയിരിക്കുന്നു.

കൊല്ലം കരുനാഗപ്പള്ളിയിലാണ് എന്റെ ഭാര്യവീട്. 1974 വരെ അവർ താമസിച്ചിരുന്ന വീട് ഇന്ന് കടലിനടിയിലാണ്. ഏകദേശം 4 കിലോമീറ്ററോളം കര കടലെടുത്തു. മുമ്പ് കടൽ തന്ന കര കടൽതന്നെ തിരിച്ചെടുക്കുന്നു. മനുഷ്യൻ അതിനുള്ള എല്ലാ ഒത്താശയും ചെയ്യുന്നുണ്ട്.

ഈ ഭൂമി മനുഷ്യന് മാത്രമായുള്ളതല്ല എന്ന് മനസ്സിലാക്കുക. അത് തിരിച്ചറിഞ്ഞ് ജീവിക്കുക. ഒരു സുരക്ഷിതമായ തീരുമാനമെടുക്കാൻ ഇപ്പോഴെങ്കിലും നമ്മൾക്കായില്ലെങ്കിൽ ശൂന്യമായ ഒരു ലോകം തീർക്കാനേ നമുക്കാവൂ. നിലവിൽ പാരമ്പര്യമുള്ള മനുഷ്യരെ ഒഴിവാക്കുന്ന ഒരു കർമവും ആർക്കും നടപ്പിലാക്കുവാനാവില്ല. ഭരണവും അതിനെ നിയന്ത്രിക്കുന്നതും ജനങ്ങളാണ് എന്ന് ദയവ് ചെയ്ത് നിങ്ങൾ തിരിച്ചറിയുക.

എന്നാൽ പ്രിയ സ്നേഹമേ, ചില വാക്കുകൾ തെറ്റിദ്ധരിക്കരുതേ...

'തന്നെപ്പോലെ തന്റെ അയൽക്കാരനെയും സ്നേഹിക്കുക' എന്ന വിശാലനന്മ സ്നേഹത്തിന്റെ നേതൃത്വം മറന്നോ? ആ നേതൃത്വം ദൈവത്തിൽ വിശ്വസിക്കുന്നുവെങ്കിൽ ചെയ്യേണ്ടത്, വ്യക്തിപരമായ സ്വാർഥതയും ഒരു വിഭാഗം ആളുകളുടെ താൽപര്യസംരക്ഷണവും മാത്രം നോക്കാതെ മനുഷ്യസമൂഹത്തിന്റെ ആകെയുള്ള നിലനിൽപിനും പ്രകൃതിയുടെ നിലനിൽപിനും വേണ്ടി മാധവ് ഗാഡ്ഗിൽ സമിതിയുടെ റിപ്പോർട്ട് നടപ്പിലാക്കാൻ കഴിയുന്ന രീതിയിലേക്ക് സമൂഹത്തെ പാകപ്പെടുത്തുകയാണ് ചെയ്യേണ്ടത്. അല്ലാതെ ഒരു സമൂഹത്തിൽ തീവ്രമായ ഭൗതിക മോഹം കുത്തിവച്ച് അവരെ പ്രകൃതിക്കും ആകെയുള്ള മനുഷ്യസമൂഹത്തിനും എതിരായി ഇളക്കിവിടുകയല്ല ചെയ്യേണ്ടത്.

പശ്ചിമഘട്ടസംരക്ഷണത്തിനുള്ള ഗാഡ്ഗിൽ-കസ്തൂരി രംഗൻ

കമ്മീഷൻ റിപ്പോർട്ടുകൾക്കെതിരെ കത്തോലിക്കസഭ ഇടുക്കി രൂപത ഇടയലേഖനം ഇറക്കിയിരിക്കുന്നുവെന്ന് വായിക്കാൻ കഴിഞ്ഞു. സത്യത്തിൽ, ഞാൻ പഠിച്ച യേശുവിന്റെ അനുയായികളെന്ന് പറയുന്ന ആളുകൾക്ക് എങ്ങനെ അതിന് കഴിയുന്നു.

ഭൗതിക താല്പര്യവും സുഖവും മാത്രമന്വേഷിക്കുന്ന– അതിനായി മാത്രം നിലകൊള്ളുന്ന അവസ്ഥയിലേക്ക് തരംതാഴാൻ "തന്നെപ്പോലെ തന്റെ അയൽക്കാരനെയും സ്നേഹിക്കുക'' എന്ന വിശാലനന്മ ലോകത്തെ പഠിപ്പിച്ച യേശുവിന്റെ ചില അനുയായികൾക്കെങ്ങനെ കഴിയുന്നു?

ഗാഡ്ഗിൽ–കസ്തൂരി രംഗൻ കമ്മീഷൻ റിപ്പോർട്ടുകളെ അനുകൂലിക്കുന്നവരെ സംഘടിതമായിത്തന്നെ നേരിടണം എന്നാണത്രെ ഈ ലേഖനം ആഹ്വാനം ചെയ്യുന്നത്.

സ്നേഹവും കരുണയും ദയയും നിസ്വാർഥതയും ഉൾപ്പെടുന്ന മാനുഷിക മൂല്യങ്ങളിൽനിന്ന് എത്രമാത്രം ദൂരേക്കാണ് യേശുവിന്റെ അനുയായികളെന്ന് പറയുന്ന ഒരു വിഭാഗത്തിന്റെ യാത്ര?

അതോ, ഇനി ആളുകളും മാധ്യമങ്ങളും പറയുന്നുപോലെ, മലയോരടൂറിസവും വികസനവും മുന്നിൽക്കണ്ട് മലയോരമേഖലയിൽ ലക്ഷക്കണക്കിന് ചതുരശ്ര അടിയിൽ ഷോപ്പിങ് മാളുകളും മൾട്ടി സ്പെഷ്യാലിറ്റി ആശുപത്രികളും വൻകിട സ്കൂൾ–കോളേജുകളും പണിയാനായി വാങ്ങിക്കൂട്ടിയ ഭൂമിയും പദ്ധതികളും വെറുതെയാകുമോ എന്ന ഭയമാണോ പ്രകൃതിക്കെതിരെ സമൂഹത്തിനെ ഇളക്കി വിടാൻ കാരണമായത്?

ഇങ്ങനെ പോയാൽ പരിസ്ഥിതിയും വികസനവും സമരസപ്പെട്ടു പോകാനുള്ള ഒരു പദ്ധതിയും കേരളത്തിലെവിടെയും നടത്താൻ കഴിയാതെ പോകില്ലേ?

പരിസ്ഥിതിയും വികസനവും സമരസപ്പെട്ട് പോകണമെങ്കിൽ നാം കുറേയേറെ തിരുത്തലുകൾ ഭാവിയിൽ നടത്തേണ്ടതുണ്ട് എന്നതല്ലേ സത്യം.

ഗാഡ്ഗിൽ–കസ്തൂരി രംഗൻ കമ്മീഷൻ റിപ്പോർട്ടുകൾ തുടക്കം മാത്രമാകണം. നഗരങ്ങളിലും മറ്റു ഗ്രാമങ്ങളിലും പരിസ്ഥിതിയും വികസനവും സമരസപ്പെട്ടുപോകാൻ കഴിയുന്ന നിരവധി കാര്യങ്ങൾ ഇനിയും ചെയ്യേണ്ടതുണ്ട്.

പക്ഷേ, അത്യാർത്തി മൂത്ത സമൂഹത്തെ വാർത്തെടുക്കാൻ ശ്രമിക്കുന്ന മതനേതൃത്വങ്ങൾ തന്നെ ഉണ്ടാകുമ്പോൾ അതെങ്ങനെ സാധ്യമാകും?

പ്രകൃതിയെയും പരിസ്ഥിതിയെയും സംരക്ഷിക്കാൻ ഞാനും കുടുംബവും ഉൾപ്പെടുന്ന മനുഷ്യരല്ലാതെ മറ്റാരാണ് വിട്ടുവീഴ്ച ചെയ്യുക?

ഇറ്റലിയിലെ ഏറ്റവും പ്രചാരമുള്ള ദിനപത്രമായ 'ല റിപ്പബ്ലിക്ക'യുടെ സ്ഥാപക പത്രാധിപർ യുജീനിയോ സ്കാലഫാരിയുമായി ഫ്രാൻസിസ്

മാർപാപ്പ നടത്തിയ സുദീർഘമായ അഭിമുഖത്തിലെ ചില വരികൾ കൂടി ഇതോടൊപ്പം നാം വായിക്കണം.

യുജീനിയോ സ്കാലഫാരിയുടെ ഒരു ചോദ്യത്തിന് ഫ്രാൻസിസ് മാർപാപ്പ നല്കിയ ലോകപ്രശസ്തമായ ആ ഉത്തരം ഇങ്ങനെ വായിക്കാം: "അന്യനോടുള്ള സ്നേഹം തന്നോടുള്ള സ്നേഹംപോലെയാണെന്ന് യേശു പറഞ്ഞു. പക്ഷേ, ആത്മസ്നേഹം പരസ്നേഹം പോലെ സാധുവാണെന്നും നല്ലതാണെന്നും സ്ഥാപിച്ചു ചിലർ...!! ആത്മസ്നേഹം; ആ വാക്ക് എനിക്ക് ഇഷ്ടമല്ല. അത് തന്നോടുതന്നെയുള്ള അമിതമായ സ്നേഹമാണ്. അത് നല്ലതല്ല; അത് ബാധിച്ചവരുടെ ആത്മാവിനുമാത്രമല്ല, അവരുമായി ബന്ധമുള്ളവർക്കും അവർ ജീവിക്കുന്ന സമൂഹത്തിനും ഗുരുതരമായ ഹാനികൾ വരുത്തും. ഈ മാനസികവൈകല്യം ബാധിച്ചവർ മിക്കവരും ധാരാളം അധികാരമുള്ളവർ ആണെന്നതാണ് യഥാർഥ സാമൂഹിക പ്രശ്നം."

യുജീനിയോ സ്കാലഫാരിയുടെ മറ്റൊരു ചോദ്യം; "യേശു ചൂണ്ടിക്കാട്ടിയതുപോലെ അയൽക്കാരനെ നിന്നെപ്പോലെ സ്നേഹിക്കണം. അത് നടക്കുന്നുണ്ടെന്ന് അങ്ങേക്ക് തോന്നുന്നുണ്ടോ?"

ഫ്രാൻസിസ് മാർപാപ്പ നല്കിയ ഉത്തരം: "നിർഭാഗ്യവശാൽ ഇല്ല. സ്വാർഥത വളരുകയും അന്യരോടുള്ള സ്നേഹം കുറയുകയുമാണ് ചെയ്തത്."

സമകാലിക കേരളീയ സാഹചര്യത്തിൽ ഫ്രാൻസിസ് മാർപാപ്പയുടെ വരികൾ എത്രമാത്രം പ്രസക്തമാകുന്നു അല്ലേ? അവസാനമായി പറയട്ടെ: പ്രകൃതിസംരക്ഷണത്തിനെതിരെയുള്ള, പരിസ്ഥിതി സംരക്ഷണത്തിനെതിരെയുള്ള സകല ഹർത്താലിനോടും അതിന്റെ എല്ലാ ലക്ഷ്യങ്ങളോടും ഞാനിവിടെ പൂർണ വിയോജിപ്പ് രേഖപ്പെടുത്തുന്നു.

നാളെ എന്നത്, എന്റെ മാത്രം സ്വപ്നമല്ല. ഇനി വരാനിരിക്കുന്ന അനേകം തലമുറകളുടേതുകൂടിയാണ്. ആരെയും വേദനിപ്പിക്കുവാനല്ല ഇതെഴുതിയതും. എന്നാൽ സകല മനുഷ്യനും വേണ്ടി വേദനിച്ചവന്റെ വാക്കുകളിൽ എനിക്ക് വിശ്വാസമുള്ളതുകൊണ്ടാണ്.

കവിതയിലെ നാടകം

കടൽത്തീരത്തെ കോട്ടേജുകൾക്കുമീതെ സന്ധ്യ കനത്തുവന്നു. ആകാശമേഘങ്ങളിൽ കാറ്റുപിടിച്ചു. അവ ചെറുപഞ്ഞിക്കെട്ടുകൾപോലെ പരന്നു. കടൽപ്പക്ഷികൾ കൂട്ടമായി പറന്നുപോകുമ്പോഴുള്ള ചിറകടിയൊച്ച; കടൽത്തിരകൾക്കുമൊപ്പം. ഇരുട്ടിനുമീതെ എവിടെനിന്നെന്നറിയാതെ നെയ്നിറം പോലെ പതുക്കെപ്പതുക്കെ നിലാവ്. പിന്നെയൊരു നിമിഷത്തിന്റെ ആകസ്മികതയിൽ കടലിനുമുകളിൽ, മേഘങ്ങൾക്കിടയിൽ ഓട്ടുരുളിപോലെ ചന്ദ്രൻ. അസ്തമയസൂര്യനവശേഷിപ്പിച്ചുപോയ ചുവപ്പുനിറം കെടുത്തി തണുപ്പിന്റെ നിറവെളിച്ചവുമായി ചന്ദ്രൻ. ചില്ലുജാലകത്തിന്റെ ഫിൽറ്ററിൽ ചാന്ദ്രപ്രകാശം കടൽവെള്ളത്തിൽ മുത്തുമണികൾ തെറിപ്പിച്ചുകൊണ്ടേയിരുന്നു. ഒരുപറ്റം വെള്ളിമാലകളുമായി കടൽ, കരയിലേക്ക് ഓളമായി.

ബിഥോവന്റെ മൂൺലൈറ്റ് സൊനാറ്റ ആദ്യമായി കേൾക്കുമ്പോൾ പ്രകൃതി ഇങ്ങനെയായിരുന്നു എന്നുപറഞ്ഞാണ് ആർക്കിടെക്ട് ശങ്കർ തുടങ്ങിയത്. "തായ്‌ലണ്ടിലെ കടൽത്തീരത്തെ ഒരു കോട്ടേജിലിരുന്ന് കേട്ട ബിഥോവന്റെ സംഗീതത്തിൽ പ്രകൃതിയും സംഗീതവും ഒന്നായിത്തീരുന്നതറിഞ്ഞു. അതിന്റെ തുടർച്ചയനുഭവിച്ചത് വീണ്ടും ഇപ്പോൾ ഒ എൻ വിയുടെ 'നിലാവിന്റെ ഗീതം' എന്ന കവിതയുടെ ദൃശ്യാവിഷ്ക്കാരം കണ്ടപ്പോഴായിരുന്നു."

ഒ എൻ വി കുറുപ്പിനെ സാംസ്കാരികലോകം ആദരിച്ച ഒരു നിറസന്ധ്യയിൽ സിനിമയുടെയും നാടകത്തിന്റെയും സാങ്കേതികത ഉപയോഗിച്ച് 'നിലാവിന്റെ ഗീതം' എന്ന കവിതയെ സെനറ്റ് ഹാളിന്റെ നിറഞ്ഞ സദസ്സിലവതരിപ്പിക്കുകയായിരുന്നു ഞങ്ങൾ. കഥകളും നോവലുകളും ദൃശ്യഭാഷയ്ക്ക് ഏറെ പ്രിയപ്പെട്ടതാകുമ്പോൾ കവിതയെയും ആ ഗണ

ത്തിൽപ്പെടുത്താനുള്ള ഒരു ശ്രമമായിരുന്നു അത്. ഒ എൻ വി യുടെ മനസ്സുപോലെ കുതിച്ചുപായുന്ന പുഴകളും മേഘങ്ങളെ തടയുന്ന മലകളും കൊഴിഞ്ഞുവീഴുന്ന പൂക്കളും മന്ദമായി വീശുന്ന കാറ്റും തെളിമയാർന്ന പ്രഭാതവും വിരഹമായ പ്രദോഷവും കത്തിജ്ജ്വലിക്കുന്ന സൂര്യനും സാന്ത്വനമായ നിലാവും ജീവിതപ്രകൃതിയുടെ നിറചിത്രങ്ങളായും ചലച്ചിത്രത്തിന്റെ ഫ്രെയിമുകളിലൂടെ ഒരു കവിതയുടെ നാടകരൂപം തുടങ്ങുന്നു. മലഞ്ചെരിവുകളിലൂടെ കളിപറഞ്ഞ് ചിരിച്ചൊഴുകുന്ന കാട്ടാറ് ശാന്തമായൊരു കടലിൽ ചെന്നുചേരുന്നു. പുഴയിലെ തെളിനീരിൽ മനുഷ്യരുടെ ജീവിതം. മരങ്ങളിൽ, കാറ്റ് പ്രകാശത്തിനും ഇരുളിനുമിടയിലൂടെ വീശി, ചില്ലകളിൽനിന്നും ഇലകളും പൂക്കളും പൊഴിക്കുന്നു. സൂര്യവെളിച്ചവും ചാന്ദ്രപ്രകാശവും പ്രകൃതിയിൽ ഭാവങ്ങളുണ്ടാക്കുന്നു. ഒ എൻ വിയുടെ ഹൃദയത്തിൽനിന്ന് ആസ്വാദകമനസ്സിലേക്ക് അക്ഷരമൊഴുകുന്നു. നിലാവിന്റെ ഗീതം.

'കണ്ടാൽ മതി വരില്ലത്രേ, നിലാവിനെ–
ക്കണ്ടാൽ മതി വരില്ലെങ്ങനെ കാണുവാൻ'
'കാണാം നിനക്കും നിലാവിനെയോമനേ!
കാതോർത്തിരുന്നോളൂ'കെന്നു കനിഞ്ഞോതി
നീയിരുന്നു പിയാനോയുടെ മുന്നിൽ, നിൻ
നീൾവിരൽത്തുമ്പുകൾ താണുയർന്നങ്ങനെ
ചഞ്ചലിപ്പൂ ചാരു ചന്ദ്രകിരണങ്ങൾ
സഞ്ചരിക്കുംപോൽ സമുദ്രത്തിരകളിൽ'

'സഹ്യന്റെ മകനും' 'നോക്കുകുത്തിയും' സിനിമയുടെ ചതുരത്തിലെത്തിപ്പെട്ടിട്ടുണ്ട്. പക്ഷേ, ഒരുകവിത ആദ്യമായാണ് നാടകത്തിന്റെ സാധ്യതകൾ ഉപയോഗിച്ചതെന്ന് പ്രേക്ഷകർ പറഞ്ഞു. സ്കൂൾ കാലത്ത് അഭിനയിച്ച നാടകങ്ങളിൽനിന്ന് സിനിമയുടെ വെള്ളിവെളിച്ചത്തിലേക്കെത്തിപ്പെട്ടതിനുശേഷം ആദ്യമായാണ് വീണ്ടും നാടകത്തിന്റെ പ്രകൃതിയിലേക്ക്. നാടകസംവിധായകൻ പ്രമോദ് പയ്യന്നൂർ ഒരു ദിവസം രാവിലെ വിളിച്ചുപറയുന്നു ഒ എൻ വി കുറുപ്പിന്റെ നിലാവിന്റെ ഗീതത്തിന് ഒരു പുതിയ രൂപം കൊടുക്കുവാനുള്ള ശ്രമത്തിൽ പങ്കുചേരണമെന്ന്. ഏതൊരു നടനെയും കൊതിപ്പിക്കുന്നതായിരുന്നു ഈ നാടകത്തിന്റെ അവതരണരീതി. മീഡിയത്തെ വ്യക്തമായറിയുന്ന സുമനസ്സുകൾക്കൊപ്പം ചേരുകയെന്നത് എക്കാലത്തെയും ആഗ്രഹമാണ്. അതുകൊണ്ടുതന്നെ ബിഥോവന്റെ കുപ്പായമെടുത്തണിയുമ്പോൾ അറിയാതെ മനസ്സും ആ മഹാ സംഗീതസാഗരത്തിലേക്കുളിയിടുകയായിരുന്നു. നിലാവിന്റെ തണുത്ത വെളിച്ചത്തിൽ രമേഷ് നാരായണന്റെ ആലാപനത്തിന്റെ മാസ്മരികതയിൽ കവിതയവസാനിച്ചപ്പോൾ ആർക്കിടെക്ട് ശങ്കറായിരുന്നു ആദ്യം കൈ പിടിച്ചത്. പണ്ടൊരിക്കൽ ബിഥോവൻ അനുഭവിപ്പിച്ച സംഗീതത്തിന്റെ അലൗകിക പ്രകാശം വീണ്ടും കാഴ്ചയായി മാറിയതിലുള്ള സ്നേഹമായിരുന്നു അത്.

ഒരു മഹാകവിയുടെ അക്ഷരങ്ങളിൽനിന്ന് ജീവന്റെ ശ്വാസമേറ്റ് ആത്മാവിന്റെ മഹാസഞ്ചാരമാകുന്ന ഒരു നിമിഷം. എഴുതുമ്പോൾ അനുഭവിച്ച അതേ വികാരം വീണ്ടും അനുഭവിപ്പിച്ച സന്തോഷം. ഒ എൻ വിയുടെ കവിതയിലൂടെ ഒരു മറുജീവിതം ജീവിച്ചുവെന്നത് എന്റെയൊരു പുണ്യയാത്ര.

മഴ പെയ്തുതോർന്ന മറ്റൊരു രാത്രിയിലേക്കുള്ള സഞ്ചാരമായിരുന്നു അത്. മഴ മാറി തെളിഞ്ഞ ആകാശത്തിൽ സ്റ്റേജിന്റെ കോണിൽ മരങ്ങൾക്കിടയിലൂടെ തെളിഞ്ഞ ചന്ദ്രൻ. വെളുത്ത മേഘങ്ങൾ പാറിപ്പറന്ന് ചന്ദ്രനെ മൂടുകയും തെളിയിക്കുകയും ചെയ്തു. കാറ്റ് മരച്ചില്ലകളിൽനിന്ന് മഴത്തുള്ളികൾ പെയ്യിക്കുന്നു. രമേഷ് നാരായണന്റെ ഹൃദ്യമായ സ്വരത്തിൽ 'നിലാവിന്റെ ഗീതം' നിറഞ്ഞുപെയ്യുകയാണ്. കവിയുടെ മനസ്സിനെ സംഗീതത്തിന്റെ നിറനിലാവാക്കുന്ന നാദം. കൊല്ലത്ത് ഒരു തുറന്ന വേദിയിൽ മൃണാളിനി സാരാഭായ് എന്ന അനുഗൃഹീത നർത്തകിയുടെ മുന്നിൽ നിലാവിന്റെ ഗീതം ദൃശ്യഭാഷയുടെ പാരായണമാകുന്നു. അവർ പറഞ്ഞു: "കവിതയുടെ വരികളെ കാഴ്ചയിലൂടെ അനുഭവിപ്പിച്ചതിന് വളരെ സന്തോഷമുണ്ട്. എപ്പോൾ വേണമെങ്കിലും നിങ്ങൾക്ക് ഞങ്ങളോടൊപ്പം കൂടാം. വരണം. ഞങ്ങളുടെ കുട്ടികളും ഇത് കാണട്ടെ."

ബാധിര്യം ബാധിക്കുന്നതിനുമുമ്പുള്ള ബിഥോവനെയാണ് ഒ എൻ വി 'നിലാവിന്റെ ഗീത'ത്തിലെ കഥാപാത്രമാക്കിയത്. നല്ല നിലാവുള്ള രാത്രിയിൽ സർവജീവജാലങ്ങളും സുഖനിദ്രകൊള്ളുന്ന അന്തീക്ഷത്തിൽ പൂക്കളുടെ മണമേറ്റ് വീശുന്ന കാറ്റിൽ ലക്ഷ്യമില്ലാതെ ഏകനായി നടന്നുപോകുന്ന ബിഥോവൻ ഒരു പിയാനോയിൽനിന്ന് ഉതിരുന്ന മന്ദ്രനാദത്തിന് പിന്നാലെയെത്തുന്നു. വഴിവക്കിലെ, വിളക്കുകൾ കെടുത്തിയിട്ടില്ലാത്ത ഒരു വീടിനുള്ളിൽനിന്നാണാ നാദം വരുന്നതെന്നറിഞ്ഞ് ഇരുമ്പിനെ കാന്തമാകർഷിക്കുന്നതുപോലെ അയാൾ ആ മന്ദിരത്തിനുള്ളിലേക്ക് കടന്നുചെല്ലുന്നു. തുറന്നുകിടക്കുന്ന വാതിലിനുമുമ്പിൽ ആരോടും അനുവാദം വാങ്ങാനാവാതെ അയാൾ നിന്നു. ചുവരിലെ ക്രൂശിതരൂപത്തിനുമുന്നിൽ മുട്ടുകുത്തിയനുവാദമായി ആ നാദവീചികളുടെ അലകടലിൽ നീങ്ങി ആ മഹാസംഗീതജ്ഞൻ ഉള്ളിലൊരു മുറിയിൽ പിയാനോയിൽ സ്വരച്ചിട്ടകളില്ലാതെ ഓർമയുടെ അകത്തിരുന്ന് വിരലുകളിൽനിന്ന് സംഗീതത്തിന്റെ മഹാപ്രപഞ്ചമൊരുക്കുന്ന ഒരു പെൺകുട്ടിയെ കാണുന്നു. തൊട്ടടുത്ത് ഒരാൾ നില്ക്കുന്നതുപോലുമറിയാതെ അവൾ മുഖം താഴ്ത്തി സംഗീതത്തിന്റെ ആഴങ്ങളിൽ ഉല്ലസിക്കുകയായിരുന്നു. നെഞ്ചുകീറിയെടുത്ത സ്വരവർണങ്ങൾ ഈണമായി ആ വീട്ടിൽ നിറയുന്നതറിഞ്ഞ ബിഥോവൻ അൽഭുതപ്പെട്ടു. ഏതോ നിമിഷത്തിൽ അവളുടെ വിരലുകളനക്കമറ്റപ്പോൾ അയാൾ പിയാനോയിൽ അതിന്റെ തുടർച്ചയായി. ഞെട്ടിത്തിരിഞ്ഞ് ആരെന്ന അവളുടെ ചോദ്യത്തിനുമുന്നിൽ നിലാവുള്ള രാത്രിയുടെ സൗന്ദര്യമാസ്വദിച്ച് വന്ന ഒരാളെന്ന് പറഞ്ഞു. ഒരിക്കലും കാണാൻ കഴിയാത്ത നിലാവിനെ കണ്ട് മതിവരില്ലെന്ന അവളുടെ ഗദ്ഗദമറിഞ്ഞ ബിഥോവൻ,

അന്ധയായ അവൾക്കുവേണ്ടി സംഗീതത്തിന്റെ സ്വരവ്യത്യാസങ്ങളിലൂടെ നിലാവിനെ പകർത്തി, കാഴ്ചയില്ലാതെ കാതുകളിലേക്ക് സമുദ്ര ത്തിരകളിൽ ചാന്ദ്രപ്രകാശം പരക്കുന്നതുപോലെ മീട്ടി. ആകാശവും ഭൂമിയും സർവചരാചരങ്ങളും പ്രപഞ്ചത്തിൽ നിറഞ്ഞു. നിലാവിന്റെ തണുപ്പിലൂടെ അവൾ സംഗീതം അറിയുകയായിരുന്നു. കാറ്റിൽ പാറിവ രുന്ന സുഗന്ധം പോലെ അവൾ സംഗീതം ശ്വസിക്കുകയായിരുന്നു. നിലാ വിന്റെ കുളിർമയെന്ന മഹാസത്യം അവളെയനുഭവിപ്പിച്ച ആ മഹാസം ഗീതജ്ഞന്റെ ജീവിതത്തിലെ ഒരു നിമിഷത്തെ വാക്കുകളിലൂടെ അനു ഭവിപ്പിച്ച മഹാകവിയുടെ ഭാവനയിൽനിന്നുമുതിർന്ന കവിതയെ നാടക ത്തിന്റെ ഒരു ഭാഷയിലേക്ക് വിവർത്തനം ചെയ്യുമ്പോൾ ആത്മാവ് നഷ്ട പ്പെടരുതെന്ന് നിശ്ചയമുണ്ടായിരുന്നു.

ആസ്വാദകമനസ്സിൽ നിലാവും ബിഥോവനും അന്ധയായ പെൺകു ട്ടിയും ഉള്ളിൽ ഒരു വിളക്കുമാത്രം കത്തുന്ന വീടും ക്രൂശിതരൂപവും പഴയ പിയാനോയും ലില്ലിപ്പൂക്കളും കാലത്തിന്റെ ചിത്രമാകുന്നു. നിലാവിന്റെ ഗീതമെഴുതിയ ബിഥോവനെ ഒ എൻ വി പുനർജനിപ്പിച്ചപ്പോൾ ഒരു പുതിയ ദൃശ്യത്തിലൂടെ ജനഹൃദയങ്ങളിലേക്കെത്തിക്കുവാനുള്ള ഒരെ ളിയ ശ്രമമായിരുന്നു ഞങ്ങളുടേത്. നിലാവിന്റെ ഗീതമെന്ന കവിത ദൃശ്യ ങ്ങളുടെ അനന്തമായ ഒരു തുടർച്ചയാവുന്നത് അറിയുകയായിരുന്നു ഞങ്ങൾ. കവിതയുടെ ഒരു പരകായപ്രവേശമായിരുന്നു അത്.

പ്രണയം

എന്റെ പെൺസൗഹൃദങ്ങളും അപ്രതീക്ഷിതമായി വന്ന നടനസൗഭാഗ്യവും

ആൾക്കൂട്ടത്തെ, പ്രത്യേകിച്ച് ആണുങ്ങളെ ഭയത്തോടെ കണ്ടിരുന്ന ഞാൻ ഒരിക്കലും ഒരു സിനിമാനടനാവുമെന്ന് പ്രതീക്ഷിച്ചിരുന്നില്ല. സ്കൂൾ പഠനകാലത്ത് ആൺകുട്ടികളെ എനിക്ക് ഭയമായിരുന്നു. എന്റെ വീടിനുചുറ്റും സ്ത്രീകളായിരുന്നു കൂടുതലും. ഇവരായിരുന്നു എന്റെ ആത്മമിത്രങ്ങൾ. ഇവരോടുള്ള നിരന്തര സഹവാസമാകാം ആൺകുട്ടികളെ ഭയക്കുന്ന ഒരു സ്ത്രൈണമാനസികാവസ്ഥ എനിക്ക് സമ്മാനിച്ചത്.

മെലിഞ്ഞ ശരീരപ്രകൃതി. ആരോഗ്യമില്ലാത്ത ദേഹം. ഓട്ടവും ചാട്ടവും പന്തുകളിയും ഉൾപ്പെടെ ആൺകുട്ടികളുടെ കളികളെല്ലാം എനിക്ക് അന്യമായിരുന്നു. അശുവായ ഞാൻ ഇത്തരത്തിലുള്ള പുരുഷലോകത്തുനിന്ന് അനേകം കാതങ്ങൾ അകലെയായിരുന്നു. കായികക്ഷമത കൂടുതൽ ആവശ്യപ്പെടുന്ന ഫുട്ബോളും മറ്റും കളിക്കാൻ വെട്ടുകിളികളെപോലെ പറന്നുപോവുന്ന സമപ്രായക്കാരുടെ രൂപങ്ങൾ നോക്കി ഞാൻ നെടുവീർപ്പിട്ട കാലമായിരുന്നു അത്.

എന്നെ ആരും ഒന്നിലേക്കും ക്ഷണിച്ചില്ല. ഞാൻ ഒന്നിലും ഒരു സാന്നിധ്യമായി അവർക്കിടയിൽ നിറയാൻ ശ്രമിച്ചുമില്ല. നാലിലും അഞ്ചിലുമെല്ലാം പഠിക്കുമ്പോൾ രോഗത്താൽ വളരെ പ്രയാസപ്പെട്ടായിരുന്നു സ്കൂളിലേക്കും തിരിച്ചും യാത്ര ചെയ്തിരുന്നത്. അത് പലപ്പോഴും ഉറ്റവരുടെ ഒക്കത്തോ തോളിലോ ഇരുന്നുമായിരുന്നു. ബഞ്ചിന്റെ ഏതെങ്കിലുമൊരു കോണിൽ എന്നെ ഇരുത്തി, കൊണ്ടുവന്ന ആൾ തിരിച്ചുപോവും. പിന്നെ കൂട്ടമണി മുഴങ്ങുന്നതുവരെ ഞാൻ ആ ഇരിപ്പ് തുടരും.

പഠിപ്പില്ലാത്ത പിരിയഡുകളിൽ ആൺകുട്ടികൾ കാട്ടുപ്രാവുകളെപ്പോലെ കളിയിടങ്ങളിലേക്ക് ശീഘ്രം ഓടിമറയും. ഞാനും പെൺകുട്ടി

കളും ക്ലാസ് മുറിയിൽ ബാക്കിയാവും. എനിക്ക് കൂട്ട് പെൺകുട്ടികളും അവരുടെ സംസാരങ്ങളും കളികളും മാത്രമായിരുന്നു. ഈ ഏകാന്തത യായിരുന്നു എന്നെ പുസ്തകങ്ങളുമായി ചങ്ങാത്തം കൂടാൻ പ്രേരിപ്പി ച്ചത്.

സ്കൂൾ ലൈബ്രറിയിലും റീഡിങ് റൂമിലുമെല്ലാം ഞാൻ നിറസാ ന്നിധ്യമായി. അവിടെയും ആൺകുട്ടികൾ ആരും എത്തിയിരുന്നില്ല. അവ രെല്ലാം കൂടുതൽ കായികമായ കളികളിലായിരുന്നു താൽപര്യം പ്രകടി പ്പിച്ചത്. ലൈബ്രറിയും റീഡിങ് റൂമുമെല്ലാം പെൺകുട്ടികളുടേതാണെന്ന ഒരു അവജ്ഞനിറഞ്ഞ ധാരണയും അവർക്കുണ്ടായിരുന്നു.

പ്രീഡിഗ്രിക്ക് കോളേജിൽ എത്തുന്നതോടെയാണ് ആൺകുട്ടികളു മായി ഇടപഴകുന്നത്. അപ്പോഴും മനസാക്ഷിസൂക്ഷിപ്പുകാരെല്ലാം പെൺകുട്ടികളായിരുന്നു. അവരോടൊപ്പം നടക്കുക. പുസ്തകം കൈമാറി വായിക്കുക... സാഹിത്യവാസന ആരംഭിക്കുന്നത് ആ ഘട്ടത്തിലാണ്. എന്നോടൊപ്പമുള്ള കൂട്ടുകാരികൾക്കുവേണ്ടി അവരിലൊരാളായി പ്രണ യലേഖനം എഴുതിക്കൊണ്ടായിരുന്നു തുടക്കം.

പെൺകുട്ടികൾക്ക് അവരുടെ പ്രാണേശ്വരന്മാർ എഴുതിക്കൊടുക്കുന്ന പ്രണയം ചാലിച്ച വരികൾക്ക് എന്റെ മനസ്സും കൈകളുമായിരുന്നു മറു കുറി എഴുതിയിരുന്നത്. ഇവരിൽ ഇന്നും ഓർമയിൽ പച്ചപിടിച്ചുനിൽക്കുന്ന നാമം ഗിരിജയുടേതാണ്. എന്റെ അയൽവാസിയായ ഇവർക്കുവേണ്ടി യായിരിക്കാം ഞാൻ ഏറ്റവും കൂടുതൽ പ്രണയലേഖനങ്ങൾ എഴുതിയിട്ടു ണ്ടാവുക.

എന്നേക്കാൾ അഞ്ചാറ് വയസ്സ് കൂടുതലുള്ള ഇവരുടെ കാമുകൻ കോയമ്പത്തൂരിലായിരുന്നു ജോലി ചെയ്തിരുന്നത്. അവിടെനിന്ന് പാല ക്കാടൻ ചുരം കയറി ഉഷ്ണിച്ചെത്തുന്ന കിതപ്പൊടുങ്ങാത്ത അയാളുടെ പ്രണയാക്ഷരങ്ങളിൽ അവിടെയുള്ള കൊട്ടകകളിലെ തമിഴ് പടങ്ങളുടെ കഥകൾ നിറഞ്ഞുനിന്നിരുന്നു.

മറുകുറിക്ക് ഗിരിജേച്ചി എനിക്ക് നൽകിയിരുന്ന പ്രതിഫലം സിനിമ കാണാനുള്ള പണമായിരുന്നു. ഞാൻ കണ്ടുവരുന്ന സിനിമകളിലെ കഥ കളാവും ഗിരിജേച്ചിയുടെ കാമുകന് എന്റെ കൈയക്ഷരത്തിൽ പാലക്കാ ടൻ ചുരം കയറിപ്പോവുക. ഞാൻ കണ്ട സിനിമകൾ അവർ കണ്ടപോലെ എഴുതും. എന്റെ അനുഭവങ്ങളാവും അവരുടേതായി കത്തിൽ നിറയുക.

തുറന്നുവച്ച പെൺമനസ്സിലേക്ക് നോക്കി അക്ഷരങ്ങൾ കുത്തിക്കു റിക്കുന്ന ഒരു അനുഭൂതി അധികം പുരുഷന്മാർക്കൊന്നും കിട്ടിയിട്ടുണ്ടാ വില്ല, തീർച്ച.

എട്ടോളം പെൺകുട്ടികളുള്ള അവരുടെ വീട്ടിൽ പ്രണയം പൂവിട്ട നീർമാതളം ഗിരിജേച്ചിയുടേത് മാത്രമായിരുന്നു.

പ്രണയലേഖനം എഴുതാനുള്ള അവസരങ്ങൾ പിന്നീട് വർധിച്ചു. ഇവരുടെ കൂട്ടുകാരികളും മറ്റുമായി പ്രണയിനികൾ എനിക്കരുകിൽ വട്ട മിടാൻ തുടങ്ങി. രണ്ടുമൂന്നു വർഷക്കാലം ഈ കത്തുകളുടെ കാലമായി

രുന്നു. ഒടുവിൽ ഗിരിജയും കാമുകനും ഒളിച്ചോടി. ഇന്ന് അവർ സന്തുഷ്ടരായി ജീവിക്കുന്നുണ്ടാവും. കാമുകിമാരുടെ ഭാഷയെക്കുറിച്ച് പ്രാണേശ്വരന്മാർ പുകഴ്ത്തും. നീ തന്നെയാണോ ഇത് എഴുതിയതെന്ന് അവിശ്വാസത്തോടെ ഇടയ്ക്ക് ചോദിച്ചുകൊണ്ടിരിക്കും.

'ഞാനല്ലാതെ ആരെഴുതാൻ? എന്റെ പ്രണയം എന്റെ മാത്രം സ്വകാര്യതയാണ്. അത് എന്റെ മാത്രം രഹസ്യമാണ്. എന്റെ മനസ്സിന്റെ സ്വപ്നമാണ്.' കാമുകിമാർക്കുവേണ്ടി ഞാൻ ഇത്തരം വരികൾ ലോഭമില്ലാതെ ഒരു ഗോസ്റ്റ് റൈറ്ററായി എഴുതിക്കൊണ്ടേയിരുന്നു.

അടുത്ത കൂട്ടുകാരിയോട് മാത്രം തുറന്നുപറയാൻ ഇഷ്ടപ്പെടുന്ന ശാരീരികവും മാനസികവുമായ അവസ്ഥകളെക്കുറിച്ചുപോലും പ്രണയാർദ്രരായ പെൺകുട്ടികൾ എന്നോട് ഹൃദയം തുറന്ന് സംസാരിച്ചു. അവരുടെ വ്യക്തിപരമായ പ്രശ്നങ്ങൾപോലും ഒരു ദൈവസന്നിധിയിലെന്നപോലെ അവർ തുറന്നുപറഞ്ഞു. ഇതായിരുന്നു എന്നിലെ സർഗാത്മക എഴുത്തിന് വഴിയിട്ടത്. ചെറുകഥ എഴുതിയപ്പോൾ സ്ത്രീവിഷയങ്ങളെ അവരുടേതുപോലെ തെല്ലും തൊങ്ങലുകളില്ലാതെ ആവിഷ്ക്കരിക്കാൻ എനിക്ക് ഉപകാരപ്പെട്ടത് ഈ അനിർവചനീയമായ എഴുത്തും അവയിൽ തെളിഞ്ഞുകണ്ട സ്ത്രീഹൃദയത്തിന്റെ ഉള്ളറകളുമാണ്.

ഒരു പെൺകുട്ടി ആൺകുട്ടിയുമായി പരസ്യമായി സംസാരിച്ചാൽ ആകാശമിടിഞ്ഞുവീഴുമെന്ന ധാരണ മുറ്റിനിന്ന കാലത്തായിരുന്നു ഇതെല്ലാം സംഭവിച്ചത്. അക്കാലത്തായിരുന്നു അവരിൽ ഒരാളായി അവരുടെ വിശ്വസ്തനായി ഞാൻ വാണത്.

ഇന്ന് ഞാൻ താമസിക്കുന്നത് നാല് സ്ത്രീകൾക്കൊപ്പമാണ്. എന്റെ ഭാര്യ, ഡിഗ്രിക്കും ഹൈസ്കൂളിലും പഠിക്കുന്ന രണ്ടു പെൺകുട്ടികൾ, ഒപ്പം നാലാമത്തെ സ്ത്രീയായി എന്റെ അമ്മയും. എന്റെ ഭാര്യയുടെ ഭർത്താവെന്ന് പറയുന്നതിനുപകരം കൂട്ടുകാരനാണെന്ന് പറയാനാണ് എനിക്കിഷ്ടം.

ഭർത്താവ് എല്ലാ അധികാരത്തിന്റെയും കേന്ദ്രമാണ്. ഞാൻ ഭരിക്കേണ്ടവനും ഭാര്യയും മക്കളും ഭരിക്കപ്പെടേണ്ടവരുമാണെന്ന നമ്മുടെ സമൂഹത്തിലെ ഭൂരിഭാഗം വിവാഹിതരായ പുരുഷന്മാരുടെയും ധാരണയാണ് ഒട്ടുമിക്ക പ്രശ്നങ്ങൾക്കും കുടുംബങ്ങളിലെ കടുത്ത മഞ്ഞു വീഴ്ചകൾക്കും കാരണമെന്നാണ് എന്റെ നിരീക്ഷണം. വീട്ടിലായാലും സമൂഹത്തിലായാലും മൊത്തം കാര്യങ്ങൾ സ്ത്രീകളാണ് തീരുമാനിക്കുന്നതെന്ന സത്യം നാം പലപ്പോഴും മറക്കുകയോ മറക്കുന്നതായി നടിക്കുകയോ ചെയ്യുന്നു.

ഏതൊരു പുരുഷനും എത്ര ദൂരെ സഞ്ചരിച്ചാലും തിരിച്ചെത്താൻ ആഗ്രഹിക്കുന്നത് സ്വന്തം വീട്ടിലേക്കാണത്. അവിടെ കുടുംബത്തെയും കുട്ടികളെയും മേച്ചുകൊണ്ടുപോവുന്ന് സ്ത്രീയാണ്. സ്ത്രീകൾ പുരുഷന്മാരെപ്പോലെയായാൽ ഏതെങ്കിലും പുരുഷന് വീട്ടിലേക്ക് ശാന്തിയും സമാധാനവും കൊതിച്ച് പറന്നടുക്കാനാവുമോ?

ലോകത്തിന്റെ പുരോഗതിയും ശാന്തിയും ആണുങ്ങളുടെ രക്തസമ്മർദവുമെല്ലാം ഊഷ്മളമാക്കി നിർത്തുന്നത് സ്ത്രീയുടെ വീട്ടിലെയും സമൂഹത്തിലെയും തികഞ്ഞ നയതന്ത്രജ്ഞതയോടെയുള്ള ഇടപെടലുകളാണ്. ആണുങ്ങൾ ജോലിചെയ്യാൻ മാത്രം വിധിക്കപ്പെട്ട പണിയാളുകൾ മാത്രമാണ്. തേനീച്ചകളെപ്പോലെ.

പുരുഷനെ ആരോഗ്യമുള്ളവനും ജോലിചെയ്യാൻ കെൽപുള്ളവനുമാക്കി നിർത്തുന്നത് സ്ത്രീയുടെ സാന്നിധ്യമാണ്. ഇതുതന്നെയാണ് സ്ത്രീക്ക് 'അൾട്ടിമേറ്റ് ഡിസൈഡിങ് ഫാക്ടർ' എന്ന പ്രത്യേക പദവി നല്കുന്നത്. സ്ത്രീയുടെ മനസ്സ് ഏതുസമയത്തും വൈബ്രന്റും എനർജറ്റിക്കുമാണെന്ന് പലപ്പോഴും അനുഭവിച്ചറിയാൻ കഴിഞ്ഞിട്ടുണ്ട്.

പുരുഷന് സ്ത്രീയുടെ മനസ്സിലേക്ക് എപ്പോഴെങ്കിലും കയറിപ്പറ്റാനായാൽ തികച്ചും ഭിന്നമായ, ഒരിക്കലും കാണുകയോ ഭാവനയിൽ ദർശിക്കുകയോ ചെയ്യാത്ത, ഒരു പുതുലോകമാണ് കാണാനാവുക. അതിവിശാലമായ ഒരുപാട് ഇടങ്ങളുള്ള ഒരു ലോകം.

ആളുകളെ ഉപാധികളില്ലാതെ ഇഷ്ടപ്പെടാനും സ്വീകരിക്കാനുമെല്ലാം അവൾക്കേ കഴിയൂ. അമ്മയാവാനും പ്രസവിക്കാനുമുള്ള കഴിവാണ് സ്ത്രീയെ ലോകത്തിലെ ഏറ്റവും ഉൽകൃഷ്ടമായ ജീവിയാക്കി മാറ്റുന്നത്. സ്ത്രീമനസ്സിലൂടെയുള്ള സഞ്ചാരം ഏതെങ്കിലും പുരുഷന് സാധ്യമായാൽ വൈവിധ്യമാർന്ന ചിന്തകളാവും അത് പുരുഷനിൽ സൃഷ്ടിക്കുക.

പുരുഷനുമായി സംസാരിച്ചിരിക്കുന്ന സ്ത്രീ ഒരുപക്ഷേ, അവളുടെ നഗ്നത എവിടെയെങ്കിലും വെളിപ്പെടുന്നത് ശ്രദ്ധിച്ചില്ലെന്നുവരാം. പക്ഷേ, ഇതുകണ്ട് ഇവളെ സ്വന്തം ഇംഗിതത്തിന് ഉപയോഗപ്പെടുത്താമെന്ന ചിന്ത പുരുഷനിലൂടെ പോകാൻ തുടങ്ങുമ്പോഴേ ആ ഗന്ധം സ്ത്രീക്ക് അരനിമിഷത്തിൽ തിരിച്ചറിയാനാകും.

ഇന്ന് പലപ്പോഴും പെൺകുട്ടികൾ ഒറ്റപ്പെട്ട കൂടുകളിലായാണ് വളരുന്നത്. ഇത് സമൂഹത്തിലും വീടിനുപുറത്തും സ്വയം പ്രതിരോധത്തിന്റെ സാധ്യത ഇല്ലാതാക്കുന്നുണ്ട്. ഒരുപക്ഷേ, ഇതുതന്നെയാവാം ഇനി വാർത്തയല്ലാതായിരിക്കുന്ന പെൺവാണിഭങ്ങളുടെ അടിസ്ഥാനം.

കോളേജ് പഠനം കഴിഞ്ഞ കാലത്താണ് സ്വന്തമായൊരു പെൺകുട്ടി വേണമെന്ന ചിന്ത രൂപപ്പെടുന്നത്. അതുവരേയും കാമുകിയുടെ കോളം ശൂന്യമായി കിടക്കുകയായിരുന്നു. ലോകം കുറേശ്ശെയായി കണ്ടുതുടങ്ങിയ കാലമായിരുന്നു അത്. ഞങ്ങൾ പ്രണയിച്ചു. അതൊരു ഉപാധികളില്ലാത്ത പ്രണയമായിരുന്നു. ആറുവർഷം നീണ്ട പ്രണയകാലത്ത് പലപ്പോഴും ഞങ്ങൾ ഒന്നിച്ചുറങ്ങിയിട്ടുണ്ട്. വിവാഹത്തിന്റെ മുമ്പായി ഒരു വർഷം ഒരുമിച്ച് ജീവിക്കുകയും ചെയ്തശേഷമായിരുന്നു വിവാഹം. ഇതിനിടയിൽ പ്രണയം ശരീരത്തോടോ മനസ്സിനോടോയെന്ന് വ്യക്തമായി തിരിച്ചറിയാൻ ഞങ്ങൾക്കായിരുന്നുവെന്നത് വലിയൊരു ഭാഗ്യമായാണ് ഞാൻ കാണുന്നത്. ശരീരത്തെ പ്രണയിച്ചാൽ നിലനിൽപ്പുണ്ടാവില്ലെന്നും ജീവിതം ബോധ്യപ്പെടുത്തി.

ചൂടുകാറ്റ് വീശുന്നുണ്ടിപ്പോഴും...

പ്രണയം കാത്തിരിപ്പിന്റെ കടലാണ്. ഒരിക്കൽ തുഴഞ്ഞെത്താൻ കഴിയാത്ത ഏറെ ആഴമുള്ള കാറ്റും കോളും നിറഞ്ഞ കടൽ. അത് തുഴഞ്ഞ് മറുകരയെത്തുന്നവർ ഭാഗ്യവാന്മാർ. അവർ ഈ പ്രപഞ്ചത്തിൽ ജീവിക്കുവാൻ യോഗ്യരായവർ. സകലതിനെയും അതിജീവിച്ച് മനസ്സ് മാത്രം അർപ്പിച്ച് എന്തുംവന്നോട്ടെ, അതിനെ മുഴുവൻ നേരിടാനുള്ള കരുത്ത് മനസ്സിനുണ്ടെന്ന് വിശ്വസിച്ച് ഇനിയുള്ള കാലം ഓർമകളുടെ സ്വസ്ഥമായ ഭൂമിയിൽ ജീവിക്കാം. സത്യമായ കാഴ്ച കണ്ട് ദൈവം എനിക്കായി, അല്ല നമുക്കായി തീർത്ത ഈ പർണശാലയിൽ ശിഷ്ടം തീർക്കുന്നത് ആസ്വദിക്കുന്ന നിമിഷം മാത്രമായി കഴിയാം. പ്രണയമെന്ന കടൽ സ്വന്തമാക്കിയ ജീവനാകാം. അനാദിയായ കാലം സർവചരാചരങ്ങൾക്കുമായി തീർത്ത് കാത്തുവച്ച ആ നിമിഷത്തെ മാത്രം ധ്യാനിക്കാം. പ്രണയം മനസ്സിന്റെയും ശരീരത്തിന്റെയും ആഹ്ലാദവും ആഘോഷവുമാക്കാം. എന്നും പുലരുന്ന നിമിഷം മുതൽ മരണത്തിന്റെ അവസാന ശ്വാസം നിലയ്ക്കുന്നതുവരെ, എന്നാൽ കൂടെയുള്ളവളുടെ ഓർമ നശിക്കുന്നതുവരെ ജീവിക്കുന്ന സത്യമാകാം. പ്രണയം എന്റെയും നിന്റെയും മാത്രമല്ലെന്നും നമുക്കുശേഷം വരാനിരിക്കുന്ന ജീവന്റേതുമാകാം.

സത്യസന്ധമായ മനസ്സുമായി ഏറ്റവും മഹനീയമായ രീതിയിൽ ഒരിക്കൽ മാത്രമേ നമുക്ക് ജീവിതം ജീവിക്കുവാൻ കഴിയൂ. അതിനുമീതെ ആഗ്രഹങ്ങളുടെയും അവസാനമില്ലാത്ത തിന്മകളുടെയും സാർഥകമാക്കുവാൻ കഴിയാത്ത മോഹങ്ങളുടെയും പ്രമാണങ്ങൾ കെട്ടിയുയർത്തുമ്പോൾ ആ ജീവിതം നാം നശിപ്പിക്കുകയാണ്. ഓരോ യാത്രയും ഇനിയും വരാനിരിക്കുന്ന അതിശയങ്ങൾക്കായുള്ള പ്രയാണമാണ്. സഞ്ചാരത്തിന്റെ ആ പഥങ്ങളിൽ ജീവിതം വിസ്മയിപ്പിക്കുന്ന കാഴ്ചകളും നല്കും.

പ്രണയം അപകടങ്ങളിലൂടെയുള്ള ഒറ്റയാൾ സഞ്ചാരവുമാകുന്നു. ഇരുൾ നിറഞ്ഞ ചെരുവിൽ വെളിച്ചത്തിനായുള്ള ഒരു തിരച്ചിലാവും അത്. ചിലപ്പോൾ ഒരു ചെറുദീപമാവാം, ഒരു കാറ്റിൽ അണയാതെ സൂക്ഷിക്കുന്ന ഒരു മറയാകാം. അതിനായി കൊതിക്കുന്ന ഒരു മനസ്സാകാം. എങ്കിലും ആകാശവും ഭൂമിയും തെളിയുമാറ് കത്തിക്കാളുന്ന ഒരു മഹാജ്വാലയ്ക്കായുള്ള പ്രതീക്ഷയുമാകാം. പ്രണയം ഒരു കാറ്റിനും അണയ്ക്കാനാകാത്ത അഗ്നിയാണ്.

വെയിൽ വീണ വഴിയിൽ അവളുടെ കാൽപ്പാദമേറ്റ മണ്ണിൽ പ്രണയത്തിന്റെ പൂക്കൾ വിടരുന്നത് കാണുവാനായിരുന്നു ഞാൻ കാത്തിരുന്നത്. അതൊരു കൗമാരകാലമായിരുന്നു. ജീവിതത്തിലെ ആദ്യപ്രണയത്തിന്റെ ചൂട് മനസ്സിലിപ്പോഴും നീറുന്നുണ്ട്. ചുവന്ന മൺപാതയിൽ ആഞ്ഞുവീശുന്ന കാറ്റിൽ അവൾ നടന്നുപോകുന്നത് കാണാൻ മാത്രമായി നിന്ന നട്ടുച്ചകൾ. ബസ്സിറങ്ങി അവൾ നടക്കും. ചുട്ടുപൊള്ളുന്ന കറുത്ത പാതയിൽ ടാർ തിളച്ച്ുമറിയും. അവളറിയാതെ അവൾക്ക് പിന്നിൽ ഒളിച്ച് നീങ്ങും. ദൈവമേ അവളെന്നെ കാണല്ലേ എന്ന പ്രാർഥനയുണ്ടാവും. അതായിരുന്നു കാലം. അറിഞ്ഞുകഴിഞ്ഞാൽ ചിലപ്പോൾ എതിർത്താലോ എന്ന ഭയം. മറ്റുള്ളവരറിയരുതെന്ന വേവലാതി.

ആറുമറിയാതെ ഒരു പ്രണയം മനസ്സിൽ സൂക്ഷിക്കുന്ന വയസ്സായിരുന്നു അത്. അവൾ വന്നിറങ്ങുന്ന ബസ് പോയിക്കഴിയുന്ന അതേ നേരത്ത് തന്നെ കണ്ടമുത്തന്റെ മാട്ടുവണ്ടി കമ്പനിയിൽനിന്നും സാധനങ്ങളും കയറ്റി പാതയിലെ ടാറിൽ മാടിന്റെ ലാടവും ചക്രത്തിന്റെ ഇരുമ്പ് തോലയുടെ അടയാളവും വീഴ്ത്തും. ആ വണ്ടിയുടെ പിന്നിൽ അതിന്റെ നിഴൽ മറപറ്റി അവളെ കണ്ട് അവളുടെ പിന്നിലായി അവൾ ടാറുപാതയിൽനിന്ന് മൺപാതയിലേക്ക് കയറുന്നതുവരെ നടക്കും. സത്യത്തിൽ ആ നടത്തമാത്രമാണ് അവളുടെ ഉച്ഛ്വാസം ശ്വസിച്ച് ജീവിക്കുന്ന നിമിഷം. ആ ജീവിതം ഒരോർമ മാത്രമായി അവസാനിക്കുന്നു. കുറച്ചുകാലം മാത്രമായി അറിഞ്ഞ മനസ്സിന്റെ സഞ്ചാരം. എന്നാൽ ഇന്നുമാ വഴികളിലൂടെ നീങ്ങുമ്പോൾ അവളുടെ മണമുള്ള കാറ്റ് വീശുന്നുവെന്ന് കരുതും. ആദ്യപ്രണയത്തിന്റെ വേവലാതികളുമായി ആ പാതകൾ ഇന്നും ജീവിക്കുന്നത് മനസ്സറിഞ്ഞുകൊണ്ട് തന്നെയാണ്. ജീവിതത്തെ മുന്നോട്ടു നീക്കുന്നതും അവസാനമെത്തിക്കുന്നതും സത്യമായ ഓർമകളും അതിന്റെ ചിന്തകളുമാകുന്നു. അതൊരു തിരിച്ചറിവാണ്. ഈ ലോകത്തിൽ ജീവിക്കാനുള്ള ആശ്വാസവും.

ഒരു നഷ്ടപ്രണയത്തിന്റെ ഓർമയിലേക്ക്

ജെയിംസ് കാമറൂൺ എന്ന് പറയുന്ന സംവിധായകൻ പ്രേക്ഷകന് വലിയ കാഴ്ചകൾ നൽകാൻ ആഗ്രഹിക്കുന്ന ചലച്ചിത്ര പ്രവർത്തകനാണ്. ടൈറ്റാനിക് എന്ന ദുരന്തകഥ മുമ്പും പലയാവർത്തി ലോക സിനിമയിൽ അവതരിപ്പിക്കപ്പെട്ടിട്ടുണ്ട്. ഒരു ഇന്ത്യൻ ഫിലോസഫിക്കൽ അപ്രോച്ച് ജെയിംസ് കാമറൂണിന്റെ സിനിമകളിൽ കാണാനാവും. ടൈറ്റാനിക്കിലും അതുണ്ട്. കഥ പറയുന്ന രീതിയുടെയും വലിയ വിഷ്വലിന്റെയുമൊക്കെ അപ്പുറത്ത് ഒരു സന്ദേശമുണ്ട്. അമിതമായി അഹങ്കരിക്കുന്ന ഏതൊരു മനുഷ്യനുപിന്നാലെയും ദുരന്തമുണ്ട്. മനുഷ്യൻ മനുഷ്യനെ തിരിച്ചറിഞ്ഞ് ജീവിക്കേണ്ടതാണെന്നുള്ള ഇന്ത്യൻ തത്ത്വചിന്ത കൃത്യമായി ജെയിംസ് കാമറൂൺ ഇതിൽ സന്നിവേശിപ്പിച്ചിരിക്കുന്നു.

യാത്രകൾ ഉണ്ടാക്കുന്ന ഇംപാക്ട് അദ്ദേഹത്തിന്റെ മിക്ക സിനിമകളിലുമുണ്ട്. ടൈറ്റാനിക്കിൽ ജാക്കിന്റെയും റോസിന്റെയും യാത്ര. അവതാറിൽ മറ്റൊരു ഗ്രഹയാത്ര. ടെർമിനേറ്ററിൽ പോലും ഒരു സ്ഥലത്തുനിന്ന് മറ്റൊരു സ്ഥലത്തേക്ക് പിന്തുടരുകയാണ്. ജീവിതം മുന്നോട്ട് യാത്ര ചെയ്യുമ്പോൾ അതിന് പിന്നാലെ മരണമെന്ന ഒരു വലിയ സത്യം വിടാതെ പിന്തുടരുന്നുണ്ട് എന്ന യാഥാർഥ്യം ഈ സിനിമകൾ വെളിവാക്കുന്നു. ടൈറ്റാനിക് ദുരന്തത്തിന് നൂറ് വർഷം ആകുമ്പോൾ നാം ഇന്നും അതേക്കുറിച്ച് ചിന്തിക്കുന്നത് അതിൽ മനുഷ്യത്വം ഉള്ളതുകൊണ്ടാണ്. സ്വന്തം ജീവൻ ത്യജിച്ച് കാമുകിയെ രക്ഷപ്പെടുത്തിയ കഥയാണ് ടൈറ്റാനിക് എന്ന സിനിമ പറയുന്നത്. അവന്റെ മൃതദേഹത്തിലാണ് ആ സ്ത്രീ ജീവിതം കണ്ടെത്തിയത്. അവർക്ക് പിടിച്ചുകിടക്കാൻ കിട്ടിയ ഏക കച്ചിത്തുരുമ്പ് അവന്റെ ശരീരമായിരുന്നു. പ്രണയത്തിന്റെ മനസ്സിൽ തട്ടുന്ന ഭാവമാണ് ആ സീൻ. സ്വന്തം ജീവിതംകൊണ്ടുപോലും മറ്റൊരാളെ രക്ഷ

പ്പെടുത്താൻ ശ്രമിച്ച മനുഷ്യന്റെ കഥയാണ്. ഇതിൽ നന്മയുണ്ട്. ആ നന്മയാണ് ടൈറ്റാനിക്കിന്റെ ത്രീഡി പതിപ്പിനായി നമ്മളെ കാത്തിരിപ്പിക്കുന്നത്.

ടൈറ്റാനിക് ദുരന്തത്തിൽനിന്ന് രക്ഷപ്പെട്ട ഒരു സ്ത്രീ അവരുടെ ജീവിതത്തിന്റെ അവസാന കാലയളവിൽ, അവരുടെ ഓർമകളിലൂടെ ആ ദുരന്തത്തെക്കുറിച്ച് പറയുകയാണ്. ആ കഥപറച്ചിലിന് ഒരു പ്രത്യേകതയുണ്ട്. കുട്ടിക്കാലത്ത് മുത്തശ്ശിമാരും മുതിർന്നവരും നമുക്ക് കഥകൾ പറഞ്ഞുതരുന്നു. അങ്ങനെ ഫോക്‌ലോറിന്റെയും സ്റ്റോറി ടെല്ലിങ്ങിന്റെയും സ്വഭാവം നമ്മുടെ ജീവിതത്തിൽ ഉണ്ടാവുന്നു. നമ്മൾ കഥ കേൾക്കാൻ തല്പരരാണ്. ലോകത്തുണ്ടായിട്ടുള്ള പ്രധാന കഥകളായ ആയിരത്തൊന്ന് രാവുകളിലും ഈസോപ്പ് കഥകളിലും അതിനും മുമ്പ് ഉണ്ടായിട്ടുള്ള കഥാസരിത് സാഗരത്തിലുമൊക്കെ ഇങ്ങനെ കഥ പറയുന്ന രീതിയുണ്ട്. ഈ കഥപറച്ചിലിലൊക്കെ ഒരു ഈസ്റ്റേൺ ശൈലിയുണ്ട്. ആ രീതി ജെയിംസ് കാമറൂൺ കൃത്യമായി അഡാപ്റ്റ് ചെയ്തിട്ടുണ്ട്. ഇതിൽ ദുരന്തനായിക ഫ്ളാഷ് ബാക്കിൽ കഥ പറയുകയാണ്. ആ ഫ്ളാഷ് ബാക്ക് ശൈലി മുകളിൽ പറഞ്ഞ എല്ലാ കഥകളിലുമുള്ളതാണ്. ആ രീതി സ്വീകരിച്ചതുകൊണ്ടാണ് ലോകവ്യാപകമായി ടൈറ്റാനിക് എന്ന സിനിമയ്ക്ക് ഇത്രയും സ്വീകാര്യതയുണ്ടായത്. ഇങ്ങനെ നോക്കുമ്പോൾ ഒരു മഹത്തായ സൃഷ്ടിയാണ് ടൈറ്റാനിക് എന്ന് പറയാം.

ന്യൂട്ടന്റെ തത്ത്വമാണ് ശരിക്കുപറഞ്ഞാൽ ടൈറ്റാനിക്കിന്റെ കാര്യത്തിൽ സംഭവിച്ചത്. നമ്മൾ പ്രകൃതിക്ക് വിരുദ്ധമായി അല്ലെങ്കിൽ പ്രകൃതിയുടെ മനസ്സറിയാതെ കാര്യങ്ങൾ ചെയ്യുമ്പോൾ ഉണ്ടാകുന്ന തിരിച്ചടി. 'എവരി ആക്ഷൻ ഹാസ് ആൻ ഈക്വൽ ആന്റ് ഓപ്പോസിറ്റ് റിയാക്ഷൻ' എന്നുപറയുന്നത് ഇവിടെ ശരിയാകുന്നു. കുടിച്ചും കളിച്ചും ആഹ്ലാദിച്ചും പോകുന്നതിനിടയിൽ ഒരു ദുരന്തം അവൻ പോലുമറിയാതെ വന്നു കയറിയ കാഴ്ചയാണ് ടൈറ്റാനിക് നൽകുന്നത്. അമിതമായ ആഹ്ലാദവും ഉന്മാദങ്ങളുമൊക്കെ നമ്മെ ദുരന്തത്തിലേക്ക് കൊണ്ടുപോകുമെന്ന് ജെയിംസ് കാമറൂൺ ഈ സിനിമയിലൂടെ ഓർമിപ്പിക്കുന്നു.

ഒരുകാലത്ത് മലയാളത്തിൽ ഏറ്റവും പോപ്പുലറായ എഴുത്തുകാരനായിരുന്നു മുട്ടത്തുവർക്കി. അദ്ദേഹത്തിന്റെ കഥകളുടെ കൂട്ട് ഇതിന് സമാനമായിരുന്നു. മുട്ടത്തുവർക്കിക്ക് മുമ്പ് മിൽസ് ആന്റ് ബൂൺസ് കമ്പനി പുറത്തിറക്കിയിട്ടുള്ള ഒരുപറ്റം ഇംഗ്ലീഷ് നോവലുകളുടെ അതേ പാറ്റേൺ തന്നെയാണ് ഈ സിനിമയിലും ഉപയോഗിച്ചിരിക്കുന്നത്. അതാണ് മലയാളിക്കും ഇതിനോട് വളരെയധികം അടുപ്പം തോന്നാൻ കാരണം.

ജനസമ്മതമായ ഒരു കഥ ഇതിലുണ്ട്. അത് സാധാരണ മനുഷ്യന്റെ കാഴ്ചക്കപ്പുറത്ത് നിന്നുകൊണ്ട് വലിയ വിഷ്വലുകൾ ഉപയോഗിച്ച് തയ്യാറാക്കിയതാണ്. നമ്മൾ വാണിജ്യപരമായി കണ്ടുവരുന്ന സിനിമകളുടെ അപ്പുറത്തേക്ക് മനുഷ്യജീവിതത്തിന്റെ കഥ പറഞ്ഞുകൊണ്ട് അതിന്റെ

വിഷ്വലുകൾ ഉപയോഗിച്ച് വലുപ്പം കൂട്ടുന്ന ഒരു കഥാരീതി ഈ സിനിമയിലുണ്ട്. ഇത് ടൈറ്റാനിക്കിന്റെ ഒരു പ്രത്യേകതയാണ്.

കപ്പൽ തകർന്നപ്പോൾ ഇങ്ങനെയൊക്കെ സംഭവിച്ചിരിക്കാം എന്ന് ഭാവനയിൽ കണ്ടാണ് സിനിമ തയ്യാറാക്കിയിരിക്കുന്നത്. ഈ ദുരന്തത്തിൽ നിന്ന് രക്ഷപ്പെട്ടവർ വളരെ കുറവാണ്. അവരിൽ അപകടത്തെക്കുറിച്ച് കൃത്യമായി പറയാൻ കഴിയുന്നവരും വിരളം. അവർ പറഞ്ഞതിൽനിന്ന് ഒരു കഥ കണ്ടെത്താനുള്ള കഴിവ്. അതുപോലെതന്നെ ദുരന്തത്തിൽ ഇങ്ങനെയൊക്കെ സംഭവിച്ചിരിക്കാം എന്ന ഭാവന. ഇതൊക്കെ കൂട്ടിയിണക്കിയാണ് ജെയിംസ് ഇത്രയും മനോഹരമായ സിനിമ ഉണ്ടാക്കിയത്.

ഇങ്ങനെ ഭാവന ചേർക്കുമ്പോൾ തന്നെ അത് വിഷ്വലിൽ ഉണ്ടാക്കുന്ന ഒരു ഇംപാക്ട്, അതാണ് ഏറ്റവും പ്രധാനകാര്യം. പ്രണയകഥ പറയുമ്പോഴും അതിൽ ഉള്ളവനും ഇല്ലാത്തവനും എന്ന വേർതിരിവുണ്ട്. ഏറ്റവും പണക്കാരിയായ പെൺകുട്ടിയെ ഏറ്റവും പാവപ്പെട്ടവൻ പ്രണയിക്കുന്നു. അതിൽ സ്ഥിരമുള്ള വില്ലൻ. ഇങ്ങനെയൊരു ട്രയാംഗിൾ പെർസെപ്ഷനാണ് ഈ കഥയ്ക്കുള്ളത്.

ഇതിന്റെ മറ്റൊരു വശംകൂടി കാണേണ്ടതുണ്ട്. സിനിമ ഷൂട്ടുചെയ്തത് സ്റ്റുഡിയോയിലാണ്. കപ്പലിൽ 99 ശതമാനം സീനുകളും ഇങ്ങനെയാണ് ചിത്രീകരിച്ചത്. സ്റ്റുഡിയോയിൽ ഇത് സെറ്റുചെയ്യുക എന്നത് ഹെർക്കുലിയൻ ടാസ്ക് ആണ്. അത് വിശ്വസനീയമാക്കുക എന്നത് അതിനേക്കാൾ വലിയ ദൗത്യമാണ്. കാരണം ആ കപ്പൽ ചലിക്കുന്നില്ല എന്ന് നമുക്കറിയാം. അങ്ങനെ ചലിക്കാത്ത ഒരു കപ്പലിൽനിന്നാണ് മുഴുവൻ കാര്യങ്ങളും ചെയ്തിരിക്കുന്നത്. എങ്കിൽപ്പോലും ചെറിയ കാര്യങ്ങൾവരെ സംവിധായകൻ ശ്രദ്ധിച്ചിട്ടുണ്ട്. കടലിൽ കാറ്റിന്റെ ഗതിയും വേഗതയും വരെ മനസ്സിലാക്കിയിട്ടുണ്ടാവാം. അങ്ങനെ കാഴ്ചകൾ അടുത്തുനിന്ന് കണ്ടശേഷമാണ് സിനിമ എടുത്തിരിക്കുന്നത്. അടുത്തിടെ ആഴക്കടലിലേക്കുള്ള ജെയിംസ് കാമറൂണിന്റെ സഞ്ചാരംപോലും മറ്റൊരു സിനിമയുടെ തുടക്കമാണ്. കാര്യങ്ങൾ കൃത്യമായി മനസ്സിലാക്കിയ ശേഷം സിനിമ എടുക്കുന്ന അദ്ദേഹത്തിന്റെ ശൈലിയാണ് ടൈറ്റാനിക്കിനെ ഇത്രയും വലിയ വിജയമാക്കിയത്.

എഴുതുന്ന സ്ത്രീയിലുമുണ്ട് ഒരഴക്

ജീവിതത്തിലേക്ക് യാദൃച്ഛികമായി കടന്നുവരുന്നവർ സ്ത്രീകളാണ്; കുറഞ്ഞ പക്ഷം എന്റെ ജീവിതത്തിലെങ്കിലും എന്ന് കരുതുകയാണ് ഞാൻ. കാമുകിയും ഭാര്യയും സ്ത്രീ സുഹൃത്തുക്കളുമൊക്കെ അങ്ങനെ കടന്നുവന്നവരെങ്കിൽ ഭാര്യ രേഖയുടെ കടന്നുവരവാണ് ഏറ്റവും ആകസ്മികം.

എന്റെ ജീവിതയാത്രയിൽ ഇത്രത്തോളം യാദൃച്ഛികമായി മറ്റൊന്നും സംഭവിച്ചിട്ടില്ല. അതൊരു യാത്ര. എറണാകുളത്തുനിന്ന് പാലക്കാട്ടേക്ക് ഒരു കെ എസ് ആർ ടി സി ബസ് യാത്ര. മനസ്സിൽ നിറയുന്നത് കാമുകിയാണ്. എനിക്കും കാമുകിക്കുമിടയിൽ സംഭവിച്ച ചില പ്രശ്നങ്ങൾ പറഞ്ഞുതീർക്കാനായി പോകുന്ന യാത്രയിലാണ് ഒരു പെൺകുട്ടി എന്റെ അടുത്ത സീറ്റിൽ വന്നിരിക്കുന്നത്.

എറണാകുളത്തുനിന്ന് പാലക്കാടുവരെയുള്ള ടിക്കറ്റെടുത്ത ആൾ പെട്ടെന്ന് തൃശൂരിൽ യാത്ര മതിയാക്കുന്നു. അവിടെനിന്ന് കയറിയ പെൺകുട്ടി അയാൾ ഇരുന്ന, എന്റെ തൊട്ടടുത്ത സീറ്റിൽ വന്നിരിക്കുന്നു. പിന്നീട് കത്തുകളിലൂടെ പരിചയപ്പെടുന്നു. കാമുകിയോട് പരസ്പരം പറഞ്ഞുതീർത്ത് വേർപിരിഞ്ഞശേഷമുള്ള ആ മടക്കയാത്ര രേഖയിലേക്കുള്ളതായിരുന്നുവെന്ന് വിശ്വസിക്കുകയാണ്.

കത്തുകളിലൂടെ ആരംഭിച്ച സൗഹൃദം വിവാഹം വരെ. ഇന്ന് എന്റെ രണ്ട് പെൺമക്കളുടെ അമ്മ. ഓർക്കുമ്പോൾ എത്ര വലിയ ആശ്ചര്യം! അതിലും എത്രയോ വലിയ യാദൃച്ഛികത. ആ യാത്രയിൽ അയാൾ തൃശൂരിൽ ഇറങ്ങിയില്ലായിരുന്നുവെങ്കിൽ, രേഖ മറ്റൊരു സീറ്റിലാണ് ഇരുന്നതെങ്കിൽ വിധി മറ്റൊന്നാകുമായിരുന്നു.

ഇതേക്കുറിച്ച് അടുത്തിടെ ആങ്കർ രേഖാമേനോനും എന്നോട്

പറഞ്ഞു: "ജീവിതത്തിലെ യാദൃച്ഛികതയെന്നാൽ മധുപാൽ രേഖയെ കണ്ടെത്തിയതാണ്."

ജീവിതത്തിലേക്ക് സ്ത്രീ കടന്നുവരുന്ന ഈ അൽഭുതം എപ്പോഴും ഒപ്പമുണ്ടാകും. അത് സുഹൃത്തായും ആരാധികമാരായും കടന്നെത്തുന്നു: "16 വർഷം മുമ്പ് എന്റെ ആദ്യസിനിമ റിലീസായ സമയത്ത് എന്നെ ആരാധിച്ചുതുടങ്ങിയ ഒരു പെൺകുട്ടിയുണ്ട്. അന്നവൾ 13 വയസ്സുള്ള എട്ടാം ക്ലാസുകാരി. മാസികകളിൽ അച്ചടിച്ചുവന്ന ഫോട്ടോ കണ്ടുള്ള ആരാധന. കൂട്ടുകാരികൾ പലരും അവൾക്ക് എന്റെ ഫോട്ടോകൾ കൊണ്ടുകൊടുക്കും. പകരം അവൾ അവർക്ക് എഴുതാനും കണക്കുചെയ്യാനുമൊക്കെ സഹായം നൽകും.

ഇതൊക്കെ ഞാനറിയുന്നത് മൂന്നുവർഷംമുമ്പ് ഞാനാദ്യമായി സംവിധാനം ചെയ്യുന്ന 'തലപ്പാവിന്റെ' ഡബ്ബിങ് വേളയിലാണ്. ഡബ്ബ് ചെയ്യാനായി ഒരു പെൺകുട്ടി വന്നു. വിവാഹിത, ഒരു പെൺകുഞ്ഞിന്റെ അമ്മ. ഡബ്ബ് ചെയ്യാൻ ആഗ്രഹമുണ്ടായിട്ടും അതിന് കഴിഞ്ഞില്ല അവൾക്ക്. മടങ്ങിപ്പോയശേഷം അവൾ വിളിച്ചു: "സാറിനെ നേരിൽ കാണണമെന്ന് ആഗ്രഹിച്ചിട്ടാണ് ഞാൻ വന്നത്." എന്നെ ആരാധിച്ചിരുന്ന അവളിലെ പതിമുന്നുവയസ്സുകാരിയുടെ കഥ പറഞ്ഞു. ഇന്നും ആരാധനയ്ക്ക് കുറവില്ലെങ്കിലും എന്റെ സാന്നിധ്യം അവൾക്ക് നൽകുന്ന സന്തോഷത്തിലാണ് ഇന്നവളുടെ വിശ്വാസം. അടുത്തിടെ അവൾ വിളിച്ചു. "സാർ എനിക്ക് പി എസ് സി പരീക്ഷയുണ്ട്. സാറിനോട് സംസാരിച്ചുകഴിയുമ്പോൾ മനസ്സിനൊരു സന്തോഷം. പ്രത്യേക ഊർജം കിട്ടുംപോലെ."

നാമറിയാതെ മറ്റൊരാൾക്ക് സന്തോഷവും ഊർജവും നൽകാൻ കഴിയുന്നുവെങ്കിൽ അതിനേക്കാൾ വലിയ സന്തോഷമെന്തുണ്ട്? ഇന്നും ഒരിക്കൽപ്പോലും നേരിൽ കാണാത്ത ഒരു പെൺ സുഹൃത്തുണ്ട്; സിംഗപ്പൂരിൽ. അവൾ ചില ദിവസം വിളിക്കും. ചില സങ്കടനിമിഷങ്ങളിലാകും ആ വിളിയെത്തുക. എന്നോട് ഒന്നും പറയാതെതന്നെ ഞാൻ പറയുന്ന ചില കാര്യങ്ങൾ അവളുടെ പ്രശ്നത്തിന് പരിഹാരമാകാറുണ്ടെന്ന് കേൾക്കുമ്പോഴും ഒരു സന്തോഷം.

സ്ത്രീ എന്താണ് ജീവിതത്തിൽ?

ചോദ്യത്തിന് എക്കാലവും പ്രസക്തിയുണ്ട്. കാലവും ദേശവും ഭാഷയും സ്ത്രീയുടെ കാര്യത്തിൽ ഭേദപ്പെടുന്നില്ല. പുരുഷനെ എക്കാലവും പ്രത്യക്ഷമായും പരോക്ഷമായും സ്വാധീനിക്കുന്നത് സ്ത്രീയാണെന്ന് വിശ്വസിക്കാനാണ് എനിക്കിഷ്ടം.

ഒരു സ്ത്രീയല്ല, പല സ്ത്രീകൾ എന്റെ ജീവിതത്തിൽ സ്വാധീനം ചെലുത്തിയിട്ടുണ്ട്. എന്നോട് കാണിക്കുന്ന സ്നേഹം... അവരുടെ വർത്തമാനങ്ങൾ... ജീവിതസാഹചര്യങ്ങൾ ഒക്കെയും എന്റെ ഹൃദയത്തിൽ വന്ന് തൊട്ടിട്ടുണ്ട്. അതൊക്കെ കഥകൾ, എഴുതുമ്പോൾ... സിനിമകളുടെ ചർച്ചകളിലൊക്കെ ഉൾപ്പെടുത്താൻ ധൈര്യം തന്നതുപോലും സ്ത്രീകളാണ്.

എന്നും സ്ത്രീകൾ സമൂഹത്തിൽ, കുടുംബത്തിൽ, വ്യക്തികളിലൊക്കെ സ്വാധീനം ചെലുത്തിയാണ് ജീവിച്ചിരിക്കുന്നത്. ഏതുകാര്യത്തിലും അവസാന തീരുമാനമെടുക്കുമ്പോൾ ഫലത്തിൽ സ്ത്രീകളുടേതാകും. മനുഷ്യന്റെ ആദികാലം മുതൽ അതങ്ങനെതന്നെ. ആദവും ഹൗവയും ഒന്നിച്ചു ജീവിക്കുമ്പോഴും നടപ്പായ അന്തിമതീരുമാനം സ്ത്രീയുടേതാണ്. സ്ത്രീ തീരുമാനമെടുക്കുമ്പോൾ അത് അനുസരിക്കാതെ വയ്യെന്നാകുന്നു പുരുഷന്. സ്ത്രീയിൽനിന്ന് ലഭിക്കുന്ന ഒരു നോട്ടം, വാക്ക്, സാന്ത്വനം ഒക്കെ പുരുഷന്റെ ഹൃദയത്തിൽ എത്രത്തോളം ആഴത്തിൽ പതിക്കുമെന്ന കാര്യത്തിൽ സംശയമില്ല.

ഇന്നുവരെ എന്റെ ലോകം വട്ടം കറങ്ങിയിട്ടുള്ളത് സ്ത്രീകൾക്കു ചുറ്റുമാണ്. എന്റെ കുട്ടിക്കാലം കോഴിക്കോടും പാലക്കാടുമായി ഞാൻ വീതിച്ചു നൽകിയത് അച്ഛന്റെയും അമ്മയുടെയും സ്ത്രീകളായ ബന്ധുക്കൾക്കിടയിലാണ്. പ്രത്യേകിച്ച് എന്നെ വളർത്തിയ അച്ഛന്റെയും അമ്മയുടെയും അമ്മമാർക്കിടയിൽ. അവരുടെ ഇഷ്ടങ്ങൾക്കനുസരിച്ചാണ് ഞാൻ വളർന്നത്. ഒരു ചെടി വളരുമ്പോൾ സൂര്യപ്രകാശം എങ്ങനെയാണ് ആകർഷിക്കുന്നത്, അതുപോലെ അവരെന്നെ അവരുടെ ഹൃദയത്തിലേക്ക് ആകർഷിച്ചു. ആ സ്ത്രീഹൃദയങ്ങളാണ് എന്റെ ജീവിതത്തിലെ സൂര്യൻ. ആ സൂര്യനുചുറ്റും അനേകം ഗ്രഹങ്ങൾ പോലെ സ്ത്രീകളായ ബന്ധുക്കൾ. അയൽപക്കങ്ങളിലും സ്ത്രീകളായിരുന്നു കൂടുതൽ അടുപ്പക്കാർ. അവരുടെ ഹൃദയങ്ങളുമായാണ് എനിക്ക് കൂടുതൽ സംവദിക്കാൻ കഴിയുന്നത് എന്ന് തോന്നിയിട്ടുണ്ട്.

എന്റെ മനസ്സ് അവർക്ക് മുന്നിൽ തുറന്നുകാട്ടാൻ മടിതോന്നിയിട്ടില്ല. എന്റെ ചിന്തകളും സംശയങ്ങളും അവരോട് പങ്കിട്ടു. ജൈവപരമായ കാര്യങ്ങൾകൂടി അവരോട് തുറന്നുപറയാൻ മടി തോന്നിയിട്ടില്ല. എന്നും സ്ത്രീകൾക്കിടയിൽ ജീവിക്കുമ്പോൾ... അവർ തരുന്ന സുരക്ഷിതത്വത്തിൽ കഴിയുമ്പോൾ ലോകത്തിൽ മറ്റൊരു ആകുലതയും നമ്മെ ബാധിക്കുമെന്ന് തോന്നുന്നില്ല. ഇന്നും ആ സുരക്ഷിതത്വത്തിന് നടുവിലാണ് ഞാൻ. വീട്ടിൽ അമ്മ, ഭാര്യ, രണ്ടു പെൺമക്കൾ, നാലു സ്ത്രീകളുടെ ഹൃദയസ്നേഹത്തിനുള്ളിൽ കഴിയുമ്പോൾ ഞാൻ സ്വതന്ത്രനാണ്.

പുരിപ്പിക്കാൻ കഴിയാത്ത സമസ്യയാണ് സ്ത്രീയെന്ന് പലരും പറഞ്ഞുകേൾക്കും. എന്നാൽ സ്നേഹം കൊണ്ട് അടക്കിച്ചേർത്താൽ നനഞ്ഞ നമ്മിലേക്ക് ചേരുന്ന ധൈര്യമാണ് സ്ത്രീയെന്ന് തോന്നിയിട്ടുണ്ട്. എന്നും സ്ത്രീകളുടെ മനശ്ശാസ്ത്രം ദുരൂഹമെന്ന് കരുതുന്നവർക്കിടയിൽ 100 ശതമാനം മാർക്ക് വാങ്ങി മുന്നിലുണ്ട് ഞാൻ. അവരെ അത്രമാത്രം മനസ്സിലാക്കുന്നതുകൊണ്ടാവണം അവർ എന്നോട് നന്നായി സംസാരിക്കും.

ഒരുപാട് സ്ത്രീകൾ അവരുടെ ഏറ്റവും വ്യക്തിപരമായ കാര്യങ്ങൾകൂടി എന്നോട് പങ്കുവയ്ക്കാറുണ്ട്. അക്കാര്യത്തിൽ എന്റെ സത്യസന്ധതയ്ക്കുമുണ്ട് പങ്ക്. ഇന്ന് ആർക്കാണ് ഒരാളെ ശ്രദ്ധിക്കാൻ, അവ

രുടെ മനസ്സ് കേൾക്കാൻ കഴിയുന്നത്? "അതിനെവിടെയാണ് സമയം?" എന്ന് ഒഴുക്കൻ രീതിയിൽ പറയുന്നവർക്കിടയിൽ "എനിക്കതിന് കഴിയുന്നു"വെന്ന് ഉറക്കെ പറയാനാകുന്നു. സ്ത്രീകൾ എന്നോട്,അവരുടെ മനസ്സ് പങ്കുവയ്ക്കാൻ വച്ചുനീട്ടുന്ന അവസരങ്ങൾ വേണ്ടെന്നുവയ്ക്കാറില്ല ഞാൻ. ഒരാൾ മനസ്സ് കേൾക്കാനുണ്ടാകുന്നത് വലിയ ഭാഗ്യങ്ങളിലൊന്നാണ്. കാരണം ആ മനസ്സുഖം എന്താണെന്ന് അറിയുന്നയാളാണ് ഞാൻ.

സൗഹൃദങ്ങൾ മെല്ലെ അണഞ്ഞുപോകുന്നതാണ് ഇന്നത്തെ അവസ്ഥ. പ്രത്യേകിച്ച് സ്ത്രീകൾക്കിടയിൽ. അവർ പുരുഷസൗഹൃദം പോയിട്ട് സ്ത്രീകളുമായുള്ള സൗഹൃദംപോലും ആഗ്രഹിക്കുന്നില്ല. കാലം അവർക്ക് നൽകുന്ന അനുഭവങ്ങളാണ് സൗഹൃദവെളിച്ചങ്ങളിൽനിന്ന് മാറിനടക്കാൻ അവരെ പ്രേരിപ്പിക്കുന്നത്. ഇത് സ്ത്രീകളെ കൂടുതൽ സങ്കീർണമായ പ്രശ്നങ്ങളിലാണ് കൊണ്ടെത്തിക്കുന്നത്. സ്വന്തം വീടുകളിൽപ്പോലും പരസ്പരം മനസ്സ് പങ്കുവയ്ക്കപ്പെടാതെ വരുന്നതോടെ ഓരോരുത്തരും സ്വയം നഷ്ടപ്പെടുത്തുന്നു. അവരുടെ പ്രഭാവം ജ്വലിപ്പിക്കാൻ കഴിയാതെ പോകുന്നു. ഭാര്യയും ഭർത്താവും തമ്മിലുള്ള ചെറിയ വഴക്കുകൾപോലും വലിയ പ്രശ്നങ്ങളിലേക്ക് പൊയ്പ്പോകാതിരിക്കാൻ അവർ തനിയെ മനസ്സുവയ്ക്കണം. പഴയകാലംപോലെ പുറത്തുനിന്ന് സ്നേഹമുള്ള ഒരു ശാസനയ്ക്കായി കാത്തിരിക്കാൻ ഇന്ന് നിവൃത്തിയില്ല.

സൗന്ദര്യം... അത് എവിടെയും ശ്രദ്ധിക്കപ്പെടും... പൂവോ പുഴയോ മലയോ സൗന്ദര്യത്താൽ മോഹിപ്പിക്കുന്നതുപോലെയാണ് ഒരു സ്ത്രീയും. സുന്ദരിയായ ഒരു പെൺകുട്ടിയെ കണ്ടാൽ നോക്കിപ്പോകുന്ന അവസ്ഥയുണ്ട് പുരുഷന്. മറിച്ച് സ്ത്രീകൾക്കും. സ്ത്രീയും പുരുഷനും പരസ്പരപൂരകങ്ങളാണെന്നതിന്റെ ഏറ്റവും വലിയ തെളിവാണിത്. എന്റെ ഭാര്യയെ അല്ലെങ്കിൽ കാമുകിയെയല്ലാതെ മറ്റൊരാളെ സ്വപ്നം കൂടി കണ്ടിട്ടില്ലെന്ന് പറയുന്നത്ര കപടത മറ്റൊന്നില്ല.

സ്ത്രീയാണ് എവിടെയും പുരുഷനേക്കാൾ ഉയർന്നുനിൽക്കുന്നതെന്ന് ഒരു കുട്ടിയുടെ ജനനം മുതൽ ബോധ്യപ്പെടുത്തുന്ന കാര്യമാണ്. കുട്ടിയുടെ ജനനത്തിന് മുഖ്യഘടകമാകുന്ന "വൈ ക്രോമോസോമുകൾ നൽകുന്നതിൽ മാത്രമാണ് പുരുഷന് പങ്ക്. ഉത്സവം പോലെ കുട്ടിയെ തന്നിലേറ്റി... ജന്മം നല്കി... വളർത്തുന്നതിൽ സ്ത്രീയുടെ ശരീരവും മനസ്സും ചേർക്കുന്ന പങ്കിനുമുന്നിൽ നിസ്സഹായനായി നില്ക്കാതെ എന്തിനുകഴിയും പുരുഷന്. സകല വികാരങ്ങളും ഒരുപോലെ മേളിക്കുന്ന നല്ല തിരിച്ചറിവുള്ള ജീവി സ്ത്രീയല്ലാതെ മറ്റൊരാളില്ല. എല്ലാ സ്ത്രീയിലും നന്മയും തിന്മയുമുണ്ടാകും. എങ്കിലും മാതൃത്വവും കാരുണ്യവും നിറഞ്ഞുതൂകുന്നതിനാൽ സ്ത്രീ ആർക്കും തകർക്കാൻ പറ്റാത്ത ശക്തിയായി മാറുന്നു.

സ്ത്രീക്ക് മുന്നിൽ പുരുഷൻ ഒരു ഉപകരണം മാത്രമാണ്. ആ ഉപ

കരണം ശരിയായ വിധത്തിൽ ഉപയോഗിക്കുന്നത് സ്ത്രീയാണ്. അവളുടെ ബുദ്ധിയാണ്. ആ ബുദ്ധിയിൽ സ്നേഹവും കാരുണ്യവും മാത്രമല്ല ചിലപ്പോൾ ദുഷ്ടബുദ്ധിയും ഉണ്ടായേക്കാം. അത്തരക്കാരെ വെടിവച്ചുകൊല്ലാനേ ഞാൻ പറയൂ.

സ്ത്രീകളോട് മോശമായി പെരുമാറുന്ന പുരുഷനെ എന്തുചെയ്യണമെന്ന് ചോദിച്ചാലും ഞാനിതേ പറയൂ. അവർക്കെതിരെ ഒരു നിയമമുണ്ടാക്കാൻ അവകാശം കിട്ടിയാൽ ഉടൻ ഞാൻ രേഖപ്പെടുത്തും. കണ്ണുമടച്ച് വെടിവച്ച് വീഴ്ത്തുക. സ്ത്രീകൾക്കെതിരെയുള്ള പുരുഷ അക്രമങ്ങൾക്ക് പരോക്ഷമായെങ്കിലും ചില സ്ത്രീകൾ ഉണ്ടെന്നുള്ളത് ഉറപ്പാണ്. ആ സ്ത്രീകൾക്കും പുരുഷന്റെ അതേ ശിക്ഷ ഉറപ്പാക്കും ഞാൻ.

അടുത്തിടെ ട്രെയിനിൽ മരിച്ച സൗമ്യയെ ഉപദ്രവിച്ച ഗോവിന്ദച്ചാമിയുടെ വെളിപ്പെടുത്തൽ ആരെയും ഞെട്ടിച്ചുകളയും. കുട്ടിക്കാലത്ത് പല സ്ത്രീകളും എന്നെ തല്ലുകയും ഇടിക്കുകയും ചീത്തപറയുകയും ചെയ്തിട്ടുണ്ട്. സ്ത്രീകളിൽനിന്ന് നല്ല വാക്ക് പ്രതീക്ഷിച്ചപ്പോഴൊക്കെ മോശം അനുഭവം. അതോടെ സ്ത്രീകളോട് എനിക്ക് കടുത്ത വെറുപ്പായി. ഈ വാക്കുകൾ എങ്ങനെയാണ് കാണാതെ പോവുക.

സ്ത്രീകളുടെ സൗന്ദര്യമെന്നത് എഴുതുന്ന സ്ത്രീകളിലാണ് ഞാൻ കാണുന്നത്. പുരുഷനുപോലും കണ്ടെത്താൻ കഴിയാത്ത കാഴ്ചപ്പാടുകൾ എഴുതുന്ന സ്ത്രീകളുടെ എഴുത്ത് എന്നെ മോഹിപ്പിക്കുന്നു. സ്ത്രീയുടെ സൗന്ദര്യത്തേക്കാൾ അവരുടെ അഴക് സൗന്ദര്യത്തിലല്ല, വാക്കുകളിലെ അർഥങ്ങളിലും അക്ഷരങ്ങളുടെ നിറപ്പൊലിമയിലും നിറഞ്ഞാടുകയാണ്.

പ്രണയം രണ്ടു രീതിയിലുണ്ട്. കാല്പനിക പ്രണയവും പ്രായോഗിക പ്രണയവും. മനസ്സിൽ നിലാവിന്റെ തണുപ്പും വെളിച്ചവും വിതറുന്ന കാല്പനിക പ്രണയത്തിലാണ് ഞാനെന്റെ ഹൃദയം ചേർക്കുക. വളരെ വളരെ ദൂരെനിന്നുപോലും എന്നും ഒരു പെൺകുട്ടി വിളിക്കാനുണ്ടാവുക സന്തോഷമാണ്. ആ വിളി ജീവിതത്തെ എത്ര സുന്ദരമായി മുന്നോട്ട് നയിക്കും. പ്രണയത്തിനും അപ്പുറമാണ് ആ ബന്ധം. ഒരു പക്ഷേ, സൗഹൃദവും സ്നേഹവും പ്രണയവുമൊക്കെച്ചേർന്ന വികാരമാണ് ഈ ബന്ധത്തെ കൂട്ടിയിണക്കുക. ഏത് പാതിരാത്രിയിലും വിളിക്കാൻ പറ്റുന്ന പെൺസൗഹൃദങ്ങൾ വേണമെന്ന പക്ഷക്കാരനാണ് ഞാൻ. ഒരു സുനാമിക്കും പ്രകൃതിക്ഷോഭത്തിനും ഈ സൗഹൃദസ്നേഹത്തെ തകർക്കാൻ കഴിയില്ല.

പ്രണയാർദ്രസ്വരമായ് മൂന്നക്ഷരം

“നീ ഉറക്കമുണർന്നോ..?”

“നേരം വെളുത്തില്ലല്ലോ..”

“എങ്കിലും നിന്നോടെനിക്കിപ്പം എന്തെങ്കിലും പറയണമെന്ന് തോന്നിപ്പോയി. വെളുപ്പാങ്കാലത്ത് കാണ്ണ സ്വപ്നം നടക്കുംന്നാ പറയണത്...”

“നീ സ്വപ്നം കാണായ്രുന്നോ.”

“ങും... അത് സൊപ്പനമായിരുന്നോ എന്നെനിക്കറിയില്ല. അല്ലെങ്കിൽ അതെന്റെ ജീവിതത്തിൽ എപ്പോഴെങ്കിലും നടന്നതോ ആരെങ്കിലും പറഞ്ഞത് കേട്ടതോ ആയിരിക്കും.”

“നീ കാര്യം പറയ്.”

“നീ സമയത്തെക്കുറിച്ച് ചോദിക്കുകയാണോ... സമയം ഒരിക്കലും നമ്മൾക്കുണ്ടാക്കാൻ കഴിയാത്ത പിടിച്ചുനിർത്താൻ കഴിയാത്ത ഒന്നല്ലെ, ന്നാ അത് നമ്മളൊടൊപ്പമില്ലെ.... സമയം ഒരോർമയായി ങ്ങനെ കൊണ്ടുപോണകാര്യം പറയാനാ നിന്റെ ഉറക്കം കെടുത്തിയെ...”

“ടാ ചെറുക്കാ നീ കാര്യമെന്താന്ന് വച്ചാ പറയ്... നേരം വെളുക്കണേനുമുന്നേ നിന്റെയൊരു..”

“കന്യകേ നിന്റെ കണ്ണുകളിൽനിന്നാണ് അറിവിന്റെ ആദ്യത്തെ കിരണം എന്റെ ഹൃദയത്തെ ചുംബിച്ചത്. തന്നെയുമല്ല നിന്റെ സാന്നിധ്യത്തിൽ മറ്റുള്ള മുഖങ്ങളെല്ലാം നിഷ്പ്രഭങ്ങളായി മായുകയാണ്... ആ പൂവ് നീ എന്തു ചെയ്തു?”

“ഏതു പൂവ്?”

“രക്തനക്ഷത്രംപോലെ കടുംചെമപ്പായ ആ പൂവ്?”

“ഓ അതോ...?”

“അതെ അതെന്തുചെയ്തു?”

“തിടുക്കപ്പെട്ട് അന്വേഷിക്കുന്നതെന്തിന്?” “ചവിട്ടി അരച്ചുകളഞ്ഞോ എന്നറിയുവാൻ?” “കളഞ്ഞെങ്കിലെന്ത്?” “ഓ... ഒന്നുമില്ല... എന്റെ ഹൃദയമായിരുന്നു അത്..”

“ഇത് പറയാനാണോ ഈ വെളുപ്പാങ്കാലത്ത്..?”

“അല്ല... എന്നാലും ഇത് നിന്നോട് ഇപ്പോ പറയണമെന്ന് എനിക്ക് തോന്നി...”

“സാരമില്ല... നീ പറയണതൊക്കെ ഞാൻ കേൾക്കിണില്ലെ...”

“അതോണ്ടല്ലേ ഞാൻ എന്റെ മനസ്സ് നിന്റെ മുന്നിൽ തുറക്കിണേ...”

“ഇപ്പെന്തെ ഇങ്ങനെ തോന്നാൻ?”

ടോ.... ഞാൻ ബഷീറ് വായിക്കായിരുന്നു.. അല്ല അത് വായിച്ചോണ്ടാ കെടന്നത്. ആ ഉറക്കത്തിലും ആ ശബ്ദമുണ്ടായിരുന്നു. ഉറങ്ങാൻ കെടന്നാലും കണ്ണു തുറക്കുമ്പോഴും ഇങ്ങനെ എന്തെങ്കിലുമൊക്കെ ആലോചിച്ച് സഞ്ചരിക്കുമ്പോഴും ഞാനറിയാതെ എന്നെ കൊണ്ടുപോണ സ്വരം. ദൂരെയേതോ മലഞ്ചെരുവിൽനിന്നും കാറ്റ് വീശുമ്പോ ഒരു മൂളലുണ്ടാവില്ലെ, അതുപോലെ അതെപ്പഴും എന്റെ ചെവിയുടെ വട്ടത്തിലുണ്ടാവും, ഞാൻ പോലുമറിയാതെ എന്റെ ശ്വാസം പോലെ ഒരു ശബ്ദം... അതൊരു എനർജിയാണെന്ന് എനിക്ക് തോന്നാറുണ്ട്. ജനിച്ചുവീണകാലത്ത് അമ്മയുടെ ശബ്ദത്തിനുവേണ്ടി കണ്ണുചുറ്റണ ഒരു കുട്ടിയെപ്പോലെ ഞാനാ ശബ്ദത്തെ തെരയുകയായിരുന്നു...

ന്നാ നീ ആ ശബ്ദത്തെക്കുറിച്ച് എഴുത്...?

അതു വേണോന്ന് അറിയാനാ ഞാൻ നിന്നോട് ചോദിക്കുന്നെ...

ന്നാ നീ പറയ് ഞാൻ കേക്കട്ടെ... ന്നിട്ട് തീരുമാനിക്കാം.

അതൊരു ശബ്ദമാണ്.. ശബ്ദം കൊണ്ട് ഒരു ചിത്രം... നമ്മളിങ്ങനെ വാക്കുകൊണ്ട് വരയ്ക്കണെപോലെ... കാറ്റ് വീശ്ണ്ണ്ട്... ആകാശത്ത് മേഘങ്ങൾക്കിടയിലെ ചന്ദ്രൻ, കാറ്റത്ത് മേഘങ്ങളിങ്ങനെ പാറിനടക്ക്ണ്ണ്ട്. ഒരു മരത്തിന്റെ ചില്ലകൾക്കിടയിലൂടെ ആകാശം നോക്കി ഒരു പെൺകുട്ടി എന്റെ മാറിലങ്ങനെ ചാഞ്ഞ് കെടക്ക്ണ്ണ്ട്... എവിട്ന്നെന്നറിയാതെ അന്തരീക്ഷത്തിൽ ഒരു പാട്ട്ണ്ട്... നമ്മള് പറയില്ലെ കൂരിരുൾ നിറഞ്ഞ ജീവിതം ആകാശത്ത് നക്ഷത്രങ്ങൾ പൊട്ടിവിടർന്നപോലെ തിളക്കമുള്ളതായീന്ന്.. അങ്ങനൊരു ചിത്രം... ഒരീണത്തിൽ ഞാനാ ചിത്രം കാണ്വായിരുന്നു. കൊറെ കൊല്ലംമുമ്പ്... ആയിരത്തിത്തൊള്ളായിരത്തി എഴുപത്തിയൊമ്പതിലോ, എൺപതിലോ മറ്റോ ഒരു നട്ടുച്ചയായിരുന്നു അത്. വരണ്ട കാറ്റ് ആഞ്ഞുവീശുന്നു

കാറ്റ് ആഞ്ഞുവീശുന്നു. കോട്ടമൈതാനം ചുറ്റിപ്പോണ ബസ് അന്ന് ടൗൺ ഹാൾ വഴിയാക്കിയത് മൈതാനത്തിനുനടുവിലെ പാതയിൽ പൊതുമരാമത്തുകാര് പണി നടത്തുന്നതുകൊണ്ടായിരുന്നു. ചില കാര്യങ്ങൾക്ക് ചില നിയോഗങ്ങളുണ്ട്, ഇല്ലായിരുന്നെങ്കിൽ ഞാനത് കേൾക്കില്ലായിരുന്നു. ഏത് നാട്ടിലായിരുന്നു നീ...? പാലക്കാട്...?

ങാ.... ടൗൺ ഹാളില് ആരോ കവിത ചൊല്ലുന്ന്ണ്ട്.... ഇപ്പോ എനിക്ക്

ഒരു വരിയും ഓർമയില്ലാ... പക്ഷേ, ആ ശബ്ദംണ്ടല്ലോ.. അതിങ്ങനെ കാതിന്റുള്ളിലൂടിറങ്ങി തലച്ചോറില് എന്തൊക്കെ നെറാ നെറക്ക്ണ്ന്നറിയോ... നമ്മളിങ്ങനെ ഒരു ട്രാൻസില് ഒഴുകിപ്പോവ്വാ.. ഈ പൈഡ് പൈപ്പറിന്റെ കഥേലപ്പോലെ... ഏതോ ഒരു രാത്രീല് നക്ഷത്രങ്ങൾ നിറഞ്ഞ് ആകാശത്തിനുകീഴെ നാണത്താൽ മുഖം കുനിച്ച് വിരിഞ്ഞ ഒരു നെഞ്ചിൽ തല ചായ്ച്ച പെൺകുട്ടിയെ ചേർത്തുപിടിച്ച് സ്വർഗ്ഗത്തിലെ ഉദ്യാനത്തിൽ യാതൊരു ജീവിതക്ലേശവുമില്ലാത്ത സ്വപ്ന തുല്യമായ ഒരു യാത്ര പോലെ ശിഷ്ടജീവിതത്തിലെ ഒരിക്കലെങ്കിലും നടക്കണമെന്ന ആഗ്രഹത്തിന്റെ വാക്കുകൾ കൊണ്ടുള്ള ചിത്രത്തിനു പിറകെ... ലൗഡ്സ്പീക്കറിലൂടെ വരുന്ന ആ സ്വരം ഏതോ ഈശ്വരനാദംപോലെ... ഞാനാ ടൗൺ ഹാളിലേക്ക് കയറി. നിശ്ശബ്ദമായ അന്തരീക്ഷത്തിൽ സ്വർഗ്ഗത്തിലെ ആ നാദം മാത്രം ആ സ്വരം ഏതു കണ്ഠത്തിൽനിന്നെന്നറിയാനുള്ള ഒരു കൗതുകം. ടൗൺഹാളിന്റെ പടികൾ കയറി അകത്തെത്തുമ്പോഴേക്കും അനുരാഗത്തിന്റെ രഹസ്യം ആരോടും പറയരുതെന്ന് ചൊല്ലി ആ ശബ്ദം അവസാനിക്കുന്നു.. ആരാ ആ കവിത ചൊല്ലീത്.

അറിയില്ല, ഹാളിന്റെ ഒരു മൂലയിൽ ഇടം കിട്ടുമ്പോൾ വേദിയിലിരിക്കുന്ന മുഖങ്ങളിലെല്ലാം ഞാനാ ശബ്ദം തിരഞ്ഞു. എല്ലാ മുഖങ്ങളും ഒരേ ഭാവത്തിലിരിക്കുന്നു. ആകാശമെങ്ങാനും ഇടിഞ്ഞുവീണാൽ എന്തു ചെയ്യുമെന്ന ആലോചനയിലായ ഭാവം.

ഏത് കവിതയായിരുന്നൂന്നും നിനക്കോർമ്മയില്ലേ...?

എനിക്കൊരു ശബ്ദം മാത്രമേ ഓർമയുള്ളൂ.. പ്രണയിനിയുടെ കാതിൽ രഹസ്യമായി മന്ത്രിക്കുന്ന ഒരു ശബ്ദം. ഇനിയൊരിക്കലെങ്കിലും ആ ശബ്ദം കേൾക്കുമെന്ന് കരുതി ഞാനവിടെത്തന്നെ നിന്നു. അപ്പഴേക്കും ഒരു സുന്ദരനായ മനുഷ്യൻ മലയാളഭാഷയുടെ സൗന്ദര്യം വിഘ്നങ്ങളില്ലാതെ ഒഴുകുന്ന ഒരു നദിയുടെ പ്രയാണത്തെ ഓർമിപ്പിച്ചുകൊണ്ട് മൈക്കിലൂടെ...

അതായിരുന്നു...?

കെ പി ശങ്കരൻ, അത് ഞാൻ കേട്ടു. പക്ഷേ, അദ്ദേഹം പറഞ്ഞതൊന്നും ഞാൻ കേട്ടില്ല. ഹാളിൽ ശ്രോതാക്കൾ സംസാരിക്കുന്നു. കുറച്ചുമുമ്പു വരെ നിശ്ശബ്ദമായിരുന്ന ഇടം ശബ്ദംകൊണ്ട് നിറഞ്ഞു. എന്നിട്ടും എല്ലാ ശബ്ദങ്ങൾക്കും മീതെ ഈണമിട്ട ശബ്ദം മാത്രം ഞാൻ കേട്ടു. അതെന്റെയുള്ളിൽനിന്ന് പോകരുതെന്ന് കരുതി പുറത്തേക്കിറങ്ങി.

നിനക്ക് സങ്കടമായിട്ടുണ്ടാവും ല്ലെ?

കുട്ടിക്കാലത്ത് അമ്മമ്മ ഭാഗവതം വായിക്കുമ്പോ ഞാൻ കൂടെയിരിക്കും. എന്നിട്ട് അവര് ചൊല്ല്ണ ആ ഈണമുണ്ടല്ലോ അതില് രസിച്ച് ങ്ങ്നെ കൊറെ സൊപ്നം കണ്ട്... അപ്പ നമ്മള് വേറൊരു ലോകത്തിലാവും... ഒരു പ്രണയത്തിന്റെ, അതൊരിക്കലും നഷ്ടപ്പെടരുതെന്നുള്ള പ്രാർഥന. അന്നും ഉള്ളിൽ ചില പെൺകുട്ടികളെ അവരുപോലുമറിയാതെ ഞാൻ ഇഷ്ടപ്പെട്ടിരുന്നു. അതിന് പ്രണയം എന്നു പറയുവാനാവുമോയെന്നറി

യില്ല. പക്ഷേ, അത് സൗന്ദര്യത്തോടുള്ള ഇഷ്ടമായിരുന്നു. നന്നായി അണിഞ്ഞൊരുങ്ങുന്ന അങ്ങനെ എന്തിനെന്നറിയാതെ എന്നാലെന്തിനോടൊക്കെയോ തോന്നുന്ന ഒരിഷ്ടം. എനിക്ക് പ്രണയം വെളിപ്പെടുത്തുവാൻ പേടിയായിരുന്നു. കാണുന്നവരിലൊക്കെ സ്നേഹത്തിന്റെ വിശുദ്ധമായ വെള്ളപ്പൂക്കൾ വിരിയുന്നത് ഓരോ പുസ്തകം വായിച്ചുകഴിയുമ്പോഴും ഞാനനുഭവിക്കും. പാതി വായിച്ച് ഞാനാ ശബ്ദത്തിന്റെ പിറകെ സഞ്ചരിക്കും... ടൗൺ ഹാളിൽ കേട്ട ആ ശബ്ദംതന്നെയാണ് എന്നെയിന്നും ജീവിപ്പിക്കുന്നത്...

ഉറുദു കവി മിർസ ഗാലിബ് രചിച്ച ഒരു ഗസലുണ്ട്.

നിന്നെ ഞാൻ കാണുമ്പോൾ ഞാനാണ് കാഴ്ച. നിന്നെ ഞാൻ ഓർക്കുമ്പോൾ നീയാണ് സ്മരണ.

പ്രണയത്തിലും യുദ്ധത്തിലും എന്തുമാകാമെന്നാണ്. കത്തിക്കാളുമ്പോൾ അവയ്ക്ക് വ്യവസ്ഥകളേയില്ല. ഒറ്റക്കാഴ്ചയായി പരസ്പരം ഉന്നമാകണം. 'നീ എന്റെ ഉള്ളിൽ വറ്റിപ്പോകാത്ത ഒരു നദിയാകണം. നിന്റെ ഉള്ളിൽ എനിക്ക് കെട്ടുപോകാത്ത പ്രണയമാകണം.' വിളക്കുകൊളുത്തി സന്ധ്യാവന്ദനമാകുമ്പോൾ എനിക്ക് കിട്ടിയ ഒരു കത്താണത്. ആ കത്തിനുള്ള മറുപടികളെഴുതുമ്പോൾ എനിക്കൊരു വരി കിട്ടി. "കൂരിരുൾ നിറഞ്ഞൊരെൻ ജീവിതം പൊടുന്നനെ താരകാവൃതമായി ചമഞ്ഞനേരം. ആ വെളിച്ചത്തിൽ നിന്നെക്കണ്ടു ഞാൻ, ദിവ്യമാമൊരാനന്ദ രശ്മിയായെന്നരികിൽത്തന്നെ!" ആ വരി ആരാണ് തന്നതെന്ന് ചോദിച്ചാൽ എന്റെ കുട്ടിക്കാലത്തെ ആ ടൗൺ ഹാളിലെ കവി എന്നേ ഞാനെഴുതൂ... സത്യം, ഈ പ്രപഞ്ചം നമ്മളെ കൊണ്ടുപോകുന്ന വഴികൾ നമ്മൾ മുൻകൂട്ടി തീരുമാനിക്കുന്നതല്ലെന്ന് ഞാൻ നിന്നോട് പറയാറില്ലേ. ഇല്ലെങ്കിൽ നമ്മള്പോലും ഇങ്ങനെ വർത്തമാനം പറയില്ലായിരുന്നല്ലോ.

അയാളുടെ ശബ്ദം പ്രേമാർദ്രമാണ്. അതുകൊണ്ടാ അതിനൊരു ഗൃഹാതുരത്വം തോന്നണെ... ഗൃഹാതുരത്വം ഓർമകളുടെ ചികയലല്ലാതെ മറ്റൊന്നുമല്ല. അതുകൊണ്ടുതന്നെ അയാളുടെ ശബ്ദം നിന്റെ ഓർമകളുടെ സ്വപ്നമാണ് എന്നെനിക്ക് തോന്നുന്നു... നീ ഇത് മുഴുവൻ എഴുത്... എന്നിട്ട് ആരാ ആ കവിത ചൊല്ലിയ കവീന്ന് നിനക്കിപ്പഴെങ്കിലും കിട്ടിയോ...

ഇപ്പൊ എനിക്കെല്ലാം അറിയാം... ഒരു ഉച്ചയ്ക്ക് പോസ്റ്റിൽ ഒരു പുസ്തകം വരുന്നു. ഞാനതിന്റെ കവറ് പൊട്ടിച്ചു. ഒരു തടിച്ച പുസ്തകം... ഒരു മരത്തിന്റെ മറവിലിരുന്ന്... ഒരു പെൺകുട്ടി അതിനിഗൂഢമായ ഒരു കാര്യംപോലെ ഒരു പുസ്തകം വായിക്കുന്നു.. അവൾക്കരികിലാരോ ഒരുവനുണ്ടെന്ന് ഞാൻ വിശ്വസിക്കുന്ന ഒരു മുഖചിത്രമുള്ള പുസ്തകം... അത് പ്രണയപുസ്തകമായിരുന്നു. മലയാളത്തിന്റെ പ്രണയാവിഷ്ക്കാരങ്ങൾ എന്നടയാളപ്പെടുത്തിയ ഒരു പുസ്തകം. ഞാനത് മറിച്ചുതുടങ്ങി. വൈക്കം മുഹമ്മദ് ബഷീറിന്റെ കൈയെഴുത്തും എഡിറ്ററുടെ പരിചയപ്പെടുത്തലും കഴിഞ്ഞ് ഒരു വരിയിൽ ഞാൻ നിന്നു. "ആ രാവിൽ നിന്നോടു

ഞാനോതിയ രഹസ്യങ്ങളാരോടുമരുളരുതോമലേ നീ!" എനിക്കത് വിശ്വസിക്കാനായില്ല. കുറേക്കാലം നമ്മളെയിട്ട് പ്രപഞ്ചം കറക്കിയ ഒരു ശബ്ദം ഞാൻ എന്റെ തൊട്ടടുത്ത് കേട്ടു. ചങ്ങമ്പുഴ കൃഷ്ണപിള്ളയുടെ 'ആത്മരഹസ്യ'മെന്ന കവിതയിലെ വരി. അത് ചൊല്ലിയ മനുഷ്യനെ ഞാൻ കണ്ടു. ഇന്നലെയും ആ മനുഷ്യനെ ഞാൻ കണ്ടിരുന്നു. അയാൾ പറഞ്ഞത് മുഴുവനും കേട്ടിരുന്നു. അപ്പോഴൊന്നും അതാരാണെന്ന് എനിക്ക് തിരിച്ചറിയാനായില്ല. അത് അക്ഷരങ്ങളുടെ മായാജാലമാണ്. ജീവിതകാലം മുഴുവനും മുന്നോട്ടുകൊണ്ടുപോയ ആ ശബ്ദം അതിന്റെ സത്യമായ വരികളിലൂടെ എനിക്ക് മുന്നിൽ വെളിപ്പെടുകയായിരുന്നു. ഇത്രയുംകാലം ഞാൻ തേടിയ ആ ശബ്ദം ഇന്നലെ മുഴുവൻ ഞാൻ കേട്ടിരുന്ന ആ വാക്കുകൾ ഒ എൻ വിയുടേതായിരുന്നു. ഒരു റീവൈന്റ് ബട്ടണിൽ പിടിച്ചുഞെക്കിയതുപോലെ മുപ്പതുവർഷം ഞാൻ പിറകോട്ടുപോയി. പ്രണയമെന്ന വാക്കിനെ വെറും അക്ഷരമാക്കാതെ ആത്മാവുള്ള ജീവനാക്കിയ ആ മനുഷ്യനെ ഞാനിന്നും കൂടെ കൊണ്ടുനടക്കുന്നുണ്ട്. വഴിയും ദിശയുമായി ഒരു സ്വരമുണ്ടാകുന്നത് തന്നെയാണത്. പാഴ്വാക്കുകളല്ല. നെഞ്ചിനകത്ത് നിറയുന്ന കാറ്റുപോലെ സ്നേഹത്തിന്റെ കുറുകലാണത്. ഒ എൻ വിയെന്ന മൂന്നക്ഷരങ്ങളിൽ പ്രണയമുണ്ട്. പറയുമ്പോൾ സംഗീതമുണ്ട്. ചിന്തിക്കുമ്പോൾ ഈശ്വരനുണ്ട്. പ്രണയത്തിന്റെ ദൈവവചനങ്ങൾ കേൾക്കുമ്പോൾ നാം ആത്മാവിൽ വിശുദ്ധരാകുന്നു. ഹൃദയത്തിലൂടെയൊഴുകുന്ന ചോരയുടെ നിറമാണ് പ്രണയം. അസ്വസ്ഥമാകുന്ന മനസ്സിനെ ആശ്വാസത്തിന്റെ തെളിനീർ ചാർത്തി സദാ പെയ്യുന്ന മഴയുടെ ഈറനിലേക്ക് ഒരു തണുത്ത കാറ്റുപോലെ ആ ശബ്ദം കൊണ്ടുപോകുന്നു. താഴ്വരയിലെ തണുപ്പിൽ സത്യമായ ആ വാക്കുകളുണ്ടാവും. ഇങ്ങനെ ചിലരുള്ളതാണിപ്പോഴും ഭൂമിയിൽ കാറ്റ് വീശുന്നതിനും പൂക്കൾ വിടരുന്നതിനും സ്നേഹമുണ്ടാകുന്നതിനും കാരണമാകുന്നതെന്നും ഞാൻ വിശ്വസിക്കുന്നു. മനുഷ്യന്റെ ശബ്ദം സംഗീതംപോലെ നിലനിൽക്കുമെന്ന് അനുഭവം. അത് പുസ്തകത്തിൽ വായിച്ചതല്ല. പിന്നെയുമെത്രയോ നാൾ ഞാനാ വാക്കുകൾ കേൾക്കുന്നു. ഇന്നും ഞാനാ വാക്കുകൾക്ക് കാതോർക്കുന്നു. അത് സ്ഥായിയായ ഒരിക്കലും നശിക്കാത്ത പ്രണയത്തിന്റെ വാക്കുകൾ.

യാത്ര

ഇടവഴികളിലൂടെ യാത്ര

സിനിമ കള്ളത്തരത്തിന്റെ കലയാണ്. പത്ത് വീട് ഷൂട്ട് ചെയ്തിട്ട് ഒരു വീടാക്കി മാറ്റാൻ സിനിമയിൽ സാധിക്കും. എന്നാൽ യാത്ര എപ്പോഴും സത്യസന്ധമാണ്. ഓരോ യാത്രയും വ്യത്യസ്തമായ അനുഭവങ്ങളാണ്.

സിനിമ കാണുമ്പോൾ സിനിമയുടെ കാഴ്ചയ്ക്കൊപ്പം ഷൂട്ട് ചെയ്ത പരിസരം കൂടി പ്രത്യേകം ശ്രദ്ധിച്ചിരുന്ന കുട്ടിക്കാലമുണ്ടായിരുന്നു. ഇതിനുകാരണം അച്ഛൻ തന്നെയാണ്. വേനലവധിക്ക് ഞങ്ങൾ ഏതെങ്കിലും ദേശത്തേക്ക് സഞ്ചാരം നടത്താറുണ്ടായിരുന്നു. അത്തരത്തിൽ യാത്ര നടത്തുമ്പോൾ സ്ഥലങ്ങൾ തിരഞ്ഞെടുക്കുന്നതിന് സിനിമയിലെ ഈ പരിസര നിരീക്ഷണം ഒരു പരിധിവരെ സഹായിച്ചിരുന്നു. പാലക്കാടായിരുന്നു കുട്ടിക്കാലം. തമിഴ്നാട്ടിലേക്കുള്ള യാത്ര അന്ന് പതിവായിരുന്നു. തമിഴ് ഭാഷ, പത്രം, സിനിമ, എഴുത്തുകാർ... അങ്ങനെ തമിഴ്നാട് യാത്ര നൽകിയ അനുഭവങ്ങൾ ഇപ്പോഴും മായാതെ നിൽക്കുന്നു.

എന്റെ സിനിമ എന്റെ കാഴ്ചയാണ്. 'തലപ്പാവ്' നിരവധി യാത്രകളുടെ ഫലമായുണ്ടായ സിനിമയാണ്. നക്സലൈറ്റ് പ്രസ്ഥാനവുമായി ബന്ധപ്പെട്ട ഒരു സ്വതന്ത്ര ചലച്ചിത്രാവിഷ്കാരമായിരുന്നു അത്. ചരിത്രത്തിൽ നക്സലൈറ്റ് പ്രസ്ഥാനത്തിനും വയനാടിനും അഭേദ്യമായ ബന്ധമാണുള്ളത്. എന്നാൽ സിനിമയിലെ ഒരു ഷോട്ടുപോലും വയനാട്ടിൽ ഷൂട്ട് ചെയ്തിട്ടില്ല. ഇങ്ങനെ സംഭവിക്കാൻ കാരണം എന്റെ യാത്രകളാണ്. വയനാട് ജില്ല രൂപീകൃതമായതുതൊട്ട് ഞാൻ വയനാട് കാണുന്നുണ്ട്. അവിടത്തെ തനതായ തേക്കുകൾ, മുളങ്കൂട്ടങ്ങൾ, വന്യവും ആർദ്രവുമായ കാടുകൾ ഇതൊക്കെ എന്റെ മനസ്സിൽ പച്ച പിടിച്ച് നില്പുണ്ട്. ഈ ഭൂപ്രദേശങ്ങൾക്ക് സമാനമായതും കാഴ്ചയ്ക്ക് അനുയോജ്യമായതുമായ സ്ഥലങ്ങൾ പലഭാഗത്തും കണ്ടെത്താൻ എന്റെ യാത്രകൾ

എന്നെ സഹായിച്ചിട്ടുണ്ട്. അതുകൊണ്ടാണ് 'തലപ്പാവ്' വയനാട്ടിൽ ഷൂട്ട് ചെയ്യേണ്ടിവരാതിരുന്നത്.

മേക്ക് ബിലീഫ് ആണ് സിനിമ. 'ഒഴിമുറി' തെക്കൻ തിരുവിതാംകൂറിന്റെ കഥ പറയുന്ന സിനിമയാണ്. കണ്ണൂരിൽനിന്ന് വന്നയാൾ എന്ന നിലയ്ക്ക് സിനിമയ്ക്കാവശ്യമുള്ള വിഭവങ്ങൾക്കുവേണ്ടി നെയ്യാറ്റിൻകര, നാഗർകോവിൽ തുടങ്ങിയ നാടുകളിൽ രണ്ടുവർഷം സഞ്ചരിച്ചു. അവിടങ്ങളിലെ തട്ടുകടകൾ, ആൽത്തറകൾ, അമ്പലങ്ങൾ.. അങ്ങനെ യാത്ര നീണ്ടു. ഈ യാത്രകൊണ്ട് എനിക്ക് ആ പ്രദേശത്തെ സംസ്കാരവും വാമൊഴിയും മനസ്സിലാക്കാൻ കഴിഞ്ഞു. 'ഒഴിമുറി' സാധ്യമായതിന് പിന്നിൽ ഈ യാത്രകളുണ്ട്.

യാത്രകൾ, രാജ്യത്ത് ശാസ്ത്രസാങ്കേതിക രംഗത്ത് നടന്നിട്ടുള്ള കുതിപ്പും വികസനവും എന്തെന്ന് മനസ്സിലാക്കിത്തന്നു. നമ്മുടെ ചുറ്റുപാടില്ലാത്ത വികസനം യാത്ര ചെയ്യുമ്പോൾ കാണാൻ കഴിയും. വളരെയേറെ ദീർഘവീക്ഷണവും കൃത്യമായ ദർശനവുമുള്ള ആളുകളുടെ ശ്രമഫലമായിട്ടാണ് പല ദേശങ്ങളിലും വികസനം നടക്കുന്നത്. റോഡ് വികസനം യാത്രയ്ക്ക് അത്യന്താപേക്ഷിതമാണ്. നമ്മുടെ സംസ്ഥാനത്തേക്കാൾ റോഡ് വികസനത്തിന്റെ കാര്യത്തിൽ മറ്റ് സംസ്ഥാനങ്ങൾ മുന്നിലാണെന്നാണ് എന്റെ ഓരോ യാത്രയും എന്നെ പഠിപ്പിച്ചത്. കർണ്ണാടക, ആന്ധ്രാപ്രദേശ്, തമിഴ്നാട്, ഗുജറാത്ത്, മഹാരാഷ്ട്ര, ആസാം തുടങ്ങിയ സംസ്ഥാനങ്ങളിൽ ഗതാഗതസൗകര്യവും റോഡ് വികസനവും നടത്താൻ അവിടങ്ങളിലെ ഭരണകൂടം ശ്രമിക്കാറുണ്ട്. അവിടങ്ങളിൽ കൂടി കടന്നുപോകുമ്പോൾ കേരളത്തിൽ റോഡ് വികസനം നടക്കാതെ പോകുന്നതെന്തെന്ന് ഞാൻ ചിന്തിക്കുന്നു. എന്നാൽ പത്ത് വർഷത്തിനകം കേരളത്തിലും അത് സാധ്യമാകുമെന്നാണ് എന്റെ പ്രതീക്ഷ. സേലം–കന്യാകുമാരി ദേശീയപാതയിൽ എറണാകുളം–കന്യാകുമാരി റോഡും കോയമ്പത്തൂർ–തൃശൂർ പാതയും റോഡ് വികസനത്തിന്റെ ഭാവികാല സൂചനകൾ നൽകുന്നു. ഒരർഥത്തിൽ മനുഷ്യന്റെ ഊർജം, സമയം എന്നിവ ഗുണകരമായി നിർത്തണമെങ്കിൽ വികസനത്തിന് പ്രാധാന്യമുണ്ട്. വ്യാവസായിക ഊർജനഷ്ടത്തേക്കാൾ ഭയങ്കരമാണ് മെല്ലെപ്പോക്കുകൊണ്ടുള്ള ഇന്ധനനഷ്ടം. പത്ത് പൈസ നമുക്ക് ആരോടും ചോദിക്കാം. എന്നാൽ പത്ത് സെക്കന്റ് നഷ്ടപ്പെട്ടാൽ പിന്നെ ആർക്കും തരാൻ കഴിയില്ല.

നമ്മൾ സഞ്ചരിക്കുന്ന ഓരോ വഴിയിലെയും ചരിത്രപശ്ചാത്തലങ്ങളും സംസ്കാരങ്ങളും ഇന്നിനുവേണ്ടി മാത്രമാകരുത്. നാളേക്കുവേണ്ടി കൂടിയാകണം. വരുംതലമുറയ്ക്ക് കൊടുക്കാൻ കഴിയണം. ഭൂട്ടാനിലെ മുഴുവൻ വീടുകളും പണമുള്ളവൻ/പണമില്ലാത്തവൻ എന്ന വ്യത്യാസമില്ലാതെ ഒറ്റ സ്വഭാവമുള്ള വീടുകളാണ്. മരംകൊണ്ട് ഉണ്ടാക്കിയ വീട്. നിർമാണത്തിനാവശ്യമായ മരങ്ങൾ കാടുകളിൽ നിന്ന് മുറിക്കാൻ ഭരണകൂടം അനുമതി കൊടുക്കുന്നു. എന്നാൽ ഒരു വ്യവസ്ഥ നിർബന്ധം. ഇരുനൂറ് മരങ്ങൾ വെട്ടിയാൽ പകരം നാനൂറ് മരങ്ങൾ വച്ചുപിടിപ്പിക്കണം.

നാനൂറ് മരം പിടിച്ചില്ലെങ്കിലും ഇരുനൂറ് എങ്കിലും സംരക്ഷിക്കേണ്ട ഉത്തരവാദിത്തം മരം മുറിക്കുന്നവർക്കുണ്ട്. നിങ്ങൾ വെട്ടുന്ന മരങ്ങൾ നിങ്ങൾ വച്ചുപിടിപ്പിച്ചതല്ലെന്നാണ് ഭരണകൂടം പറയുന്നത്. ഇവിടെ പൈതൃകമായ വാസ്തുശില്പത്തെ നിലനിർത്താനും നാളേക്കുവേണ്ടി പ്രകൃതി വിഭവങ്ങൾ കരുതാനും ഇവർ ശ്രമിക്കുന്നു. എന്നാൽ നമ്മുടെ നാട്ടിൽ നശിപ്പിക്കുന്നതിനെക്കുറിച്ച് മാത്രമാണ് ചിന്തിക്കുന്നത്.

മറ്റൊരു സംഭവം കൂടി വിശദീകരിക്കാം. ഭൂട്ടാനിലെ ദേശീയമൃഗമായ 'യാകിൻ' അതിനെ ആരും ബോധപൂർവം ഉപദ്രവിക്കാറില്ല. എന്നാൽ ഒരിക്കൽ യാദൃച്ഛികമായി യാകിന് അപകടം പറ്റിയപ്പോൾ ഭൂട്ടാൻ രാജാവ് അതിനെ ശുശ്രൂഷിക്കുന്നതിനുവേണ്ടി പ്രത്യേക സ്ഥലം തയ്യാറാക്കി. ഇന്ന് അവിടെ ഏതെങ്കിലും മൃഗങ്ങൾക്ക് അപകടം പറ്റിയാൽ അതിനെ ശുശ്രൂഷിക്കുന്ന സ്ഥലമായി അത് മാറി. ഒരു വലിയ മൃഗശാലപോലെ. ഇതുപോലെതന്നെയാണ് ശ്രീലങ്കയിലെ പിന്നവാലയിലും സംഭവിച്ചത്. എൽ ടി ടി ഇ യുദ്ധത്തിൽ പരിക്കേറ്റ ആനകളെ സംരക്ഷിക്കാൻ ഒരു പാർക്കുണ്ടാക്കി. ഇന്ന് അവിടെ എൺപത്തിരണ്ട് ആനകളുണ്ട്. ആനയെ ഊട്ടുന്നു. ജനങ്ങൾ വന്ന് ഫോട്ടോ എടുക്കുന്നു. ആനകളുടെ അനാഥാലയമായി ഇത് സഞ്ചാരികളെ ഏറെ ആകർഷിക്കുന്നു.

ഒന്ന് ഒന്നിനോട് ചേർന്നുനിന്നാണ് അധിവസിക്കുന്നത്. ഇത്തരം ബോധമാണ് യാത്രയിൽനിന്ന് ലഭിക്കുന്നത്. നമ്മൾ പ്ലാസ്റ്റിക് കൊടുത്ത് മൃഗങ്ങളെ കൊല്ലുമ്പോൾ മനുഷ്യൻ മൃഗങ്ങളെ സ്നേഹിക്കുന്നത് മറ്റുള്ള രാജ്യങ്ങൾ കാട്ടിത്തരുന്നു. പ്രകൃതി എന്നാൽ മനുഷ്യൻ മാത്രമുള്ളതല്ലെന്നും നമുക്കുചുറ്റുമുള്ള പ്രാണിക്കുപോലും ജീവിക്കാൻ അവകാശമുണ്ടെന്നും അതിനെ സംരക്ഷിക്കേണ്ട ബാധ്യത മനുഷ്യർക്കുണ്ടെന്നുമുള്ള തിരിച്ചറിവാണ് വേണ്ടത്. ജീവൻ നല്കാൻ കഴിയാത്തവർക്ക് ജീവൻ എടുക്കാനുള്ള അവകാശമില്ലെന്ന് ഓർക്കുക.

ശ്രീലങ്കയിലെ പഴയ തലസ്ഥാനമായ അനുരാധപുരം. അവിടത്തെ പൗരാണിക ചരിത്രത്തെ അതിന്റെ എല്ലാ മനോഹാരിതയോടുംകൂടി നിലനിർത്താൻ അവിടത്തെ ഭരണകൂടത്തിന് കഴിയുന്നുണ്ട്. അങ്ങനെ രാജ്യത്തിന്റെ പൈതൃകസ്വത്ത് ഇന്നത്തെ തലമുറയ്ക്ക് മാത്രമല്ല അവകാശപ്പെട്ടതെന്നും വരുംതലമുറയും അതിന്റെ അവകാശികളാണെന്നും അവിടങ്ങളിലെ ജനങ്ങൾ വിശ്വസിക്കുന്നു.

നമ്മൾ സജീവമായി സഞ്ചരിക്കണം. ഓരോ ഇടവഴിയും സഞ്ചരിക്കണം. ഓരോ ഇടവഴിയിലും വ്യത്യസ്തമായ കാഴ്ചകൾ നമ്മളെ കാത്തിരിക്കുന്നു. നമ്മൾ കുറേക്കൂടി ചെറുതാകുന്നു. നമുക്കുശേഷം വരുന്ന തലമുറയ്ക്കും ഭൂമിയിൽ അവകാശമുണ്ടെന്ന തിരിച്ചറിവ് ഓരോ യാത്രയും നമ്മളെ പഠിപ്പിക്കും.

അറബിക്കുളവും ചെമ്മരിയാടുകളും

പാലക്കാടിന്റെ ഏറ്റവും വലിയ ശബ്ദം കരിമ്പനയിൽ കാറ്റുപിടിക്കുന്നതിന്റേതാണ്. തസറാക്കിലേക്ക് ഒരിക്കൽക്കൂടി യാത്ര ചെയ്യുമ്പോൾ ആ ശബ്ദത്തിന് ചെവി വട്ടംപിടിച്ചു. എന്നാൽ, അത് തീർത്തും കുറഞ്ഞിരിക്കുന്നു. ഇഷ്ടികകൾ ചുട്ടെടുക്കാൻ ഏറ്റവും നല്ല വിറക് കരിമ്പനയുടേതാണെന്ന കണ്ടെത്തലിനുശേഷം ഈ പ്രദേശത്തുനിന്ന് കരിമ്പനകൾ അപ്രത്യക്ഷമായിക്കൊണ്ടിരിക്കുന്നു. കരിമ്പനകളുടെ തിരോധാനം നൽകിയ ശൂന്യതയിലേക്കാണ് ഇന്ന് തസറാക്കിന്റെ ഭൂമി ആകാശം കണ്ട് മലർന്നുകിടക്കുന്നത്.

ഒ വി വിജയന്റെ വിഖ്യാതനോവൽ 'ഖസാക്കിന്റെ ഇതിഹാസ' ത്തിന്റെ രംഗഭൂമിയെന്ന് സ്ഥാപിക്കപ്പെട്ടുകഴിഞ്ഞ പാലക്കാടൻ ഗ്രാമമായ തസറാക്കിലേക്ക് പോകുമ്പോൾ ആ നോവലിന്റെ ആരാധകർ തീർച്ചയായും കരിമ്പനയും കാറ്റും ഒട്ടിനിന്ന് പറയുന്ന കഥകൾ കേൾക്കാൻ ആഗ്രഹിക്കും. കരിമ്പനയോലകൾകൊണ്ട് മേഞ്ഞ മൺവീടുകൾ, കൈതക്കാടുകൾ, അവയ്ക്കുള്ളിൽ കഴിഞ്ഞ പ്രാണികളും ജീവികളും, പാമ്പുകൾ, പ്രത്യേകിച്ചും ചേരകൾ ഇവയെല്ലാം വലിയതോതിൽ ഈ പാലക്കാടൻ പ്രകൃതിയിൽനിന്ന് അപ്രത്യക്ഷമായിരിക്കുന്നു. ഇതെല്ലാം, തസറാക്ക് എന്ന ഗ്രാമത്തിന്റെ ജൈവികത, ഇന്ന് നമുക്ക് ഖസാക്കിന്റെ ഇതിഹാസത്തിന്റെ താളുകളിൽ മാത്രമേ കാണാൻ കഴിയൂ.

പറളിയിലെ കുട്ടിക്കാലം മുതൽ പാലക്കാടൻ പ്രകൃതി കണ്ടാണ് ഞാൻ വളർന്നിട്ടുള്ളത്. ഓരോ തവണയും ഇവിടം സന്ദർശിക്കുമ്പോൾ ഇല്ലതായിക്കൊണ്ടിരിക്കുന്ന ലാൻഡ് സ്കേപുകൾ തന്നെയാണ് കണ്ടുകൊണ്ടിരിക്കുന്നത്. ആ ശൂന്യതയിലേക്ക് നോക്കുമ്പോൾ ഗൃഹാതുരതയാകും. തീർച്ചയായും ദുഃഖവും. തസറാക്കിലേക്ക് ഇത് ആദ്യയാത്രയല്ല.

ഇതിനുമുമ്പും പലപ്പോഴായി ഉണ്ടായിട്ടുണ്ട്. ഓരോ തവണയും ഈ ശൂന്യത വർധിച്ചുവരുന്നതായിത്തന്നെയാണ് അനുഭവിച്ചിട്ടുള്ളത്. എങ്കിലും, തസറാക്കിലേക്കുള്ള ഓരോ യാത്രയിലും മാജിക്കൽ എന്നു പറയാവുന്ന അനുഭവങ്ങൾ ഉണ്ടാകാറുണ്ട്. ഇക്കുറിയും മാറ്റമില്ലാതെ അത് സംഭവിച്ചു.

കുള്ളന്റെ ആൽമരം

പാലക്കാടൻ ചൂട്, നീറ്റുന്ന തരത്തിലേക്കുള്ള അസഹനീയതയിലേക്ക് വളർന്നിരുന്നില്ല. എങ്കിലും തസറാക്കിലൂടെ ഏറെനേരം അലഞ്ഞപ്പോൾ കുറച്ചുസമയം ഒരു തണലിൽ ഇരിക്കാൻ കൊതിച്ചു. ഖസാക്കിലെ രവി ബസ്സിറങ്ങിയ ആലിൻതണൽ ഇന്നില്ല. അതും കാലം മുറിച്ചുമാറ്റിയിരിക്കുന്നു. അതോർത്ത് നടന്ന് എത്തിച്ചേർന്നത് ഗ്രാമക്കവലയിലെ ആൽമരത്തണലിലേക്കാണ്. ഒന്നോ രണ്ടോ ഓട്ടോറിക്ഷകളും ഒരു ചെറിയ ചായക്കടയും അവിടെയുണ്ട്. അല്പംകൂടി മാറിയാണ് ശരിക്കുള്ള അങ്ങാടി. കുറച്ചുനേരം ആൽമരത്തണലിലിരുന്നു. പിന്നെ ചായക്കടയിൽ കയറി. അവിടെ ഒരു വൃദ്ധൻ ചായ ഊതിക്കുടിച്ചിരിക്കുന്നു. കടക്കാരൻ അയാളെ ചൂണ്ടിപ്പറഞ്ഞു. ഇയാളാണ് ആ ആൽമരം നട്ടത്. നനച്ചുവളർത്തിയത്. "മാമാ നമുക്ക് കുറച്ചുനേരം ആ ആൽമരത്തണലിലിരുന്ന് സംസാരിച്ചുകൂടേ...?" എന്ന എന്റെ ചോദ്യത്തെ അദ്ദേഹം ആഹ്ലാദത്തോടെ സ്വീകരിച്ചു. ഒപ്പം വന്നു.

"വീടെവിടെയാ...?"

"ദാ... ഇവിടെ."

"മാമനാ ഈ ആൽമരം നട്ടതെന്ന് ഇവര് പറഞ്ഞു."

"തന്നെ... പനകേറ്റമായിരുന്നു പണി. ഞാന് കുറെ മുമ്പ് പനേകേറിയപ്പോ (കൈത്തണ്ട കാണിച്ച്) ദാ ഇത്രേം വലുപ്പത്തില് ഒരു തൈ കണ്ടു. വല്ല കാക്കേം കൊത്തിയിട്ട് പനേന്റെ മോളില് കൊണ്ടുവച്ച് വളർത്തിയതാവും. വലിച്ച് പറിച്ച് താഴെയിടണോന്ന് നോക്കി. അപ്പഴാണ് ഇതെടുത്ത് കുത്തിയിട്ടാലോന്ന്? കനാല് വെള്ളത്തിന്റെ കരേല് മുമ്പൊരു 'മൂച്ചി' ഉണ്ടായിരുന്നു. ആൾക്കാർക്ക് അതൊരു തണലായിരുന്നു. റോഡിന് വീതി കൂട്ടീപ്പോ അത് വെട്ടിക്കളഞ്ഞു. ഇപ്പോൾ പൊട്ടക്കാറ്റന്നെ. ചൂട് സഹിക്കാൻ പറ്റില്ല കുട്ട്യേ. അപ്പോ... ഇതെടുത്ത് കുത്തിയിട്ടാ ഒരു തണലാവും. താഴെയിറങ്ങി വെള്ളത്തിന്റെ കരേ വന്നപ്പോ മാധവേട്ടന്റെ കൈക്കോട്ടും വാങ്ങിച്ച് ഒരു കുഴിയെടുത്ത് അതില് കുത്തീട്ട് കുടില് കെട്ടി. ആടും പശുവും തിന്നിട്ട് പോകാൻ പാടില്ലല്ലോ. മൂന്നുകൊല്ലം വെള്ളം നനച്ച് വളത്തിയതാണ് ദാ ഞിങ്ങ കാണുന്ന ആല്മരം. വെയിലത്ത് നടന്ന് ചൂടുംകൊണ്ട് ബസ് കാത്ത് നിക്കണോർക്ക് ഒരു തണല് വേണ്ടേ... "ഞാനതേ കരുതിയുള്ളൂ..."

1991 ൽ നട്ട ആൽ വളർന്ന് വളർന്ന് 24 വയസ്സിലെത്തി. ഇങ്ങനെ തണൽ പരത്തിനിൽക്കുന്നു.

കുള്ളന് ഒ വി വിജയനെയോ 'ഖസാക്കിന്റെ ഇതിഹാസ'ത്തെക്കുറിച്ചോ അറിയില്ല. എന്നാൽ, ഖസാക്കിൽനിന്ന് വായനക്കാരന് കിട്ടിയ ആൽമരത്തണൽ കുള്ളൻ എന്ന തൊഴിലാളി സ്വന്തം നാട്ടുകവലയിൽ പ്രതിഷ്ഠിക്കുകയായിരുന്നു എന്നുതോന്നി. ഏറ്റവും ഇഷ്ടംതോന്നുന്ന പുസ്തകങ്ങൾ ജീവിതത്തിൽ തണലായി എന്നും വർത്തിക്കുന്നു. ഇതാ പുസ്തകത്തിന് പുറത്ത് മറ്റൊരു തണൽ ഒരു സാധാരണ മനുഷ്യൻ സൃഷ്ടിച്ചിരിക്കുന്നു. നോവലിനു പുറത്ത് വിത്ത് വളർന്ന് പന്തലിച്ച് നില്ക്കുന്നു!

ദേശം, മൂലസ്ഥാനം

പ്രിയപ്പെട്ട പുസ്തകങ്ങൾ വായിക്കുകയും അത് സ്വയമലിഞ്ഞ് ഉള്ളിൽ ചേരുകയും ചെയ്യുമ്പോൾ, പ്രത്യേകിച്ചും നോവലുകൾ, ആ കൃതി സംഭവിച്ച ദേശം കാണാൻ തീർച്ചയായും ഉള്ളിൽ ആഗ്രഹം ജനിക്കും. വൈക്കം മുഹമ്മദ് ബഷീർ സൃഷ്ടിച്ച ദേശങ്ങൾ, തകഴിയുടെ ചെമ്മീൻ സംഭവിച്ച കടലോരം, എസ് കെ യുടെ അതിരാണിപ്പാടം, ആർ കെ നാരായണന്റെ മാൽഗുഡി, തസറാക്ക്, എൻ പി മുഹമ്മദിന്റെ എണ്ണപ്പാടം, യു എ ഖാദറിന്റെ തൃക്കോട്ടൂർ, ടി പി രാജീവന്റെ പാലേരി... അങ്ങനെയുള്ള സ്ഥലങ്ങൾ. എല്ലാം ഇന്ന് തീർത്തും മാറിയിരിക്കുന്നു. ചില പ്രദേശങ്ങൾ ഒരു നിലയിലും മനസ്സിലാക്കിയെടുക്കാൻ പറ്റാത്ത നിലയിൽ മാറിയിരിക്കുന്നു. എന്നാൽ, പല സ്ഥലങ്ങളിലും പുറത്തേക്കല്ല, ആ നാടുകളിലെ ഉള്ളറകളിൽ ഈ സ്ഥലങ്ങൾ നിലനില്ക്കുന്നുണ്ട്, വിദൂരഛായകൾപോലും പൂർണമായും മാഞ്ഞുകഴിഞ്ഞുവെന്ന് പറയാൻ പറ്റാത്തവിധം. പുസ്തകങ്ങളിൽ വായനക്കാരുടെ മനസ്സുകളിലാണ് ആ പ്രദേശങ്ങൾ ഇന്നും പൂർണമായ രീതിയിൽ നിലനിൽക്കുന്നത്. എല്ലാ രചനകൾക്കും ഒരു ഭൂമികയുണ്ട്. അതില്ലാതെ സാഹിത്യം സാധ്യമേ അല്ല. അതിൽനിന്ന് മനസ്സിലാക്കാൻ കഴിയുന്ന കാര്യം ഭൂമിയിൽ, പ്രപഞ്ചത്തിൽ നടക്കുന്ന കാര്യങ്ങളെക്കുറിച്ചാണ് ഏതൊരു എഴുത്തുകാരനും എഴുതുന്നത് എന്നതാണ്.

ഒ വി വിജയൻ 'ഇതിഹാസത്തിന്റെ ഇതിഹാസം' എന്നൊരു പുസ്തകം എഴുതിയിട്ടുണ്ട്. അതിലൊരിടത്തും തസറാക്ക് എന്ന് പറയുന്നില്ല. നോവലിന്റെ മൂലസ്ഥാനം എന്നാണ് പ്രയോഗിച്ചിട്ടുള്ളത്. 26 ദിവസമാണ് വിജയൻ തസറാക്കിൽ കഴിഞ്ഞത്. പിന്നീട് ഇവിടെനിന്നും പോയി ഡൽഹിയിലിരുന്നാണ് നോവൽ എഴുതുന്നത്. അതായത്, വലിയതോതിലുള്ള ഇംപ്ലാന്റേഷൻ എഴുത്തിൽ നടന്നിട്ടുണ്ട്. അതാണ് എഴുത്തിന്റെ മാജിക്. എഴുത്തുകാരന്റെ ഭാവനയുടെ ശക്തിയും സാന്നിധ്യവും അങ്ങനെയാണ് നമ്മൾ മനസ്സിലാക്കിയെടുക്കുന്നത്. കഥാപാത്രങ്ങൾ, ആഖ്യാനരീതികൾ ഇതെല്ലാം വിജയൻ എന്ന എഴുത്തുകാരന്റെ സർഗശക്തിയിലാണ് രൂപം കൊള്ളുന്നത്. അതാണ് എഴുത്തിന്റെ റിയലിസം.

തസറാക്കിലേക്ക് ഓരോ തവണ വരുമ്പോഴും ഇക്കാര്യം ഓർക്കേണ്ടി വരും.

മാർകേസിന്റെ മക്കൊണ്ടോ, ടോൾസ്റ്റോയിയുടെ എഴുത്തിന്റെ രംഗ ഭൂമി, ഇബ്സന്റെ വീട്, ഷേക്സ്പിയറുടെ ഭൂമിക ഇതെല്ലാം ഇന്നും കാണാൻ ലോകത്തിന്റെ പലഭാഗങ്ങളിൽനിന്ന് ആളുകൾ പ്രവഹിക്കു ന്നു. 'ലിറ്ററി ടൂറിസം' എന്നുവിളിക്കുന്ന പ്രതിഭാസം. അമേരിക്കയിൽ ന്യൂമെക്സിക്കോ, അരിസോണ തുടങ്ങിയ സ്ഥലങ്ങളിൽ മറ്റൊരുതരം കാഴ്ചകളുണ്ട്. ഉപേക്ഷിക്കപ്പെട്ട ഖനികൾ, അണഞ്ഞ അഗ്നിപർവ്വതമേ ഖലകൾ എന്നീ പ്രദേശങ്ങളിൽ. പ്രേതങ്ങൾ കഴിയുന്ന സ്ഥലം, അന്യ ഗ്രഹജീവികളും അരൂപികളും വരുന്ന സ്ഥലം എന്നൊക്കെപ്പറഞ്ഞ് വേണ മെങ്കിൽ അന്ധവിശ്വാസം എന്നുവിളിക്കാവുന്ന കാര്യങ്ങളിലേക്ക് മനു ഷ്യനെ ആകർഷിക്കുന്ന ടൂറിസം. ഇതാ ഒരന്യഗ്രഹജീവി ഒരുമണിക്കൂർ മുമ്പ് ഇവിടെയിരുന്ന് ഭക്ഷണം കഴിച്ച് പോയതിന്റെ അവശിഷ്ടങ്ങളാണി തൊക്കെ എന്ന് ടൂർ ഓപ്പറേറ്റർ പറയും. പെട്ടെന്ന് മിന്നിത്തിളങ്ങുന്ന വെളി ച്ചത്തിൽ പ്രത്യേക തരത്തിലുള്ള മനുഷ്യരും ജീവികളും കടന്നുപോ കുന്ന ദൃശ്യങ്ങൾ. സത്യത്തിൽ അതൊരു ലൈറ്റ് ആൻഡ് സൗണ്ട് ഷോ ആണ്. പക്ഷേ, മനുഷ്യർ എന്തുകൊണ്ട് അതിലേക്ക് ആകർഷിക്കപ്പെ ടുന്നു. ഒരു ഭാവനാശാലിക്ക് അതിൽനിന്ന് ചിലത് ഉൾക്കൊള്ളാനു ണ്ടാകും. യുദ്ധഭൂമികളും പീഡനമുറികളും തടവറകളും കാണാൻ പലരും പോകാറുണ്ട്. ഞാനിത് പറഞ്ഞത് മനുഷ്യർ പലതരത്തിലുള്ള യാത്ര കളും സന്ദർശനങ്ങളും പുനസ്സന്ദർശനങ്ങളും ആഗ്രഹിക്കുന്നുണ്ടെന്ന് സൂചിപ്പിക്കാനാണ്. യാത്രയിലാണ് ഏതൊരു മനുഷ്യനിലെയും ഭാവ നാശാലി ഉണരുന്നത്. ഒരു സാഹിത്യകൃതിയെ മറ്റൊരു കലാരൂപത്തിലും കാണാൻ മനുഷ്യർ ആഗ്രഹിക്കുന്നുണ്ട്. അതുകൊണ്ടുതന്നെയാണ് പ്രശ സ്തങ്ങളായ കൃതികൾക്ക് സിനിമ-നാടക രൂപമുണ്ടാകുന്നത്. അത് കേവല അഡാപ്റ്റേഷൻ അല്ല; ഇംപ്ലാന്റിങ്, റീക്രിയേഷൻ എന്ന നില യിലാണ് കാണേണ്ടത്. എന്നാൽ ചില കൃതികളെ സിനിമയോ നാടകമോ ആക്കാൻ പറ്റില്ല. വായനക്കാരുടെ മനസ്സിൽ അവ അത്രയും വളർന്നുക ഴിഞ്ഞിട്ടുണ്ടാകും. ഖസാക്ക് സിനിമയാക്കാൻ പറ്റില്ലെന്നാണ് ഒരു സിനിമാ പ്രവർത്തകൻ എന്ന നിലയിൽ എന്റെ തോന്നൽ.

അതിരിക്കട്ടെ. അതത് നാട്ടുകാരാണ് തങ്ങളുടെ നാടിനെ ലോക ത്തിനുമുമ്പിൽ അവതരിപ്പിച്ച പ്രതിഭകളുടെ ഓർമകൾ സംരക്ഷിക്കാൻ മുന്നിലുള്ളത്. എന്നാൽ കേരളത്തിൽ ഭൂമി പൂർണമായും വിൽക്കാനും വാങ്ങാനുമുള്ള സാധനമായി മാറിയതോടെ നമ്മുടെ എഴുത്തുകാരുടെ രംഗഭൂമികൾ ഇത്തരത്തിൽ മാറ്റിയെടുക്കാൻ കഴിയാതെവന്നിരിക്കുന്നു. ഒപ്പം, കക്ഷിരാഷ്ട്രീയ, മത-സാമുദായിക സമവാക്യങ്ങൾ എഴുത്തുകാ രെയും കലാകാരന്മാരെയും പ്രതിഭാശാലികളെയും പുറന്തള്ളാൻ മത്സ രിക്കുകയുമാണ്. വികസനത്തിൽ പ്രതിഭകളുടെ ഓർമകൾക്ക് ഒരു വില യുമില്ലെന്ന് വരുത്തുന്നതിൽ അവർ വിജയിക്കുകയാണ്.

ശിൽപങ്ങളുടെ കണ്ണീർ

വിജയനും സഹോദരി ശാന്ത ടീച്ചറും തസറാക്കിൽ താമസിച്ച ഞാറ്റുപുര (ശിവരാമൻനായരുടെ ഞാറ്റുപുര) സർക്കാർ ഏറ്റെടുത്ത് പൊതുജനങ്ങൾക്ക് കാണാവുന്ന സ്ഥലമാക്കി മാറ്റിയിട്ടുണ്ട്. അത്രയും നല്ലത്. എന്നാൽ നമ്മുടെ ഏറ്റവും പ്രധാനപ്പെട്ട ശിൽപികൾ ഖസാക്കിന്റെ ഇതിഹാസത്തിലെ കഥാപാത്രങ്ങളെ കല്ലിൽ കൊത്തിയെടുത്തത് എവിടെ സ്ഥാപിക്കണമെന്നറിയാതെ പാലക്കാട്ടെ ഡി ടി പി സി ഓഫീസ് മുറ്റത്ത് കൂട്ടിയിട്ടിരിക്കുകയാണ്. ഈ യാത്രയിൽ ആ കാഴ്ച കണ്ടു. വി കെ രാജൻ, ജോൺസ് മാത്യു, ജോസഫ്, എം വർഗീസ്, പി എച്ച് ഹോചിമിൻ എന്നീ ശിൽപികളാണ് ഇവ കരിങ്കല്ലിൽ കൊത്തിയെടുത്തത്. തസറാക്കിലേക്കുള്ള പ്രവേശനവഴിയിൽ സാഞ്ചിയിലെ സ്തൂപം പോലുള്ള ഒരു കമാനകവാടമുണ്ട്. അതിന്റെ വശങ്ങളിൽ ശിൽപങ്ങൾ സ്ഥാപിക്കാനായിരുന്നു പരിപാടി. എന്നാൽ, ഈ ശിൽപങ്ങളെ ആ കമാനത്തിന് താങ്ങാനാവില്ല കരിങ്കല്ലിന്റെ കനംമൂലം. പാലക്കാട്ടെ നഗരസൗന്ദര്യവൽക്കരണത്തിന്റെ ഭാഗമായി ശിൽപങ്ങൾ സ്ഥാപിക്കാമെന്ന ധാരണ ഉണ്ടായിട്ടുണ്ട്. എന്നാൽ, അത് സ്ഥാപിക്കാൻ ഉദ്ദേശിക്കുന്ന സ്ഥലം പുരാവസ്തുവകുപ്പിന്റെ കൂടി (പാലക്കാട് കോട്ട മൈതാനത്തോടു ചേർന്ന്) അധികാരപരിധിയിൽ വരുന്നതാണ്. അവരുടെ സമ്മതം കിട്ടാതെ ശില്പങ്ങൾ സ്ഥാപിക്കാനാവില്ല. ആ സമ്മതം ഇതുവരെ കിട്ടിയിട്ടില്ല, കിട്ടുമോ എന്ന കാര്യത്തിൽ തീർച്ചയുമില്ല. വിജയന്റെ സഹോദരി ഉഷച്ചേച്ചി (ഒ വി ഉഷ) വിജയൻസ്മരണ നിലനിർത്താനായി ഒരു ഫൗണ്ടേഷൻ സ്ഥാപിക്കാനുള്ള ശ്രമത്തിലാണ്. ആ ഫൗണ്ടേഷനിൽ എനിക്ക് വലിയ പ്രതീക്ഷകളുണ്ട്.

ആ നാട്ടിടവഴിയിൽ...

ഖസാക്കിലെ ഞാറ്റുപുര, പള്ളി, അറബിക്കുളം, ഏകാധ്യാപക വിദ്യാലയം എന്നിവ കഷ്ടി 100 മീറ്റർ നീളമുള്ള ഒരു നാട്ടിടവഴിയിലാണ് നിൽക്കുന്നത്. പക്ഷേ, ഇതുവഴി നടന്നുപോവുകയും ജീവിക്കുകയും ചെയ്തവരെ നോവലിൽ കാണുമ്പോൾ ഒരു പെരുമ്പാതയിലാണ് കഥ നടന്നതെന്ന് നമുക്ക് തോന്നും. ഭാവനയുടെ വിസ്തൃതി എന്തുമാത്രം ആഴങ്ങളെയും പരപ്പുകളെയും ഉൾക്കൊള്ളുന്നുവെന്ന് ഓരോ തസറാക്ക് യാത്രയിലും ഈ സ്ഥലങ്ങളിലൂടെ കടന്നുപോകുമ്പോൾ ഓർക്കും.

കലയും സാഹിത്യവും മനുഷ്യജീവിതത്തെ പകർത്തിയ വിസ്തൃതി ആ നാട്ടിടവഴിയിലൂടെയുള്ള നടത്തം വീണ്ടും വർധിപ്പിച്ചു. അവിടെ പീടികമുറിയിൽ കുടുംബത്തോടൊപ്പം താമസിക്കുന്ന ജമാൽ ഈ നാട്ടിടവഴി ടാർ ചെയ്യാത്തതിനെക്കുറിച്ചും കുടിവെള്ളം കിട്ടാത്തതിനെക്കുറിച്ചും പരാതിപ്പെട്ടു. ഞാറ്റുപുര സന്ദർശനത്തിന് വന്ന സാംസ്കാരികമന്ത്രി കെ സി ജോസഫിനെ അടിസ്ഥാനസൗകര്യവിക

സനത്തിനായി തടഞ്ഞ കാര്യം പറഞ്ഞു. പഞ്ചായത്ത് ഭരിക്കുന്നത് ഇട തുപക്ഷമാണ്. ഈ സ്ഥലം നിൽക്കുന്ന വാർഡിലെ അംഗം കോൺഗ്ര സും. വി എസ് അച്യുതാനന്ദന്റെ മണ്ഡലത്തിലാണ് തസറാക്ക് വരുക. പക്ഷേ, ആരും ഈ പ്രദേശത്തിന്റെ അടിസ്ഥാനസൗകര്യ വികസനത്തിൽ താൽപര്യമെടുക്കുന്നില്ല. ഖസാക്കിനെയും ഒ വി വിജയനെക്കുറിച്ചു മൊക്കെ എഴുതുമ്പോൾ ഞങ്ങളുടെ പ്രശ്നത്തെക്കുറിച്ച് പറഞ്ഞാൽ സഹായകരമായിരിക്കുമെന്ന് ജമാൽ സൂചിപ്പിച്ചു.

പള്ളിയും ആ കടമുറികളും

തസറാക്കിലെ പഴയ പള്ളി പൊളിച്ചുപണിതിട്ടുണ്ട്. ഏകാധ്യാപക വിദ്യാലയം നടന്നിരുന്ന സ്ഥലം (മൂന്ന് കടമുറികൾ) ഇപ്പോൾ കുടുംബ ങ്ങൾ താമസിക്കുന്ന വീടുകളായി മാറിയിരിക്കുന്നു. ഖസാക്കിൽ ജിന്നു കളും ഇഫ്രീത്തുകളും നീരാടാൻ ഇറങ്ങിയ അറബിക്കുളം (പള്ളിക്കു ളം) പച്ചപ്പായൽ മൂടിക്കിടക്കുന്നു. ആ കുളവും വിജയന്റെ ഭാവനയിലാണ് എത്രയോ വിസ്തൃതിയിലേക്ക് വളർന്നതെന്ന് അത് കാണുമ്പോൾ മന സ്സിലാകും. പള്ളിക്കും കടമുറികൾക്കും ഇടയിൽ ദാറുൽ ഉലൂം മദ്രസ പ്രവർത്തിക്കുന്നു. അള്ളാപ്പിച്ച മൊല്ലാക്കയുടെ കാലടികൾ ഇപ്പോഴും അവിടെ സ്പന്ദിക്കുന്നതായും ഖാളിയാർ അതുവഴി നടന്നകലുന്നതായും തോന്നി.

അള്ളാപ്പിച്ചയുണ്ടായിരുന്നു, പണിക്കർമാരുണ്ടായിരുന്നില്ല

ആലത്തൂരിൽ രാജഗോപാലമേനോനെ കണ്ടു. തസറാക്കിലെ ഏകാ ധ്യാപക വിദ്യാലയത്തിലെ ആദ്യ അധ്യാപകൻ. അവിടെ ജോലിചെ യ്താണ് അദ്ദേഹം അധ്യാപകവൃത്തി ആരംഭിച്ചത്. മേനോന്റെ സർവീസ് ബുക്കിൽ ആദ്യവരിയിൽ അത് രേഖപ്പെടുത്തിയിട്ടുണ്ട്. അള്ളാപ്പിച്ച മൊല്ലാക്ക മാത്രമാണ് യഥാർഥ കഥാപാത്രമെന്ന് അദ്ദേഹം പറഞ്ഞു. മറ്റുള്ളവരെല്ലാം ഭാവനയാണ്. ഏകാധ്യാപക വിദ്യാലയം തുടങ്ങിയപ്പോൾ സ്കൂൾ അടിച്ചുവാരാനും ഒരുക്കാനും എന്നും സഹായിച്ചിരുന്നത് മൊല്ലാ ക്കയായിരുന്നു. വലിയ സഹായി ആയിരുന്നു. കുട്ടികളെ സ്കൂളിൽ എത്തിക്കുന്നതിലും വലിയ താല്പര്യമായിരുന്നു, നല്ല അടുപ്പവുമായി രുന്നു.

എന്നാൽ, ഖസാക്ക് ഒരു നല്ല കൃതിയാണെന്ന് മേനോന് അഭിപ്രാ യമില്ല. വേണ്ടാത്ത പല ചിത്രീകരണങ്ങളും അതിൽ കടന്നുകൂടി എന്നാണ് അദ്ദേഹത്തിന്റെ വിമർശം.

ഭാവന, കഥാപാത്രങ്ങൾ, ആഖ്യാനം തുടങ്ങി എഴുത്തിന്റെ ഭാഗ മായി ഒരു വലിയ എഴുത്തുകാരനിൽ വന്നുചേർന്ന നിരവധി കാര്യങ്ങൾ കൂടിച്ചേർന്നാണ് ഖസാക്കിന്റെ ഇതിഹാസം ഉണ്ടായിരിക്കുന്നതെന്ന് ഞാൻ അദ്ദേഹത്തോട് പറഞ്ഞു. നോവലിന്റെ ബീജവുമായി തസറാക്ക് വിട്ട

വിജയൻ ഡൽഹി ജീവിതത്തിനിടെ തന്റെ ഭാവനാലോകത്താണ് ഈ കൃതി വിളയിച്ചെടുത്തതെന്നും പറഞ്ഞു.

പാലക്കാട്ടെ ഈഴവരെ പണിക്കർ എന്ന് വിളിക്കാറില്ല. തെക്കൻ കേരളത്തിൽ അങ്ങനെ വിളിക്കാറുമുണ്ട്. ഖസാക്കിൽ ഈഴവർ പണിക്കർമാരാണ്. ഇത് എങ്ങനെ സംഭവിച്ചു. ഡൽഹി ജീവിതത്തിൽ വിജയൻ കണ്ട തെക്കൻ കേരളത്തിലെ ഈഴവരെ വിളിക്കുന്ന പേര് ഖസാക്കിൽ വന്നു ചേരുകയായിരുന്നു. ഇതൊരു ഗംഭീരമായ അബദ്ധമാണെന്ന് പറയാം. പക്ഷേ, നോവലിസ്റ്റ് മറ്റൊരു സ്ഥലത്തുനിന്ന്, മറ്റൊരു ജീവിത സന്ദർഭത്തിൽനിന്ന്, അവിടെ കഴിയുന്ന ഈഴവരെ അവരുടെ വിളിപ്പേരിനെ നോവലിലേക്ക് കൊണ്ടുവന്നു. ഖസാക്ക് തസറാക്കിന്റെ മാത്രം കഥയല്ല, അങ്ങനെ തോന്നുന്നതിൽ ശരിയില്ല. ഭാവനയും മറ്റുപല ഘടകങ്ങളും കൂടി ഉൾച്ചേർന്നാണ് നോവൽ ഉണ്ടായിരിക്കുന്നത്.

പടമെടുക്കരുത്, ആടുകൾക്ക് ദീനം വരും

പള്ളിക്കും മദ്രസയ്ക്കും എതിർവശത്തുള്ള പാടത്ത് ചെമ്മരിയാടിൻ കൂട്ടം മേയുന്നുണ്ട്. ചെമ്മരിയാടുകളും താറാവിൻ കൂട്ടങ്ങളും പാലക്കാടിന്റെ പ്രത്യേകതയാണ്. കുട്ടനാട്ടിൽ മാത്രമാണ് താറാവിൻ കൂട്ടങ്ങൾ ഉള്ളതെന്ന തോന്നൽ പലർക്കുമുണ്ട്. അത് ശരിയല്ല. ചെമ്മരിയാടുകൾക്ക് നടുവിൽനിന്ന് ഫോട്ടോയെടുത്താൽ നന്നായിരിക്കുമെന്ന് ഫോട്ടോഗ്രാഫർ മുസ്തഫ ആഗ്രഹം പ്രകടിപ്പിച്ചു. ആകാമല്ലോ എന്ന് സമ്മതിക്കുകയും ചെയ്തു. പക്ഷേ, ഇടയൻ തടഞ്ഞു. ആടുകളുടെ പടമെടുക്കരുത്, അങ്ങനെ ചെയ്താൽ അവ ദീനംവന്ന് ചത്തുപോകും. മുതലാളി പറഞ്ഞിട്ടുണ്ട്, പടമെടുക്കരുതെന്ന്, മുമ്പ് ഇത്തരത്തിൽ ഒരാൾ ഫോട്ടോകളെടുത്തപ്പോൾ ആട് ചത്തുപോയതായും അയാൾ പറഞ്ഞു. അന്ധവിശ്വാസങ്ങൾക്കും തസറാക്കിന്റെ ആഴങ്ങളിൽ വേരോട്ടമുള്ളതാണ്. പടമെടുക്കാൻ കഴിയാത്തതിൽ ഫോട്ടോഗ്രാഫർക്ക് നിരാശ വന്നു. പക്ഷേ, ഇതിനുമുമ്പൊരിക്കലും കിട്ടിയിട്ടില്ലാത്ത ഒരു കഥാപാത്രം ഫ്രെയിമിലേക്ക് കയറിവന്നതുപോലെയായിരുന്നു ആ അനുഭവം. തസറാക്കിൽ എന്നും ആ പഴയ മാജിക്ക് പ്രവർത്തിക്കുന്നുണ്ടെന്ന് ഉറപ്പിച്ചു.

ഹാ, തുമ്പികൾ

ഖസാക്കിൽ ഒരു ശ്മശാനമുണ്ടായിരുന്നു. ദഹിപ്പിച്ചതിനുശേഷം ആളുകൾ കുളിക്കുന്ന കുളവും. ചെമ്മരിയാടിൻ പറ്റങ്ങൾ മേഞ്ഞ പാടത്തെ നീണ്ട വരമ്പുകളിലൂടെ നടന്ന് കുളത്തിന്റെ വക്കിലെത്തി. പലതരം ചെടികൾ വളർന്ന് പായൽ കലർന്ന് ആ കുളവും മൂടിപ്പോയിരിക്കുന്നു. മുളകളും മരങ്ങളും ഉയർന്നുനില്ക്കുന്ന വിശാലമായ ഒരിടവഴി കുളത്തിലേക്കുള്ള തുറസ്സാണ്. ശബ്ദങ്ങളൊന്നുമില്ലാത്ത ഏകാന്തവിജനമായിരുന്നു ആ സ്ഥലം. പൊടുന്നനെ തലയിൽ വയ്ക്കോൽക്കെട്ടുമായി

രണ്ട് സ്ത്രീകൾ അതുവഴി കടന്നുവന്നു. ആ നിശ്ശബ്ദതയെ ഭേദിക്കാൻ അവരും ഇഷ്ടപ്പെട്ടില്ലെന്ന് തോന്നുന്നു. അവർ നടക്കുന്നതിന്റെ ശബ്ദം പോലും കേട്ടില്ല.

അപ്പോൾ കുളത്തിലെ ചെടികൾക്ക് മുകളിലായി തുമ്പികൾ ഉയർന്നു പാറുന്നത് കണ്ടു. അതെ, ഖസാക്കിലെ അതേ തുമ്പികൾ. വേലിപ്പടർപ്പിലും ചെടിക്കൂട്ടങ്ങളിലും വെയിൽവെളിച്ചത്തിലും ഖസാക്കിൽ പാറി നടന്ന അതേ തുമ്പികൾ. പക്ഷേ, അവ എണ്ണത്തിൽ തീർത്തും കുറവായിരുന്നു. മനുഷ്യൻ കാലത്തിനും പ്രകൃതിക്കുമേൽപ്പിച്ച ആഘാതത്തിന്റെ സൂചകങ്ങളായി എണ്ണത്തിൽ കുറഞ്ഞ തുമ്പികൾ ആ പ്രകൃതിയിൽ പറന്നുനടക്കുന്നത് തുടർന്നു.

കോടമ്പാക്കമേ, നന്ദി

കാഴ്ചയിൽ സുമുഖനും വെളുത്ത അരോഗദൃഢഗാത്രനുമായ ചുരുണ്ട മുടിയുള്ള ആ നാൽപത്തിമൂന്നുകാരനെ എപ്പോഴാണ് ശ്രദ്ധിക്കാൻ തുടങ്ങിയതെന്ന് അറിയില്ല.

"എന്താണ് സിനിമയിൽ അഭിനയിക്കാൻ ശ്രമിക്കാത്തത്?"

അദ്ദേഹത്തിന്റെ ആകാരസൗഷ്ഠവമാകാം എന്നെ അങ്ങനെ ചോദിക്കാൻ പ്രേരിപ്പിച്ചത്. മറുപടി ഒരു നീണ്ട നിശ്വാസമായിരുന്നു. നാരായണൻ പന്തിരിക്കര പതിയെ ഓർമയിലേക്ക് ഊളിയിട്ടിറങ്ങുകയാണ്. സിനിമയുടെ വിസ്മയ വിഹായസ്സിന് പിന്നിലെ നഗ്നജീവിതങ്ങളിലേക്ക്. ഗ്ലാമറിനപ്പുറം കോടമ്പാക്കം ചേരിയുടെ നീരിലും നീറ്റലിലും ജീവിക്കുന്ന മനുഷ്യരിലേക്ക്.

അഭിനയമോഹം അഭിനിവേശമായി സിരകളിൽ നുരഞ്ഞുകയറിയപ്പോൾ കോടമ്പാക്കം ഒരു സ്വപ്നമായി നാരായണന്റെ മനസ്സിൽ ചേക്കേറി. അതുകൊണ്ടുതന്നെ സ്വപ്നങ്ങൾ വിൽക്കുന്ന നഗരത്തിലേക്ക് തെല്ലും ദൂരം തോന്നിയില്ല അന്ന്.

ഇനി നാരായണനിലേക്ക് ഒന്ന് സൂം ഇൻ ചെയ്യുക.

"വടക്കൻ മലബാറിൽ സർക്കസും സിനിമയും നാടകവും ഒരുപോലെ ത്രസിച്ചുനിന്ന കാലം. തിക്കോടിയൻ, അരവിന്ദൻ, ബാലൻ കെ നായർ, ഭരതൻ, ബക്കർ, പവിത്രൻ, പട്ടത്തുവിള കരുണാകരൻ ഇവരുടെയൊക്കെ നിറസാന്നിധ്യം സിനിമയിലേക്കുള്ള എന്റെ പ്രയാണത്തിന് പ്രേരണയായി. കൊട്ടകയ്ക്കുള്ളിലെ അഭ്രപാളികളിൽ തെളിഞ്ഞ വിസ്മയങ്ങൾ യവനികയ്ക്ക് പിന്നിൽ ജീവനോടെ കാണാഞ്ഞപ്പോൾ ഉണർന്ന കൗതുകം എന്റെ കുഞ്ഞുമനസ്സിൽ ആരാധനയുടെ വിത്തുകൾ പാകി. അവരെ ഒന്ന് തൊടാനും കാണാനുമുള്ള ആഗ്രഹമാണ് 1973 ൽ ഒമ്പത്

വയസ്സുമാത്രമുള്ള എന്നെ മദിരാശിയിൽ എത്തിച്ചത്. തിരിച്ച് ഒരു പ്രേംന സീറായി വരുന്നത് സ്വപ്നം കണ്ടിരുന്നോ? വ്യക്തമായി ഓർക്കുന്നില്ല.

ബാല്യം പിന്നിടാത്ത ഒരു കുട്ടി. ബന്ധുക്കളോ പരിചയക്കാരോ ഇല്ലാതെ മദിരാശിപോലൊരു പട്ടണത്തിൽ എത്തിപ്പെട്ടാൽ എന്താവും സ്ഥിതി? എന്റെ അവസ്ഥയും മറിച്ചായിരുന്നില്ല. പൈപ്പിലെ വെള്ളത്തിൽ മാത്രം തള്ളിനീക്കിയ ദിനരാത്രങ്ങൾ. വിശപ്പിന്റെ വിളി കഠിനമായപ്പോൾ ചെയ്യാത്ത ജോലിയില്ലെന്നായി. മദിരാശിയിൽ വണ്ടിയിറങ്ങി എട്ടുമാസം പിന്നിട്ടിട്ടും ഒരു താരത്തെപ്പോലും കാണാൻ കഴിഞ്ഞില്ല.

അന്നൊക്കെ താരങ്ങളെ അടുത്തുകാണുകയെന്നത് സാധാരണക്കാരനെ സംബന്ധിച്ചിടത്തോളം അത്ര എളുപ്പമായിരുന്നില്ല. അക്കാലത്ത് സിനിമകൾ സ്റ്റുഡിയോകളിലാണ് പൂർണമായും ഷൂട്ടുചെയ്തിരുന്നത്. ഔട്ട്ഡോർ ഷൂട്ടിങ്ങുകൾ വളരെ വിരളമായിരുന്നു. സ്റ്റുഡിയോയ്ക്കുള്ളിൽ കടക്കുകയെന്നത് പ്രയാസമാണ്. കാരണം പ്രധാന കവാടത്തിലെ കാവൽക്കാരൻ സൂക്ഷ്മപരിശോധനയ്ക്കുശേഷമേ കടത്തിവിടുകയുള്ളൂ. പിന്നെയുമുണ്ട് ഏറെ കടമ്പകൾ. പ്രധാനമായും മലയാള സിനിമകൾ രാത്രികാലങ്ങളിലാണ് ഷൂട്ട് ചെയ്തിരുന്നത്. പ്രധാന സ്റ്റുഡിയോകളിലെല്ലാം പകൽ സമയത്ത് തമിഴ്, തെലുങ്ക് സിനിമകളുടെ ഷൂട്ടിങ്ങാവും നടക്കുക. അവർക്കായി ഒരുക്കിയ സെറ്റുകളിലാവും മലയാളം സിനിമ ചെയ്തിരുന്നത്.

ആയിടയ്ക്കാണ് മധു മുതൽ മോഹൻലാൽ വരെ തങ്ങിയിട്ടുള്ള പ്രശസ്തമായ ആർ കെ ലോഡ്ജിനെപ്പറ്റി കേൾക്കുന്നതും അവിടുത്തെ പതിമൂന്നാം നമ്പർ മുറിയിൽ താമസിച്ചിരുന്ന വിജയൻ കരോട്ടിനെ കാണുന്നതും. ആ പരിചയം മലയാളസിനിമയിലേക്കുള്ള എന്റെ ആദ്യപടിയായി. അദ്ദേഹത്തിന്റെ സുഹൃദ്സംഘങ്ങൾക്ക് ചായ കൊടുത്തായിരുന്നു തുടക്കം. പതുക്കെപ്പതുക്കെ അത് സിനിമാക്കാർക്ക് മെസ്സിൽനിന്ന് ഭക്ഷണമെത്തിക്കുന്ന ദൗത്യമായി മാറി. അന്നൊക്കെ എല്ലാവർക്കും ഒരേ ഭക്ഷണമാണ്. പ്രേംനസീർ ഒഴിച്ച് എല്ലാവരും പൊതിച്ചോറിനെയാണ് ആശ്രയിച്ചിരുന്നത്. പ്രേംനസീറിനുമാത്രം ഭക്ഷണം വീട്ടിൽനിന്ന് കൊണ്ടുവരുമായിരുന്നു. അദ്ദേഹം മാത്രമാണ് അന്നത്തെ നിലയിൽ ആസൂത്രിതമായി ജീവിതത്തെ നോക്കിക്കണ്ടിരുന്നത്. പ്രഭാകരൻ, തോമസ്, മണി എന്നിവരുടെയൊക്കെ മെസ്സിൽ നിന്നാണ് ഭക്ഷണം കൊണ്ടുവന്നിരുന്നത്. ഇന്നത്തെപ്പോലെ പ്രൊഡക്ഷൻ മെസ്സ് ഒരുക്കുന്ന ഭക്ഷണമല്ല. ഇന്ന് താരമൂല്യത്തിനനുസരിച്ച് ഭക്ഷണത്തിലും ചില ഏറ്റക്കുറച്ചിലുകൾ ഉണ്ടായിട്ടുണ്ട്.

നസീർസാറിനെപ്പറ്റി ഓർക്കുമ്പോൾ ഇന്നും ഒളിമങ്ങാതെ നിൽക്കുന്ന ഒരു സംഭവമുണ്ട്. അന്ന് ഒരു സെറ്റിൽവെച്ച് അദ്ദേഹത്തിന് ഒരു കരിക്ക് കുടിക്കണമെന്ന് മോഹം. അവിടെ ആർക്കും തെങ്ങിൽ കയറാൻ അറിയില്ല. തെങ്ങിൽക്കയറി കരിക്കിട്ട് ദേഹമാസകലം രക്തത്തിൽക്കുളിച്ച് വന്ന ചെറിയ ബാലനായ എനിക്ക് നസീർസാറ് സ്നേഹത്തിൽ പൊതിഞ്ഞ

ശാസന നൽകുകയും എന്നെപ്പറ്റി തിരക്കുകയും ചെയ്തു. അന്ന് അദ്ദേഹത്തിന് പ്രത്യേക സഹായി ഉണ്ടായിരുന്നതിനാൽ എന്നെക്കൂടെ എടുക്കാനുള്ള ബുദ്ധിമുട്ട് അറിയിച്ചു. അങ്ങനെയിരുന്ന കാലത്താണ് വിജയൻ കരോട്ട് ജയനുമായി എന്റെ കാര്യം സംസാരിക്കുന്നത്. തുടർന്ന് 'കരിമ്പന' എന്ന ചിത്രത്തിൽ ജയന് കണ്ണാടി പിടിച്ചുകൊടുത്ത് അദ്ദേഹത്തിന്റെ ആർട്ട് അസിസ്റ്റന്റായി കൂടി. അങ്ങനെ സിനിമാ സെറ്റുകളിൽ നാരായണൻ എന്ന ഞാൻ പതുക്കെപ്പതുക്കെ അറിയപ്പെടാൻ തുടങ്ങി. അന്നൊക്കെ ദിവസക്കൂലിയാണ്. 30 ദിവസം പണിചെയ്താൽ 300 രൂപയൊക്കെ കിട്ടും.

പണ്ടൊക്കെ മലയാളസിനിമ ഒരു കമ്പനിപോലെയാണ് പ്രവർത്തിച്ചിരുന്നത്. ഷിഫ്റ്റനുസരിച്ച് വന്ന്, ഒരു സീനിനുവേണ്ടിയാണെങ്കിലും കാത്തുകെട്ടികിടക്കുന്ന അവസ്ഥ. ഇന്നൊക്കെ താരങ്ങളുടെ ഡേറ്റനുസരിച്ചാണ് ഷൂട്ടിങ് ഷെഡ്യൂളുകൾ തയ്യാറാക്കുന്നത്. അന്ന് ഡയറക്ടർപോലും കമ്പനിയിലെ ജീവനക്കാരന് തുല്യമാണ്. കാശുമുടക്കുന്നവനാണ് അന്ന് രാജാവ്. യൂണിയൻ വന്നതോടെ ചൂഷണം ഗണ്യമായി കുറഞ്ഞു. കമ്പനിയിൽനിന്ന് വ്യക്തികളിലേക്ക് അധികാരം മാറി.

എന്നാൽ, എന്നെ ഭാഗ്യം കടാക്ഷിച്ചത് എം ടിയുടെ ഡാർ–എസ് സലാം, അതിർത്തികൾ എന്ന പേരിൽ ജെ ഡി തോട്ടാൻ സിനിമയാക്കിയപ്പോഴാണ്. ആ സിനിമയിൽ ഒരു തവണയേ പ്രത്യക്ഷപ്പെടുന്നുള്ളുവെങ്കിലും അതിലെ നിർണായകഘട്ടത്തിലാണ് ആ കഥാപാത്രം കടന്നുവരുന്നത്. വെളുത്ത ചുരുണ്ട മുടിയുള്ള എനിക്ക് ആദ്യമായി ലഭിച്ചത് ഒരു നീഗ്രോ ആൺകുട്ടിയുടെ വേഷം. അമേരിക്കൻ കേണലിന്റെ വീട്ടിൽവച്ചായിരുന്നു ഷൂട്ടിങ്. അവർക്ക് പെട്ടെന്ന് വീട് ഒഴിഞ്ഞുകൊടുക്കേണ്ടിവന്നതിനാലും ആ വേഷം ചെയ്യാനിരുന്നയാൾ വരാത്തതിനാലുമാണ് എനിക്കത് ചെയ്യാൻ കഴിഞ്ഞത്.

ഒരു ചെറിയ വരച്ച മീശയുമായി, വിദ്യാമ്മയുടെ (ശ്രീവിദ്യ) നൈറ്റ് ഗൗൺ മുറിച്ച് തയ്ച്ച ടോപ്പും ഒക്കെ ഇട്ടാണ് ഞാനതിൽ പ്രത്യക്ഷപ്പെടുന്നത്. അതൊരു വഴിത്തിരിവാകുകയും ഒന്നുരണ്ട് സിനിമകളിൽ വീണ്ടും അവസരം കിട്ടുകയും ചെയ്തു. പിന്നീട് 85 ൽ മലയാളസിനിമയിൽ സെക്സ് തരംഗമുണ്ടായപ്പോൾ അത്തരം സിനിമകളിലെ നായകവേഷം എന്നെത്തേടി വന്നു. ജയലളിത, സിന്ധു എന്നിവരൊക്കെയായിരുന്നു അന്നത്തെ നായികമാർ. അക്കാലത്ത് ഇംഗ്ലീഷും മലയാളവും ചേർന്ന് കൊടമ്പാക്കത്ത് ചിത്രീകരിച്ചിരുന്ന മംഗ്ലീഷ് ചിത്രങ്ങളിലും ഞാൻ തല കാണിച്ചു. പ്രതിഫലമായി പതിനയ്യായിരം രൂപവരെ അന്നൊക്കെ കിട്ടിയിരുന്നു.

സാമ്പത്തികനില ലേശം ഭദ്രമായി എന്ന് തോന്നിയപ്പോൾ ഒരു പടം നിർമ്മിച്ചാലോ എന്നൊരാഗ്രഹം. അതുവരെയുണ്ടായിരുന്ന സെക്സ് തരംഗം മുതലെടുക്കാമെന്ന വ്യാമോഹത്തിൽ അത്തരം ചിത്രത്തിനാണ് തുനിഞ്ഞത്. എന്നാൽ നിലച്ചുപോയ സെക്സ് തരംഗം മുൻകൂട്ടി

കാണാൻ കഴിയാത്ത താൻ വീണ്ടും പാപ്പരായി. പിന്നെ ആ വീഴ്ച യിൽനിന്ന് കരകയറാൻ കഴിഞ്ഞില്ല. പുതിയ തലമുറയിലെ നായക ന്മാർക്ക് കണ്ണാടി പിടിച്ചുകൊടുത്തും വിയർപ്പ് തുടച്ചുകൊടുത്തും ഞാൻ ഇന്നും ജീവിക്കുന്നു. എന്റെ ഭാര്യ പുഷ്പയ്ക്കും മക്കളായ അനുശ്രീക്കും അനീഷയ്ക്കും വേണ്ടി.

ഫ്ളാഷ് ഫോർവേഡ്: ഇത്തരം അനേകം ദുരന്തചരിത്രങ്ങൾക്ക് സാക്ഷിയാണ് കോടമ്പാക്കം. പൊലിഞ്ഞ സ്വപ്നങ്ങൾക്കും ചതഞ്ഞ രഞ്ഞ ജീവിതങ്ങൾക്കും മേൽ സൗധങ്ങൾ കെട്ടി ആ നഗരം ഗർവോടെ നിൽക്കുന്നു. ഇന്ന് മലയാളസിനിമ അത്രകണ്ട് കോടമ്പാക്കത്തെ ആശ്ര യിക്കാത്തതും പുതുതലമുറ തങ്ങളുടെ ലക്ഷ്യത്തെപ്പറ്റിയും കഴിവിനെ പ്പറ്റിയും കുറച്ചുകൂടി ബോധവാന്മാരായിരിക്കുന്നുവെന്നതും പഴയ ദുര ന്തങ്ങളുടെ തോത് കുറച്ചിട്ടുണ്ടാവാം.

സിനിമ ഒരു വലിയ ചൂതാട്ടമാണ്. അതിൽ വിജയിച്ചവരെ നാം ഭാഗ്യ ശാലികൾ എന്നുപറയുന്നു. അവർക്കുവേണ്ടി സ്തുതിഗീതങ്ങളും ഓശാ നകളും പാടി ഒരു നഗരവും ജനതയും... മുന്നോട്ട്.

മരണം

അർഥമുള്ള പദം, മനുഷ്യൻ

സ്വപ്നവും യാഥാർഥ്യവും അറിഞ്ഞനുഭവിച്ച ഒരു മനുഷ്യന്റെ കഥയാണിത്. എവിടെയോയിരുന്ന് ഇപ്പോഴും അദ്ദേഹം സ്വപ്നം കാണുന്നുണ്ടാവും എന്ന് വിശ്വസിക്കുവാനാണെനിക്കിഷ്ടം. മരിച്ച മനുഷ്യർ ആഗ്രഹങ്ങളവസാനിച്ചില്ലെങ്കിൽ പുനർജനിക്കുമെന്ന് പെരുവഴിയിലൂടെ നടക്കുമ്പോൾ അദ്ദേഹം പറഞ്ഞിരുന്നു. മനുഷ്യന്റെ ആഗ്രഹങ്ങളാണ് സകല പ്രശ്നങ്ങൾക്കും ആധാരമെന്ന് പറഞ്ഞായിരുന്നു ആ സംഭാഷണം അവസാനിപ്പിച്ചതും. കുഞ്ഞുങ്ങളെ വിരലിന്റെ തുമ്പിൽ കോർത്ത് പാതയുടെ ഇടതുവശം ചേർന്ന് പോകുന്ന അച്ഛനമ്മമാരെ കാണുമ്പോൾ ഞാൻ നോക്കിനിൽക്കും. ഇടതുകൈയിലെ ചൂണ്ടുവിരലിൽ ഒരു ജീവിതം പിച്ച വച്ച് നടന്നുപോകുന്ന കാഴ്ച എന്റെ കൊതിയാകുന്നു. അച്ഛനെന്നും എന്നോട് കഥകൾ പറയുമായിരുന്നു. കണ്ട കാഴ്ചകൾ, പോയ സ്ഥലപുരാണങ്ങൾ, അറിഞ്ഞ മനുഷ്യർ. ഒരിക്കലും ആ വിരലിന്റെ തുമ്പിൽ കോർക്കാതെ സ്വന്തമായ കാൽച്ചുടവുകൾക്കായി ഇടമൊരുക്കി വഴികളത്രയും നടന്നു, എല്ലാം കേട്ടുകൊണ്ട്.

ഞങ്ങൾ, എനിക്കോർമവച്ചകാലം മുതൽ, താമസിച്ചത് പാലാക്കാട്ടായിരുന്നു. അവിടെ ഒരു ഗ്രാമത്തിൽ അച്ഛൻ ഒരു സിനിമാക്കൊട്ടക നടത്തിയിരുന്നു. എന്റെ സിനിമകൾ അവിടെയാണ് തുടങ്ങുന്നത്. വരാൻ പോകുന്ന ഒരു കാഴ്ചയെ അച്ഛൻ എനിക്കായി കാണിച്ചുതരുകയായിരുന്നു. അലുമിനിയം ചായമടിച്ച ഇരുമ്പുപെട്ടിയിൽനിന്ന് സിനിമയുടെ ഫിലിമെടുത്ത് സ്പൂളിൽ ചുറ്റി, ചുറ്റുമ്പോൾ പൊട്ടിയാൽ ബ്ലേഡ് കൊണ്ട് ഫ്രെയിമിന്റെ അകലം ചുരണ്ടി അവിടെ സിമന്റിട്ടൊട്ടിച്ച് പ്രൊജക്ടറിൽ കയറി ത്രഡ് ചെയ്ത് കാർബൺ കത്തിച്ച് ഒരു ബട്ടണമർത്തി പുകച്ചുരുളുകൾക്കിടയിലൂടെ തിരശ്ശീലയിൽ ദൃശ്യമാകുന്ന സിനിമകൾ എന്റെ മുന്നോട്ടുള്ള യാത്രകളുടെ വഴിവെളിച്ചമായിരുന്നു. കോയമ്പത്തു

രിൽനിന്നും പാലക്കാടുനിന്നും സിനിമകൾ കൊണ്ടുവന്ന് ഭാഷയുടെ, കാഴ്ചയുടെ പുതിയലോകം വെളിപ്പെടുത്തി. തമിഴിൽ എം ജി ആറും ശിവാജിഗണേശനും ജയശങ്കറും അഭിനയിച്ചുതകർത്ത സിനിമകളുടെ വഴികളിലൂടെ അച്ഛനെന്നെ കൊണ്ടുപോയി. സേലത്തും യേർക്കോടു മൊക്കെ. ആ സിനിമകളിൽ കണ്ടയിടങ്ങളിലേക്കുള്ള യാത്രകളിൽ ഞാൻ പ്രകൃതിയെ അറിഞ്ഞു. ആളുകളും മരങ്ങളും ആടുമാടുകളുമൊക്കെ യൊന്നിച്ചുള്ള ആവാസത്തിൽ ഭൂമിയെങ്ങനെയാണ് ജീവനെ നിലനിർത്തു ന്നതെന്ന് പഠിച്ചു. അക്ഷരങ്ങളിലേക്കുള്ള യാത്രയായിരുന്നു അത്.

ഓരോ യാത്ര കഴിഞ്ഞുവരുമ്പോഴും അച്ഛന്റെ പെട്ടിയിലും സഞ്ചി യിലും ഞാൻ തിരഞ്ഞത് പുസ്തകങ്ങളായിരുന്നു. ആദ്യമൊക്കെ ആഴ്ച പ്പതിപ്പുകളും മാസികകളും മാത്രമായിരുന്നു എന്റെ സ്വകാര്യതകളെങ്കിൽ പിന്നെപ്പിന്നെ വലിയ പുസ്തകങ്ങളിലേക്കായി. അതിൽ ഡിറ്റക്ടീവ് നോവലുകളായിരുന്നു എന്നെ ആകർഷിച്ചത്. ഒറ്റയിരുപ്പിൽ വായിച്ചു നോക്കിയ അപസർപ്പക കഥകൾ ഒരേ സമയം ചരിത്രവും ഭൂമിശാ സ്ത്രവും സയൻസും പഠിപ്പിച്ചു. ഒന്നും പറയാതെ എന്നാൽ എല്ലാം അനു ഭവിച്ചുകൊണ്ടായിരുന്നു ഞാൻ ജീവിച്ചത്. സൈക്കിൾ ചവിട്ടാൻ പഠി ച്ചത് ലൈബ്രറിയിൽ പോകുവാനായിരുന്നു. അമ്മയാണ് സൈക്കിൾ വാടക തന്നത്. തരുമ്പോൾ പറഞ്ഞു: അച്ഛനറിയണ്ട. അറിഞ്ഞാൽ ചീത്ത കേൾക്കേണ്ടി വരുന്നത് ഞാനാ... വാസു മൂത്താരുടെ കടയിൽനിന്ന് സൈക്കിളെടുത്ത് മുണ്ടൂരും തേനൂരും ലൈബ്രറിയിൽ ചെന്ന് പുസ്തക മെടുത്ത് തിരിച്ചുചവിട്ടുമ്പോൾ ഒറ്റ പ്രാർഥനയേ ഉണ്ടായിരുന്നുള്ളൂ. എന്നിട്ടും ഒരുനാൾ അച്ഛന്റെ മുന്നിൽ ബ്രേക്കിട്ട് വീണു. നിലത്തുനിന്ന് എഴുന്നേൽപിക്കുവാൻ ഒരു കൈ തന്നത് അച്ഛനായിരുന്നു. ഇപ്പോൾ അടി വീഴുമെന്ന് വിചാരിച്ചു. അന്ന് ഞാൻ ഏഴാം ക്ലാസിലായിരുന്നു. നിലത്ത് വീണുചിതറിയ പുസ്തകമെടുത്തതും അച്ഛനായിരുന്നു. വെടിമരുന്ന് നിറച്ച പാറമടപോലെ ഞാൻ നിന്നു. ഏതു നിമിഷവും ഞാൻ ചിതറിയേക്കും. പിന്നെ അതിന്റെ ക്ഷീണവുമായി ജീവിക്കേണ്ടിവരും. പക്ഷേ, പുസ്തകം മടക്കിത്തന്നുകൊണ്ട് അച്ഛൻ പറഞ്ഞു: വലിയ മനുഷ്യരുടെ ജീവിതക ഥയെടുത്ത് വായിക്കണം, പാഠപുസ്തകം വായിച്ചുകഴിഞ്ഞിട്ട്. സൈക്കി ളിൽ കയറാൻ സഹായിച്ചതും അച്ഛനായിരുന്നു. അടി ഭയന്ന ആ ഒരു സന്ദർഭത്തിനുശേഷം അച്ഛനെന്നെ അടിച്ചിട്ടേയില്ല. എന്നാൽ അച്ഛനെന്നെ അടിച്ചതും ഒരു പ്രാവശ്യം. അത് ഞാൻ അഞ്ചാം ക്ലാസിൽ പഠിക്കുമ്പോ ഴായിരുന്നു. ലോകത്തിന്റെ ഏതുമൂലയിൽനിന്ന് പോയിമടങ്ങിവരുമ്പോഴും അച്ഛന്റെ ബാഗിന്റെ അറയിലോ കൈയിലോ സഞ്ചിയിലോ പൂച്ചെടി വിത്തോ മരത്തൈകളോ ഉണ്ടാവുമായിരുന്നു. താമസിച്ചയിടങ്ങളി ലൊക്കെ ചെടികൾ നട്ടുപിടിപ്പിക്കുകയും മരങ്ങൾ വളർത്തി പച്ചപ്പിന്റെ തണുപ്പും വസന്തവും വിരിയിക്കുകയും ചെയ്യുന്ന ഒരു മനസ്സ് അച്ഛനു ണ്ടായിരുന്നു. വീടിന്റെ മുറ്റം പച്ചപ്പിന്റെ കാടായിരുന്നു. മണ്ണിൽ വൃത്തി യായി തടമെടുക്കുകയും ചാണകവും വെണ്ണീറും തൂവി തൈകൾ വച്ച് നിത്യവും വെള്ളമൊഴിച്ച് ഓരോ തളിർ വിടരുന്നതും പൂക്കൾ വിരിയു ന്നതും കണ്ട് അതിൽ വന്നുപോകുന്ന കീടങ്ങളെ നുള്ളിയകറ്റി കീഴെയി

രുന്ന് ഓരോ മരത്തിനോടും മിണ്ടിയും പറഞ്ഞും തളിർക്കാത്തതിനെ ശാസിച്ചും പൂക്കൾ വിരിഞ്ഞുകണ്ടാൽ അതിനെ നെഞ്ചോടുചേർത്തും അച്ഛൻ ഒരു വസന്തം സ്വന്തമാക്കുമായിരുന്നു. അങ്ങനെയൊരുനാൾ സ്കൂളിൽ കൊണ്ടുപോകാൻ പൂക്കൾ പറിച്ചപ്പോൾ ചെടിമുഴുവനായും അടർന്നുവന്നത് കണ്ട് അച്ഛനെന്നെ തലങ്ങും വിലങ്ങും തല്ലി. എന്റെ കൈകളിലും കാലിലും മരക്കൊമ്പിന്റെ പോറൽ അടയാളമായി. അമ്മ യതുകണ്ട് ഒരുപാട് വേവലാതിപ്പെട്ടു. മക്കളെ തല്ലുന്നതിന് അച്ഛനെ വഴ ക്കുപറഞ്ഞു. ഞാൻ കരഞ്ഞുകരഞ്ഞ് തളർന്നു. ഒരു പകലും രാത്രിയും അടിയുടെ വേദനയിൽ ഞാൻ മയങ്ങിപ്പോയി. പക്ഷേ, പിന്നെയൊരിക്കലും അച്ഛനെന്നെ തല്ലിയിട്ടില്ല. മരണം വരെ. ഒരുകാര്യം ഞാൻ തിരിച്ചറി ഞ്ഞതും അതുതന്നെയായിരുന്നു. പ്രകൃതിയിൽ സർവ്വജീവജാലങ്ങളും അതിന്റെ നന്മയിൽ സുരക്ഷിതമായി ജീവിക്കാനുള്ള അവകാശം മനു ഷ്യനിൽ മാത്രം ഒതുങ്ങുന്നില്ലെന്നും അത് ഒത്തൊരുമയുടെ ആകാശച്ചു വടാണെന്നും ഒരു ജീവിതം കൊണ്ട് അച്ഛൻ കാണിച്ചുതരുകയായിരുന്നു.

ഞാൻ തിരുവനന്തപുരത്ത് താമസം തുടങ്ങിയപ്പോൾ അച്ഛനും അമ്മയും പാലക്കാടൻ വാസമവസാനിപ്പിച്ച് എന്റെ കൂടെയായി. ഒരുപാടാ ളുകൾ നിറഞ്ഞ ഒരു വീട് എന്റെ സ്വപ്നമാണ്. അച്ഛന്റെ അമ്മയോടൊ പ്പമുള്ള എന്റെ യാത്രകളിൽ ഞാൻ കണ്ടുവളർന്നത് ആൾക്കൂട്ടങ്ങളുടെ ആഘോഷമായിരുന്നു. ചെന്നുനിന്ന എല്ലാ വീടുകളിലും നിറച്ചാളുകൾ. അത് മനുഷ്യന്റെ നന്മയും സ്നേഹവും സന്തോഷവും ചെറുപിണക്ക ങ്ങളും ചില്ലറക്കുശുമ്പുകളും കുഞ്ഞുദേഷ്യവും അറിയാതെ പിരിയുന്ന കൗതുകങ്ങളും അനുഭവിച്ച ബാല്യകൗമാരങ്ങളുടെ തുടർച്ച തന്നെയാ യിരുന്നു. ആ തുടർച്ച അച്ഛനുമമ്മയും എന്റെ വീട്ടിൽ വന്നുനിന്നപ്പോൾ മുതൽ ഞാൻ എന്റേതാക്കി. മക്കളോടൊപ്പമുള്ള യാത്രകൾ ഞാൻ നോക്കിയിരുന്നു. പണ്ട് അച്ഛൻ ചെടികളും പൂക്കളും വഴിയരികിൽനിന്നും അന്യവീടുകളിൽനിന്നും കൊണ്ടുവന്നത് തിരുവനന്തപുരത്തെത്തിയ പ്പോഴും തുടർന്നു. വൈകുന്നേരങ്ങളിൽ നടക്കാൻ പോയി മ്യൂസിയ ത്തിൽനിന്നും കനകക്കുന്നിൽനിന്നും പരിചയപ്പെട്ട തോട്ടക്കാരിൽനിന്നും ഇരന്നുവാങ്ങിയ പൂച്ചെടികൾ എന്റെ വീട്ടിൽ തളിർത്തു. അവയെ നോക്കി വളർത്തുമ്പോൾ എന്റെ മക്കളും കൂടെക്കൂടി. എനിക്കച്ഛനേകിയ നന്മ യുടെ, കാരുണ്യത്തിന്റെ, സ്നേഹത്തിന്റെ വിത്തുകൾ എന്റെ മക്കളിലും പാവുന്നതും മുളയ്ക്കുന്നതും എന്റെ യാത്രകൾ കഴിഞ്ഞെത്തുമ്പോൾ ഞാനറിഞ്ഞു. ജീവിതം പാരമ്പര്യത്തിന്റെയും പൈതൃകത്തിന്റെയും ഇഴ ചേർക്കൽ തന്നെയായിരുന്നു.

കടുത്ത ആസ്ത്മരോഗിയായിരുന്നു അച്ഛൻ. കുട്ടിക്കാലത്ത് അച്ഛന്റെ ശ്വാസത്തിനായുള്ള ആന്തൽ കണ്ടപ്പോഴൊക്കെ ഞാൻ മരണത്തെ അടു ത്തറിഞ്ഞു. ഓരോ ശ്വാസവും വേദനയോടെ ആഞ്ഞുവലിക്കുന്നത് ജീവി തത്തിനോടുള്ള ആസക്തിയായിരുന്നു. ഓരോ നിമിഷവും സ്വസ്ഥവും സുന്ദരവുമായി ഇഴഞ്ഞുനീങ്ങണമെന്ന ആഗ്രഹമായിരുന്നു അച്ഛന്റേത്. അതുകൊണ്ടുതന്നെ മറ്റുള്ളവർക്കുവേണ്ടി ജീവിക്കുന്ന ഒരു മനുഷ്യനെ എനിക്ക് കാണുവാൻ കഴിഞ്ഞിരുന്നു. അവനവന്റെ ആവശ്യങ്ങൾക്കുവേ

ണ്ടി, ചിലപ്പോൾ കടം വാങ്ങിവച്ചതുപോലും, കഷ്ടപ്പാടും ദുരിതവും പറഞ്ഞെത്തിയ സഹജീവികൾക്കെടുത്തുകൊടുത്തത് കാണുമ്പോൾ അമ്മ പറയും നമ്മുടെ ആവശ്യങ്ങളിനി ആര് നടത്തിത്തരും. അനുഭവിച്ചോ... അപ്പോഴും തികഞ്ഞ വിശ്വാസത്തോടെ അച്ഛന്റെ വാക്കുകൾ ഇങ്ങനെയായിരിക്കും. നമുക്കൊരാവശ്യം വന്നപ്പോൾ ചോദിച്ചവരും അറിഞ്ഞു ചെയ്തവരും ഉണ്ടായി. അതെന്തുകൊണ്ടാ... നമ്മളേക്കാൾ കൂടുതലാവശ്യക്കാരനായ ഒരുവനെ സഹായിച്ചതുകൊണ്ടാണ്. സത്യം അതുതന്നെയാണെന്ന് ഇന്നും ഞാൻ വിശ്വസിക്കുന്നുണ്ട്. ജീവിതത്തിന്റെ സന്നിഗ്ദ്ധഘട്ടങ്ങളിൽ ഓരോ നിമിഷവും അത് ഒരു കാഴ്ചയായി വന്നുഭവിക്കുന്നു. അച്ഛൻ കാണിച്ചുതന്ന വഴികളിലൂടെ സഞ്ചരിക്കുകയാണ് ഞാനിപ്പോഴും.

തിരുവനന്തപുരം താമസം അച്ഛന്റെ ആസ്ത്മ കുറച്ചു. ചികിത്സിച്ച ഡോക്ടർമാർ പറഞ്ഞതും അതുതന്നെയാണ്. ആസ്ത്മ രോഗം സ്ഥലം മാറിയാൽ ചിലപ്പോൾ മാറിയേക്കും. അതും ശരിയായി. ജീവിതത്തിന്റെ അവസാനനാളുകൾ അച്ഛൻ എന്നോടൊപ്പമായിരുന്നു എന്നതിൽ ഞാൻ സ്വാർഥതയോടെ അഹങ്കരിക്കുന്നു. അച്ഛൻ ഞങ്ങളെ എങ്ങനെ പരിപാലിച്ചുവോ അതേപോലെ തിരിച്ചേകാനായില്ലെങ്കിൽ പിന്നെയെന്ത് പുത്രധർമം എന്ന് ഞാനാലോചിക്കാറുണ്ട്. പും എന്ന നരകത്തിൽനിന്ന് എന്റെ പിതാവിനെ ത്രാണനം ചെയ്യേണ്ടത് ഞാനല്ലേ? മരണത്തിന് കുറച്ച് നാളുകൾക്കുമുമ്പ് അച്ഛന് ആശുപത്രിവാസം വേണ്ടിവന്നു. അച്ഛന്റെ ജീവിതത്തിലൂടെ കടന്നുപോയ സകലമനുഷ്യരും അറിഞ്ഞുകേട്ടുവന്നാശ്വസിപ്പിച്ചു. മരിക്കാൻ പോകുന്ന ഒരാളെ കാണുന്നതുപോലെയവർ വന്നപ്പോൾ ആശുപത്രിയിൽനിന്ന് വീട്ടിലേക്ക് മാറ്റി. വലിയ ബഹളമില്ലാതെ, അധികം വിരുന്നുകാരില്ലാതെ അച്ഛൻ മുറിയിൽ മരുന്നും ഭക്ഷണവുമായി സ്വസ്ഥമായി. ആയിടയ്ക്കെനിക്കൊരു യാത്ര വേണ്ടിവന്നു. പോകുന്നതിനുമുമ്പ് ഞാൻ യാത്ര ചോദിച്ചപ്പോൾ ആദ്യമായി അച്ഛൻ എന്ന് മടങ്ങിവരും എന്നന്വേഷിച്ചു. തീർത്തും പതിവില്ലാത്ത ഒരു ചോദ്യമായിരുന്നു അത്. ഞാൻ തീയതി പറഞ്ഞു. അപ്പോൾ അച്ഛൻ ഒരു ദിവസം പറഞ്ഞിട്ട് അതിനപ്പുറം കടക്കില്ലല്ലോ എന്നുറപ്പുവരുത്തി. അന്നേരമാണ് പാലക്കാട്ടുനിന്നും ചിന്നമാമ വന്നത്. ചിന്നമാമ അച്ഛന്റെ സുഹൃത്തായിരുന്നു. ആശുപത്രിയിൽ കിടന്നപ്പോൾ അച്ഛന്റെ വഴികളിലെ ബന്ധുക്കളായ മുഴുവൻപേരും വന്നുപോയപ്പോൾ സകലതും അറിഞ്ഞെങ്കിലും അച്ഛന്റെ അവസാനജീവിതത്തിലെ ആളുകളുമായുള്ള സഹവാസം അവസാനിച്ചിരുന്നു. ആ വിവരങ്ങളുമായാണ് ചിന്നമാമ വന്നത്. ആ വരവിൽ അച്ഛനൊരുപാട് ആഹ്ലാദം തോന്നിയിട്ടുണ്ടാവുമെന്ന് ഞാൻ കരുതി. ഞാൻ മടങ്ങിവരുന്നതുവരെ ചിന്നമാമയോട് കൂടെ നിൽക്കാൻ പറഞ്ഞ് ഞാനിറങ്ങി.

യാത്രയുടെ പലനിമിഷങ്ങളിലും അച്ഛൻ പറഞ്ഞ തീയതിയിൽ അവിടെയെത്താൻ കഴിയുമോയെന്ന് ഞാൻ ഭയപ്പെട്ടു. പിന്നെ ഒന്നും സംഭവിക്കില്ലല്ലോ എന്നാശ്വസിച്ചു. ജോലി കഴിഞ്ഞ് തിരിച്ചുപോവാൻ തീരുമാനിച്ച ദിവസം അച്ഛൻ പറഞ്ഞ തീയതിയായിരുന്നു. ഞാൻ വീട്ടിലേക്ക് വിളിച്ചു. എല്ലാം ഭദ്രം, സാധാരണം. ആ സമയത്തായിരുന്നു എന്റെ

യൊരു സുഹൃത്ത് കാപ്പാട് ബീച്ചിൽ റിസോർട്ട് തുടങ്ങിയതിന്റെ ആഘോഷത്തിനെന്നെ വിളിച്ചത്. പണ്ട് കണ്ടവരും പിന്നെ കാണാതായവരുമൊക്കെ അവിടെയുണ്ടാകുമെന്ന ചിന്തയിൽ എല്ലാവരെയും കാണാമല്ലോ എന്നോർത്ത് വീട്ടിൽ വിളിച്ചുപറഞ്ഞിട്ട് ഞാൻ അങ്ങോട്ടുപോകാൻ തീരുമാനിച്ചു. കുളികഴിഞ്ഞ് ഹോട്ടലിൽനിന്ന് കാറിനടുത്തേക്കിറങ്ങുമ്പോൾ സമയം വൈകുന്നേരം നാലര. കാറിൽ കയറിയപ്പോൾ കാപ്പാട് നിന്ന് ഒരു കോൾ. ഗംഭീരമായ മഴ. ആയതിനാൽ പരിപാടി മാറ്റിവച്ചു. എന്നാലും നീ വരണം. എന്തോ എനിക്കത് തൃപ്തികരമായ ഒരു യാത്രയായി തോന്നിയില്ല. ഇറങ്ങിയ കാർ തിരുവനന്തപുരത്തേക്ക് തിരിച്ചു. എന്നിട്ടും വഴിയിൽ എന്നെ തടുത്തുനിർത്താവുന്ന ഒരുപാടാവശ്യക്കാരുണ്ടായി. എല്ലാം മറന്ന് വെളുപ്പിന് അച്ഛൻ പറഞ്ഞ തീയതിയിൽ ഞാൻ വീട്ടിലെത്തി. ഗെയ്റ്റ് തുറന്നത് അച്ഛൻതന്നെയായിരുന്നു. വണ്ടിയോടിച്ചത് നീയല്ലേ, കുറച്ചുനേരം ഉറങ്ങിക്കോ, എനിക്കൊരു കാര്യം പറയാനുണ്ട്. എപ്പോഴും ഇത്തരം യാത്ര കഴിഞ്ഞുവന്നാൽ നേരെ കട്ടിലിലേക്ക് മറിയുന്ന ഞാൻ കുളിയും കർമങ്ങളും കഴിച്ച് ഉറങ്ങാൻ കിടന്നതും ഭാര്യയുടെ വിളിവന്നു. ധൃതിപ്പെട്ട് അച്ഛന്റെ മുറിയിലേക്ക് ചെന്നപ്പോൾ ശ്വാസം കിട്ടാതെ കിടന്ന് വലിക്കുന്നു. അച്ഛന്റെ കണ്ണുകൾ മേലോട്ട് മേലോട്ട് മറിഞ്ഞുപോകുന്നു. എന്റെ വിളികൾക്ക് ചെവിതരാതെ അച്ഛന്റെ വായിലൂടെ ഒരു കുറുകൽ ശബ്ദം മാത്രം പുറത്തേക്കുവന്നു. കിടക്കാനാവാതെ കൈകുത്തിയിരിക്കുന്ന അച്ഛൻ വേദനയോടെ എന്റെ നേരെ നോക്കി എന്തോ പറയാനാഞ്ഞു. പക്ഷേ, ശ്വാസത്തിന്റെ വലിയ ശബ്ദം മാത്രം പുറത്തുവന്നു. കൈകൊണ്ട് താങ്ങി അച്ഛന്റെ നെഞ്ചുതടവി. കണ്ണുകൾ തുറിച്ച് അച്ഛൻ വായുവിനായി ആഞ്ഞുവലിച്ചു. ഒന്നാം ശ്വാസം, രണ്ടാംശ്വാസം, ഭാരമേറിയ മൂന്നാം ശ്വാസം ഒരു കൊടുങ്കാറ്റുപോലെ എന്റെ മുഖത്തടിച്ച് പുകയായി പറന്നുപോകുന്നതറിഞ്ഞു. അച്ഛന്റെ കണ്ണുകൾ മേലോട്ട് പോയി നിശ്ചലമായി. ഇതുകാണാനായിരുന്നുവോ എല്ലാ തടസങ്ങളുമവസാനിപ്പിച്ച് പറഞ്ഞ തീയതിയിലേക്കെന്നെ കൊണ്ടുവന്നത്? അച്ഛനെന്റെ മനസ്സറിയുമായിരിക്കും. വഴികൾ പ്രതിബന്ധങ്ങളൊഴിഞ്ഞതാക്കുവാൻ അച്ഛൻ ജീവിച്ചപ്പോൾ പ്രാർഥിച്ചിരുന്നു. മരണവും സ്വച്ഛവും ശാന്തവുമാകണമെന്ന് ആഗ്രഹിച്ചിരിക്കും. കാറൊഴിഞ്ഞ വാനംപോലെ തെളിഞ്ഞ മേഘങ്ങൾക്കിടയിൽ ഇപ്പോഴും എനിക്കച്ഛനെ കാണാം.

മരണം ശാശ്വതമായ ഒരവസാനമല്ലെന്നും അത് ജീവിതത്തിന്റെയും പാരമ്പര്യത്തിന്റെയും ആത്മബന്ധങ്ങളുടെയും പിന്തുടർച്ചയാണെന്നും ആശ്വസിക്കുവാനാണ് അച്ഛൻ പഠിപ്പിച്ചത്. ഓരോ യാത്രയും മറ്റുള്ളവരുടെ ജീവിതത്തിന്റെ ഉപ്പറിയുന്നതാവണമെന്നും അതിൽ കണ്ണീരിന്റെ നനവുണ്ടാകരുതെന്നും പഠിപ്പിച്ചു. സ്വന്തമെന്നാശ്വസിക്കുവാൻ പൊയ്പോകാത്ത ഓർമകളുണ്ടാവണം. സഞ്ചരിക്കുന്ന വഴികളിൽ മൺമറഞ്ഞുപോയ അനേകം സ്നേഹത്തിന്റെ പര്യായങ്ങളുണ്ട്. അത് തിരിച്ചറിഞ്ഞുള്ള സഞ്ചാരമാകണം കൈത്താങ്ങായി നിലനിർത്തുന്നത്. കുടുംബമെന്ന പ്രസ്ഥാനം നേർത്ത നൂലുകളാൽ നെയ്ത അർഥമുള്ള ചെമ്പട്ടാണ്. അതിൽ സ്നേഹത്തിന്റെ രക്തം കിനിയുന്നുണ്ടാവും.

പ്രവചനങ്ങളുടെ മനസ്സായിരുന്നു അദ്ദേഹത്തിന്

മീനമാസത്തിലെ ചൂടിൽ, കൊച്ചിയിലെ സെന്റ് ആൽബർട്സ് കോളേജിലെ ചന്ദ്രദാസിന്റെ മുറിയിലിരുന്ന് മൂന്ന് പെഗ്ഗിന്റെ തരിപ്പിൽ ഒരു സിഗരറ്റിന് തീ കൊളുത്തിക്കൊണ്ടദ്ദേഹം പറഞ്ഞു: "നിനക്കൊരു സിനിമാനടനാകാൻ പറ്റും. ഞാനത് കാണുന്നുണ്ട്." അതൊരു പ്രവചനം പോലെയായിരുന്നു. പതിനെട്ടുവർഷങ്ങൾക്കുമുമ്പ്.

ജീവിതം അങ്ങനെയൊക്കെയാണ്. ഓരോ കംപാർട്ടുമെന്റിലും കുറേ പ്പേരൊത്തുകൂടി ഒരു യാത്ര. ഏതെല്ലാമോ വഴികളിലൂടെ ഒരടുക്കും ചിട്ട യുമില്ലാത്ത ആ യാത്രയിൽ അപരിചിതരായി പലരും കയറിവരുകയും സന്തോഷത്തിന്റെ, സ്നേഹത്തിന്റെ, പിണക്കത്തിന്റെ, വിദ്വേഷത്തിന്റെ ദിനങ്ങൾ പങ്കിട്ട് പിന്നെ ഇങ്ങിനികാണാത്ത വിധം ഇറങ്ങിപ്പോവുകയും ചെയ്യും.

സെന്റ് ആൽബർട്സ് കോളേജിൽ പതിനെട്ടുവർഷത്തിനുമുമ്പ് ചന്ദ്ര ദാസനും സംഘവും ഒരു നാടക ക്യാമ്പ് നടത്തിയിരുന്നു. അന്നവിടെ സാക്ഷിയായ ഒരു സുഹൃത്തുമാത്രമായിരുന്നു ഞാൻ. ടി എം എബ്ര ഹാമും തങ്കച്ചനും തോമസ് ജോസഫുമൊക്കെയുള്ള ആ സൗഹൃദക്യാ മ്പിലേക്ക് നിനച്ചിരിക്കാതെ വന്നുകയറിയ ഒരതിഥിയായിരുന്നു നരേന്ദ്ര പ്രസാദ്. രണ്ടു ദിവസത്തെ ക്യാമ്പിന്റെ ഒടുവിൽ ഒത്തുകൂടിയ ഒരുച്ച യിൽ ലക്ഷണമൊത്ത ഒരു സദ്യ അതിന്റെ ചിട്ടവട്ടങ്ങളോടെ ആചരി ക്കുന്ന രീതിയിൽ മദ്യം ആസ്വദിച്ച് ആഹ്ലാദചിത്തനായ ഒരുകലാകാരനെ ഞാൻ ഒരുപാടടുത്തറിയുകയായിരുന്നു ആദ്യമായി. നാമോരോരുത്ത രെയും കുറിച്ചുള്ള നമ്മുടെ അറിവ് സമഗ്രമാണ്. അത് ആകാശത്തേക്ക് പറന്നുയരുന്ന ഒരു പക്ഷിയെപ്പോലെ ഭൂഗുരുത്വാകർഷണം പോലെ പൂർണവും ലളിതവുമാണ്. ആകാശവിതാനത്തിന്റെ ഏതോ കോണിലി

രുന്ന് ഓരോ രംഗവും വീക്ഷിക്കുന്ന അദൃശ്യരായ കാണികൾക്കുവേണ്ടി ഈ ജീവിതം ആടിത്തീർക്കുകയാണ്. അതിന്റെ വരുംവരായ്കകളിൽ നാമറിയാത്ത, നമുക്ക് പ്രവചിക്കുവാൻ കഴിയാത്ത ഓരോ ചുവടുവയ്പും സംഭവിക്കുന്നു.

ക്യാമ്പ് കഴിഞ്ഞ രാത്രിയിൽ ചന്ദ്രദാസിന്റെ മുറിയിലിരുന്ന് നാടകത്തെക്കുറിച്ച്, കവിതയെക്കുറിച്ച്, കഥകളെക്കുറിച്ച്, നിരൂപണകീഴ്വഴക്കങ്ങളെക്കുറിച്ച്, ലക്ഷണമൊത്ത സ്ത്രീശരീരത്തെക്കുറിച്ച്, പുത്തൻ ഉണർവുകളേകി പ്രസാദ് സാർ പിന്നെ കുറേക്കാലത്തേക്ക് എന്നിൽനിന്ന പ്രത്യക്ഷനായി. പക്ഷേ, എവിടെയൊക്കെയോ ഇരുന്ന് ആ കണ്ണുകൾ ഞങ്ങളെ തിരിച്ചറിയുന്നുവെന്നൊരു തോന്നൽ നഷ്ടപ്പെട്ടിട്ടില്ലാത്ത ഒരു ചങ്ങലക്കൊളുത്തായിത്തന്നെ കിടന്നു.

ശ്യാമപ്രസാദ് സംവിധാനം ചെയ്ത 'പെരുവഴിയിലെ കരിയിലകൾ' ടെലിവിഷനിൽ സംപ്രേക്ഷണം ചെയ്തകാലത്ത് ഒരുപാടുനാളുകൾക്കുശേഷം ഞാൻ പ്രസാദ് സാറിനെ വിളിച്ചു. അയത്നലളിതമായ പെരുമാറ്റത്തിലൂടെ ഒരു കഥാപാത്രത്തെ പ്രേക്ഷകന്റെ വേദനയാക്കുവാൻ സാറിന് കഴിഞ്ഞുവെന്ന് പറഞ്ഞപ്പോൾ നാടകാഭിനയത്തിൽനിന്ന് വികാരങ്ങളെയും ഭാവങ്ങളെയും മുറിച്ചു മുറിച്ചു പ്രതിഫലിപ്പിക്കേണ്ടതിന്റെ വിഷമത്തെപ്പറ്റിയും കഥാപാത്രത്തിന്റെ മനസ്സ് നഷ്ടപ്പെടാതെ സൂക്ഷിക്കേണ്ടതിനെപ്പറ്റിയുമൊക്കെ സംസാരിച്ച് അഭിനയത്തിന്റെ പുതിയ ഭാഷകൾ എനിക്ക് പകർന്നുതരുകയായിരുന്നു.

അക്കാലത്തുതന്നെയാണ് ഞാൻ സിനിമയിലേക്ക് സഹസംവിധായകന്റെ റോളിൽ കടന്നുചെല്ലുന്നതും. ഒരിക്കൽ രാജീവ് അഞ്ചലുമൊത്ത് ഞാൻ പ്രസാദ് സാറിനെ ചെന്നുകാണുന്നു. 'ആസ്ട്രേലിയ' എന്ന ചിത്രത്തിൽ ധനാഢ്യനായ ഒരു ബിസിനസ്സുകാരന്റെ വേഷം അഭിനയിക്കണമെന്ന ആവശ്യം ഏറെ സന്തോഷത്തോടെയാണ് സാറ് സ്വീകരിച്ചത്. മോഹൻലാൽ അഭിനയിക്കുന്ന നായകകഥാപാത്രത്തിന്റെ അച്ഛനായി സ്യൂട്ടും കോട്ടുമണിഞ്ഞ്, വൃത്തിയായി വെട്ടിയൊതുക്കിയ താടിയുമായി സാറിനെ കാണാൻ ഒരു എലഗന്റ് ലുക്കുണ്ടാവുമെന്ന് രാജീവേട്ടൻ പറഞ്ഞു. ഉദിച്ചുയർന്ന സൂര്യപ്രഭാവത്തിൽ നിൽക്കുന്ന മോഹൻലാലിന്റെ അച്ഛനായി അഭിനയിക്കുന്നതിലൂടെ എന്റെ സിനിമാജീവിതത്തിലെ പ്രഭാതമാകും എന്നാണന്ന് സാറ് പറഞ്ഞത്. ഒരുപാട് കാരണങ്ങൾകൊണ്ട് ആ സിനിമ നടന്നില്ല. പക്ഷേ, വിധിയുടെ കൃത്യമായ ചതുരങ്ങൾക്കുള്ളിൽ നരേന്ദ്രപ്രസാദ് എന്ന അഭിനേതാവ് ജനിച്ചുകഴിഞ്ഞിരുന്നു. സുരേഷ് ഉണ്ണിത്താന്റെ 'ഉത്സവമേള'ത്തിൽ ഒരു ഗ്രാമത്തെ മുഴുവൻ വിറപ്പിച്ച, പുതുമനിറഞ്ഞ അഭിനയശൈലിയുള്ള, പ്രത്യേകരീതിയിൽ സംസാരിക്കുന്ന കഥാപാത്രം മലയാളിയുടെ മനസ്സിൽ ചിരപ്രതിഷ്ഠ നേടുവാനുള്ളതായിരുന്നു.

ഓരോ വേഷം കഴിയുന്തോറും നരേന്ദ്രപ്രസാദ് ആസ്വാദകരുടെയിടയിൽ ഏറെ സംസാരിക്കപ്പെടുന്നത് ആഹ്ലാദത്തോടെയും സന്തോഷ

ത്തോടെയും അനുഭവിക്കുന്നത് സാറിനോടൊപ്പമുള്ള എന്റെ യാത്രയിൽ ഞാൻ പിന്നീട് കണ്ടിട്ടുണ്ട്.

ഒരെഴുത്തുകാരനായി, നാടകസംവിധായകനായി മാത്രം കഴിഞ്ഞിരുന്നുവെങ്കിൽ എനിക്ക് നഷ്ടപ്പെടുന്നത് ഈ മഹാമനസ്സുകളെയാണ്. ഇത് സിനിമാക്കാരനുമാത്രം അനുഭവിക്കുവാൻ കഴിയുന്നതാണ്, രാഷ്ട്രീയക്കാരനും. വേണ്ടാന്ന് തോന്നിയാൽ അപ്പോൾ ഇതേ ജനംതന്നെ എടുത്തെറിയും. എന്തായാലും അങ്ങനെ ആർക്കും വേണ്ടാത്തവനായിത്തീരാൻ ഞാനുണ്ടാവില്ല. എന്നും മലയാളികളുടെ മനസ്സിൽ നിറഞ്ഞുനിൽക്കുന്ന ഒരുപാട് കഥാപാത്രങ്ങൾ നരേന്ദ്രപ്രസാദിന്റേതായുണ്ട്. അതുകൊണ്ടുതന്നെ ഈ പ്രവചനവും പ്രസാദ് സാർ മുമ്പേ നടത്തിക്കഴിഞ്ഞിരിക്കുന്നു.

വാർധക്യപുരാണത്തിലഭിനയിക്കുവാൻ ചെന്നപ്പോൾ പ്രസാദ് സാറിനെ കാണുന്നു. പഴയ പ്രവചനത്തിന്റെ കഥ ഞാൻ ഓർമിപ്പിച്ചു. അന്നേരം വെറ്റിലയിൽ ചുണ്ണാമ്പുതേച്ച് പാക്കുവെട്ടി കൊണ്ട് അടയ്ക്കാവൃത്തിയായി അരിഞ്ഞിട്ട് വാസനപ്പുകയില നുറുക്കി, ഏലം, ജാതി പത്രി, കരയാമ്പു തുടങ്ങി ഒരുപാട് സുഗന്ധദ്രവ്യങ്ങളുടെ സമൃദ്ധിയിൽ ഒരു മുറുക്കാൻകൂട്ടൊരുക്കി വായിലേക്ക് തിരുകി ചുണ്ടിന്റെ മീതെ പറ്റിയ വിയർപ്പുതുള്ളികൾ തുടച്ച് നരേന്ദ്രപ്രസാദിനുമാത്രം ചിരിക്കുവാൻ കഴിയുന്ന ചിരി മാത്രമായിരുന്നു മറുപടിയായത്. അഭിനയത്തിനിടയിൽ കഥയെഴുത്ത് നിറുത്തിക്കളയരുതെന്ന് സാറ് ഓർമിപ്പിച്ചു. ഉരലിന്റെയും മദ്ദളത്തിന്റെയും കഥപോലെ പരസ്പരം എഴുത്തിനെപ്പറ്റി വ്യാകുലപ്പെടലായിരുന്നു അത്.

പിന്നീടൊരു സിനിമയുടെ ലൊക്കേഷനിൽ വി ആർ സുധീഷും അക്ബർ കക്കട്ടിലും വന്നപ്പോഴാണ് സാറിന്റെ പുസ്തകങ്ങളുടെ പുതിയ പതിപ്പുകളിറക്കുന്നതിനെപ്പറ്റി സംസാരിച്ചത്. പലതിന്റെയും കോപ്പികൾ കിട്ടാനില്ലായിരുന്നു. ഒരു നിയോഗം പോലെ പഴയ പുസ്തകങ്ങൾ തേടിപ്പിടിക്കുകയും പുസ്തകരൂപത്തിലായിട്ടില്ലാത്ത ലേഖനങ്ങൾ മാസികയിൽനിന്ന് സംഘടിപ്പിക്കുകയും ചെയ്ത് 'എന്റെ സാഹിത്യനിരൂപണങ്ങൾ' എന്ന പുസ്തകം പ്രസിദ്ധീകരിക്കുന്നതിന്റെ ഭാഗമാവുകയായിരുന്നു ഞാൻ. അത് അച്ചടിച്ചിറങ്ങിയപ്പോൾ ഒരു നിധി കിട്ടിയ സന്തോഷം സാറിന്റെ മുഖത്ത് കാണാമായിരുന്നു. നഷ്ടപ്പെട്ടതെന്തോ തിരിച്ചുകിട്ടിയതുപോലെ.

എന്റെ കഥകൾ പുസ്തകമാക്കുവാൻ തീരുമാനിച്ചപ്പോൾ അതിനൊരു അവതാരികയെഴുതിത്തരുവാനായി ഞാൻ സമീപിച്ചതും പ്രസാദ് സാറിനെയായിരുന്നു. സാർ ഒരുപാട് തിരക്കുകൾക്കിടയിലായിരുന്നു അന്നൊക്കെ. സ്കൂൾ ഓഫ് ലെറ്റേഴ്സിൽ വീണ്ടും ജോലിക്കുകയറിയ സമയം. സിനിമയുടെയും ഓഫീസിന്റെയും ജോലികൾക്കിടയിൽ എഴുത്തിന് സമയം കണ്ടെത്തണമെന്ന് പറഞ്ഞ് ഞാൻ കഥകൾ ഏൽപിച്ചു. രണ്ടുമൂന്ന് ദിവസം കഴിയുമ്പോൾ വിളിച്ചു ചോദിക്കും. തോമസ് ജോസഫിന്റെയും പി സുരേന്ദ്രന്റെയും കഥകളുടെ അവതാരിക കൂടി എഴു

താൻ സാറിനെ ഏൽപിച്ചിട്ടുണ്ടെന്ന് എനിക്കറിയാമായിരുന്നു. എന്റെ ആദ്യ പുസ്തകത്തിൽ സാറിന്റെ കുറിപ്പ് വേണമെന്നത് എന്റെയൊരു തീരുമാനമാണെന്ന് ഞാൻ സാറിനെ അറിയിക്കുകയും ചെയ്തു. ദിവസങ്ങൾ കഴിയുന്തോറും കോട്ടയത്തുനിന്ന് ഡിസിയിലെ അരവിന്ദന്റെ ഫോൺ വരും. പ്രിന്റിങ് തുടങ്ങിക്കഴിഞ്ഞു. നരേന്ദ്രപ്രസാദിന്റെ കുറിപ്പ് എന്നു കിട്ടും? വ്യക്തമായ ഒരുത്തരമില്ലാതെ ദിവസങ്ങൾ നീങ്ങി. അവതാരിക കിട്ടിയില്ലെങ്കിൽ ഒരു പേജ് ഒന്നുമെഴുതാതെ അവതാരികയെന്ന തലക്കെട്ടോടുകൂടി നരേന്ദ്രപ്രസാദ് എന്നച്ചടിച്ച് പുസ്തകം ഇറക്കാമെന്ന് ഞാൻ മനസ്സിൽ കരുതി. അരവിന്ദൻ എനിക്ക് ഒരവസാനദിവസം തന്നു. അത് ഞാൻ സാറിനെ വിളിച്ച്പറഞ്ഞു. ശരിയാക്കാമെന്ന ഉറപ്പിന്മേൽ വീണ്ടും ദിവസങ്ങൾ കടന്നു. ഒടുവിൽ അരവിന്ദൻ തന്ന ദിവസത്തിന്റെ തലേന്ന് ഞാൻ സാറിന്റെ നമ്പർ കറക്കി.

"സാർ, ഇന്നെങ്കിലും കിട്ടിയില്ലെങ്കിൽ"

"മധു രാവിലെ വിളിക്ക്"

രാവിലെ വിളിക്കുന്നു. ഷൂട്ടിങ്ങിലാണ്. വൈകുന്നേരം വിളിക്കുന്നു.

"കഥകൾ ഞാനെടുത്തിട്ടുണ്ട്. ഒന്നും എഴുതിയിട്ടില്ല. ഷൂട്ടിങ് തീർന്നില്ല."

രാത്രി വിളിക്കുന്നു. ഷൂട്ടിങ് കഴിഞ്ഞിട്ടില്ല. പിന്നെ ഞാൻ വിളിച്ചില്ല. രാവിലെ ഗീതേച്ചിയാണ് വിളിക്കുന്നത്.

"മധുവിന് തരാൻ ഒരു കവറിവിടെ ഏല്പിച്ചിട്ടുണ്ട്."

'അതെന്റെ കഥകളുടെ അവതാരികയായിരുന്നു.'

ഇന്നലെ രാത്രി 11 ന് വന്ന് കുളിച്ച് ഒറ്റയിരിപ്പിന് എഴുതിത്തീർന്ന് വെളുപ്പിന് മൂന്നുമണിക്ക് സാർ കോട്ടയത്തേക്ക് പോയിക്കഴിഞ്ഞിരുന്നു. നടനാകുകയെന്ന ചിന്തയില്ലാതിരുന്ന കാലത്ത് ഭരതൻ കാക്കനാടന്റെ അടിയറവെന്ന നോവൽ ചലച്ചിത്രമാക്കുവാനായി തീരുമാനിച്ചപ്പോൾ അതിലെ ഉറുമീസ് തമ്പാനായി അഭിനയിക്കുവാൻ ക്ഷണിച്ചത് ഒട്ടൊരു കൗതുകത്തോടെയായിരുന്നു അന്ന് കണ്ടതെന്ന് പ്രസാദ് സാർ ഓർമിച്ചിട്ടുണ്ട്. സിനിമയെന്ന പ്രഹസനത്തിൽ ഒരഭിനേതാവിന്റെ വേഷമാടേണ്ടിവരുമെന്ന് ഒരിക്കലും സാർ കരുതിയിട്ടില്ലായിരുന്നു. അതുകൊണ്ടുതന്നെ എല്ലാ സമ്പന്നതയും ഏറെ ആഹ്ലാദത്തോടെ ആഘോഷിച്ച് ജീവിച്ച ഉറുമീസിന്റെ വേഷം അഭിനയിക്കാതെ സാറൊഴിഞ്ഞുമാറി. പ്രേംനസീറായിരുന്നു പിന്നെയാ കഥാപാത്രത്തെ തിരശ്ശീലയിലവതരിപ്പിച്ചത്.

–അന്നത് ചെയ്തിരുന്നുവെങ്കിൽ...

–ഓരോന്നും അതാത് കാലത്ത് സംഭവിക്കും.

ജീവിതാവസാനംവരെ എല്ലാ ഒളിവുകളും മറവുകളും രഹസ്യങ്ങളാക്കാതെ തുറന്ന വേദിയിൽ അവതരിപ്പിക്കുവാൻ മനസ്സുള്ള പ്രസാദ് സാർ ജീവിതത്തിലൊരിക്കലും ഒരഭിനേതാവിന്റെ വേഷം കെട്ടാതെ തികച്ചും സാധാരണക്കാരനായിരുന്നു.

'ഗൗരീശങ്കര'മെന്ന ചിത്രത്തിൽ ഒന്നിച്ചഭിനയിച്ചതിനുശേഷം പിന്നെ ഞാൻ കാണുന്നത് ആശുപത്രിയിലായിരുന്നു. മുരളിയേട്ടനാണ് പറഞ്ഞത് പ്രസാദ് സാറിന്റെ നില ഗുരുതരമാണെന്ന്. എനിക്കൊട്ടും വിശ്വസിക്കാൻ കഴിഞ്ഞില്ല. ഒറ്റപ്പാലത്തെ ലൊക്കേഷനിൽ കാണുമ്പോൾ മദ്യപാനം നിറുത്തിയതിന്റെ അസ്വസ്ഥതകളുണ്ട്. ഒരു ചെക്കപ്പ് വേണ്ടിവരുമെന്ന് പറഞ്ഞ് ആശുപത്രിയിലാവുകയാണെന്ന് പറഞ്ഞിരുന്ന സാറിന്റെയവസ്ഥ അപ്രതീക്ഷിതം തന്നെയായിരുന്നു. പക്ഷേ, ഓരോ ദിവസവും പ്രതീക്ഷയുടെ പ്രകാശം മങ്ങുകയാണെന്ന് ഞാനറിഞ്ഞു. അസാധാരണമായ വ്യക്തിത്വമുള്ള, എന്തിനെയും ചങ്കുറപ്പോടെ നേരിടാനാവുന്ന ആ മനസ്സിന്റെ ധൈര്യം ദിനംപ്രതി ചോർന്നുപോവുകയാണെന്ന് എനിക്ക് മനസ്സിലായി. ഇനിയുമെന്തൊക്കെയോ ചെയ്യണമെന്നാഗ്രഹിച്ച് ഒരുപാട് മനസ്സിൽ സൂക്ഷിച്ച നരേന്ദ്രപ്രസാദ് സാർ അവശേഷിപ്പിച്ച നല്ലതും ചീത്തയുമായ മുഹൂർത്തങ്ങളെ എന്നും തുടച്ചുമിനുക്കി ഞാൻ എടുത്തുനോക്കുന്നു. സംഗീതത്തിന്റെ, സാഹിത്യത്തിന്റെ, ചരിത്രകലയുടെ രംഗഭാഷയുടെ സർവോപരി ദൃശ്യകലയുടെ നിലയില്ലാക്കയങ്ങളിൽനിന്ന് ഉപരിതലത്തിലേക്കെടുത്തുയർത്തിയ പുതിയ നിർവചനങ്ങളെ സഹസ്രമനസ്സുകളിലേക്കാവാഹിച്ച ഈ മനുഷ്യന്റെ കാലത്ത് ജീവിക്കുവാൻ സാധിച്ചത് പൂർവജന്മത്തിലെപ്പോഴോ ചെയ്ത ഏതോ പുണ്യത്തിന്റെ ശിഷ്ടഫലം തന്നെയാകുമെന്ന് ഞാൻ കരുതുന്നു. അതുകൊണ്ടുതന്നെ ഈ അക്ഷരങ്ങൾ അവതാരികയില്ലാതെ ഞാൻ കുറിക്കുന്നു.

മൂന്നാം കണ്ണിന്റെ കാഴ്ചകൾ

മലയാളസിനിമ വാക്കുകളിൽ സമ്പന്നവും ദൃശ്യങ്ങളിൽ ദരിദ്രവുമായിരുന്ന ഒരു കാലയളവിലാണ് ലോഹിതദാസ് 'ഭൂതക്കണ്ണാടി'യുമായി വരുന്നത്. മലയാള സിനിമയുടെ ചരിത്രത്തിൽത്തന്നെ ഇത്രയേറെ ദൃശ്യബിംബങ്ങൾ വിളക്കിച്ചേർത്തുകൊണ്ട് ലളിതമായി കഥ പറഞ്ഞ മറ്റൊരു സിനിമ ഇല്ലെന്നുതന്നെ പറയാം. മലയാളത്തിലെ ശുദ്ധകലാ സിനിമ മുന്നോട്ടുവച്ച സങ്കീർണമായ ബിംബകൽപനയായിരുന്നില്ല ലോഹിതദാസ് പിൻപറ്റിയിരുന്നത്. അത് ലോഹിതദാസിന്റെ കഥപോലെതന്നെ യഥാതഥമായിരുന്നു. കഥയുടെ അന്തരീക്ഷവുമായി ചേർന്നുപോകുന്ന ദൃശ്യബിംബങ്ങൾ മാത്രമാണ് അദ്ദേഹം ഉപയോഗിച്ചത്. ആയിരം വാക്കുകളേക്കാൾ വാചാലമായിരുന്നു 'ഭൂതക്കണ്ണാടി'യിലെ ദൃശ്യങ്ങൾ ഓരോന്നും. കാഴ്ചയുടെ കലയാണ് സിനിമ എന്ന് ആദ്യ സംവിധാനസംരഭത്തിൽ ലോഹിതദാസ് പ്രഖ്യാപിച്ചു.

കേരളത്തിലെ പെൺകുട്ടികൾ നിരന്തരം പീഡിപ്പിക്കപ്പെടുന്ന വാർത്തകൾ വന്നുകൊണ്ടിരിക്കുന്ന കാലമായിരുന്നു തൊണ്ണൂറുകളുടെ രണ്ടാം പാദം. കടവന്ത്ര, വിതുര, സൂര്യനെല്ലി അങ്ങനെ പത്രങ്ങളുടെ തിളങ്ങുന്ന ഉപരിതലങ്ങളിൽ സ്ത്രീപീഡനങ്ങളുടെ വാർത്തകൾ നിറഞ്ഞു. അതുകൊണ്ടുതന്നെ ഈ ചിത്രത്തിന്റെ വിഷയത്തിൽ കാലത്തിന് ചില ഊന്നലുകളുണ്ട്. പെൺകുട്ടികൾ അരക്ഷിതരാവുന്ന കാലമാണിതെന്ന് മൂന്ന് രംഗങ്ങളിലെ തികച്ചും സ്വാഭാവികമായ സംഭാഷണങ്ങളിലൂടെ സൂചിപ്പിക്കുന്നുണ്ട്. "ഇപ്പോ എന്തൊക്കെ വാർത്തകളാന്നറിയോ" എന്ന് സരോജിനി ചോദിക്കുന്നുണ്ട്. ചിത്രത്തിലെ രണ്ട് പെൺകുട്ടികളുടെ അരക്ഷിതാവസ്ഥയെക്കുറിച്ചുള്ള ആധികളാണ് ഈ സംഭാഷണങ്ങളിൽ. "മോള് രാക്ഷസന്മാരെപ്പറ്റി കേട്ടിട്ടില്ലേ, മനുഷ്യന്മാരുടെ ഇടേലും

ഉണ്ട് രാക്ഷസന്മാർ" എന്ന് വിദ്യാധരൻ പറയുന്നുണ്ട്. പട്ടി കുരച്ചപ്പോൾ പേടിക്കുന്ന അന്ധഗായകനോട് നിങ്ങളെന്തിനാ പേടിക്കുന്നത് എന്ന് ഭാര്യ ചോദിക്കുമ്പോൾ കനത്ത ശബ്ദത്തിൽ ഉറച്ച ബോധ്യത്തിൽ അയാൾ പറയുന്നത് "പേടിക്കണം" എന്നാണ്. ഇത്തരം സംഭാഷണശകലങ്ങൾ ചിത്രത്തിലുണ്ടെങ്കിലും അവ സംഭാഷണങ്ങളുടെ സ്വാഭാവികമായ ഒഴുക്കിൽ വന്നുപോകുന്നതുകൊണ്ട് ഒരു വിഷയം പറയാൻ വേണ്ടി പറയുന്നതുപോലെ അനുഭവപ്പെടുന്നില്ല. വിഷയത്തിലുള്ള ഊന്നൽ ലോഹിതദാസ് ദൃശ്യങ്ങളിലൂടെ നൽകുന്നിടത്താണ് ഒരു സംവിധായകൻ എന്ന നിലയിലുള്ള അദ്ദേഹത്തിന്റെ ഈ മാധ്യമത്തിനുമേലുള്ള അസാമാന്യമായ കൈയൊതുക്കവും ശില്പഭദ്രതയും പ്രകടമാവുന്നത്.

കാലം എന്ന ഘടകത്തിന് ഊന്നൽ നല്കുന്നതിന് നാഴികമണിയുടെ മുഴക്കവും വാച്ചിന്റെ ചലനശബ്ദങ്ങളുമാണ് അദ്ദേഹം ഉപയോഗിക്കുന്നത്. സമകാലികതയുടെ ഘടികാരങ്ങളായി അവ നിലകൊള്ളുന്നു. "എല്ലാം ചത്തിരിക്കുകയാണല്ലോ" എന്ന് വിദ്യാധരന്റെ വാച്ചുകടയിലെ ക്ലോക്കുകൾ നോക്കി ഒരു കഥാപാത്രം പറയുന്നുണ്ട്. കാരുണ്യം നിലച്ചുപോയ ഒരു കാലത്തെക്കുറിച്ചുള്ള ക്രൂരമായ ഒരു ഓർമപ്പെടുത്തൽ എന്ന നിലയിൽ ഈ ദൃശ്യത്തെ വായിക്കാവുന്നതാണ്. ചിത്രത്തിന്റെ തുടക്കത്തിലെ ദൃശ്യങ്ങൾതന്നെ മുഴങ്ങുന്ന നാഴികമണിയുടെ ദൃശ്യങ്ങളാണ്. അവിടെയുമുണ്ട് ക്രൂരമായ ഒരു കാലത്തിന്റെ മുഴങ്ങുന്ന അടയാളങ്ങൾ.

ചലച്ചിത്രം എന്ന മാധ്യമത്തിന്റെ സാധ്യതകൾ നിർണ്ണയിക്കുന്നത് ദൃശ്യങ്ങളാണെന്ന് തിരിച്ചറിഞ്ഞ സംവിധായകനായിരുന്നു ലോഹിതദാസ്. തന്റെ മനസ്സിലേക്കുവന്ന ദൃശ്യങ്ങളിൽനിന്ന് പ്രജ്ഞയെ വേട്ടയാടുന്ന ഒരു സിനിമ എങ്ങനെ നിർമിക്കാമെന്ന് അദ്ദേഹം തെളിയിക്കുകയായിരുന്നു ആദ്യ സംവിധാനസംരംഭത്തിലൂടെ. എഴുത്തുകാരന്റെ മനസ്സിനെ വേട്ടയാടിയ ഒരു ദൃശ്യത്തിൽനിന്ന് ഒരു സിനിമ ഉണ്ടാക്കാൻ വേണ്ട മാധ്യമബോധമുള്ള ചലച്ചിത്രകാരൻ കൂടിയാണ് താനെന്ന് ആ ചിത്രത്തിൽ അദ്ദേഹം തെളിയിച്ചു. മനസ്സിൽ തറഞ്ഞ ഒരു ദൃശ്യത്തിൽനിന്ന് എങ്ങനെയാണ് 'ഭൂതക്കണ്ണാടി' ഉണ്ടായതെന്ന് ഒരു അഭിമുഖത്തിൽ അദ്ദേഹം ഇങ്ങനെ വിശദീകരിച്ചിട്ടുണ്ട്.

"തൃശൂർ രാമനിലയത്തിൽ പുതിയ ഒരു സിനിമ എഴുതാൻവേണ്ടി താമസിക്കുകയായിരുന്നു ഞാൻ. എഴുതിയത് രാമനിലയത്തിലിരുന്നാണ്. മനസ്സിൽ എഴുത്തിന്റെ ഒരു *മൃഗയ*യും *അമര*വും *കിരീട*വുമൊക്കെ വിളക്ക് കത്തിനിൽക്കുന്ന കാലം. ഒരു ദിവസം എന്തോ സാധനം പൊതിഞ്ഞുകൊണ്ടുവന്ന പത്രക്കടലാസ് വെറുതെ മറിച്ചുനോക്കിയപ്പോൾ ഒരു വാർത്ത കണ്ണിൽപ്പെട്ടു. അച്ചടിച്ച്, അച്ചടിച്ച് പ്രാധാന്യം നഷ്ടപ്പെട്ട പീഡന വാർത്തകളിൽ ഒന്ന്. പ്രതികളുടെ എണ്ണം കുറവായതുകൊണ്ടായിരിക്കണം താരതമ്യേന ചെറിയ വാർത്തയാണ്. കൊല്ലപ്പെട്ട കുട്ടിയുടെ ഫോട്ടോ കൊടുത്തിട്ടുണ്ട്. പക്ഷേ, ഭീകരമായി തോന്നിയത് പിടിവലി

നടന്ന സ്ഥലത്ത് ചിതറിക്കിടക്കുന്ന പുസ്തകങ്ങളുടെയും ചോറ്റുപാത്ര ത്തിൽനിന്ന് ചിതറിത്തെറിച്ച ചോറിന്റെയും ചിത്രമാണ്. ആ ഫോട്ടോ എന്നെ വല്ലാതെ വേദനിപ്പിച്ചു. പിന്തുടർന്നു. പിന്നീട് ഉറക്കം നഷ്ടപ്പെട്ട രാത്രികളിൽ ഇരുളിൽനിന്ന് വെളിച്ചത്തിലേക്ക് നീണ്ടുകിടക്കുന്ന നഗ്ന മായ രണ്ട് കാലുകൾ ഞാൻ കണ്ടു. അവയിലെ ചോരപ്പാടുകൾകണ്ടു. അല്ലെങ്കിൽ അങ്ങനെയൊരു ദൃശ്യത്തിലൂടെ 'ഭൂതക്കണ്ണാടി' എന്നിലേക്ക് സന്നിവേശിച്ചു. ആ ദൃശ്യം മനസ്സിലെത്തുമ്പോഴൊക്കെ പശ്ചാത്തല ത്തിൽ പട്ടികളുടെ മുരൾച്ചയും മുറുമുറുപ്പും കേട്ടു. ആ ദൃശ്യം അതു പോലെത്തന്നെ, 'ഭൂതക്കണ്ണാടി'യിൽ ഉപയോഗിച്ചിട്ടുണ്ട്." പെൺമക്കളുള്ള ഏതൊരച്ഛനും ഈ ആസുരകാലത്ത് തോന്നുന്ന ചിന്തകളാണ് വിദ്യാധ രനിലും സംഭവിക്കുന്നത്. മനസ്സിന്റെ ഉൾവഴികൾപോലെ ഇടവഴികളും വഴികളിലെ സർപസാന്നിധ്യവും ചിതൽപ്പുറ്റുകൾപോലെ മൺചുവരുള്ള വീടുകളും വവ്വാലുകൾ പറക്കുന്ന അശാന്തിയുടെ സന്ധ്യകളു മൊക്കെയാണ് ഭൂതക്കണ്ണാടിയുടെ കഥാപരിസരം.

അരക്ഷിതാവസ്ഥയാണ് ഭീതി സൃഷ്ടിക്കുന്നത്. പെൺകുട്ടികൾ ഒട്ടും സുരക്ഷിതരല്ലെന്നും അവർ വേട്ടയാടപ്പെടുകയാണെന്നും അറിയുമ്പോൾ രൂപപ്പെടുന്ന ഭീതിയെ ഇണപ്പാമ്പുകൾ പകയുമായി പതിയിരിക്കുന്ന ഇട വഴി എന്ന ബിംബത്തിലൂടെയാണ് സന്നിവേശിപ്പിക്കുന്നത്. ഇരുട്ട് ഭീതി യുടെ മറ്റൊരു രൂപകമാണ്. വിദ്യാധരൻ കത്തിച്ചുകൊടുത്ത മെഴുകുതി രിയുടെ വെട്ടത്തിലാണ് മിനിക്കുട്ടി ഇരുട്ടിൽ മുങ്ങിയ ഇടവഴി താണ്ടുന്ന ത്. ഇരുട്ടിനെ അകറ്റാനുള്ള ടോർച് വിദ്യാധരൻ എപ്പോഴും കൈയിൽ കരുതുന്നു. ഭീതിയെ അകറ്റാനുള്ള മാർഗമാണ് അയാൾക്ക് അത്. ഒട്ടന വധി ഉൾഭയങ്ങൾ അയാൾക്കുണ്ട്. അയാൾ കടന്നുപോകുന്ന ഇടവഴിക്ക് ചുറ്റിപ്പിണഞ്ഞുകിടക്കുന്ന പാമ്പിന്റെ രൂപമാണ്. പതിനൊന്ന് വർഷ ങ്ങൾക്കുമുമ്പ് അന്താരാഷ്ട്ര ചലച്ചിത്രമേളയിൽ 'ഭൂതക്കണ്ണാടി' പ്രദർശി പ്പിച്ചപ്പോൾ കൈരളി തീയേറ്ററിന്റെ പരിസരത്ത് ഒരു ചിത്രകാരൻ 'ഭൂത ക്കണ്ണാടിയിലെ ബിംബങ്ങൾ' എന്ന ചിത്രപരമ്പര വരച്ച് പ്രദർശിപ്പിച്ചിരു ന്നു. ഇടവഴിപോലെ നീണ്ടുകിടക്കുന്ന പാമ്പിന്റെ ഉടലിനുമുകളിലൂടെ ടോർച്ചുമായി ഭീതിയോടെ നീങ്ങുന്ന വിദ്യാധരനെയാണ് ചിത്രകാരൻ അവതരിപ്പിച്ചത്. ഇരുട്ടിനെ മുറിച്ച് വടക്കേയറ്റത്തേക്ക് പോകുന്ന തീവണ്ടി ചിത്രത്തിൽ പലതവണ ആവർത്തിക്കുന്ന ദൃശ്യരൂപകമാണ്.

അടിച്ചമർത്തപ്പെട്ട കാമമാണ് ഇണപ്പാമ്പുകളുടെ പകയായി ആഖ്യാ നത്തിൽ ഇടം നേടുന്നത്. അടിച്ചമർത്തപ്പെട്ട കാമത്തിന്റെ പൊട്ടിത്തെറി യാണ് ഒരു പരിധിവരെ പെൺവാണിഭങ്ങൾക്ക് കാരണമാവുന്നത്. വിദ്യാ ധരനും സരോജിനിയും തമ്മിലുള്ള ബന്ധത്തിൽ ലൈംഗികതയുടെ ശക്ത മായ അടിയൊഴുക്കുണ്ട്. ഒരു രാത്രിയിൽ സരോജിനിയുടെ വീട്ടിൽ പാമ്പ് കടിച്ചുവെന്ന ഭീതിയിൽ വന്നിരുന്ന് അവളുടെ ശരീരത്തിൽ അയാൾ രതി യുടെ സാക്ഷാത്ക്കാരം തേടുന്നുണ്ട്. അപ്പോൾ ക്യാമറ മുറ്റത്തിന്റെ അതിർത്തിയിലെ സർപശിൽപങ്ങളിലാണ് ഫോക്കസ് ചെയ്യുന്നത്. സർപ

പ്രീതിക്കായി നടത്തുന്ന കളംപാട്ടിലാണ് ചിത്രത്തിന്റെ ശീർഷകങ്ങൾ തെളിയുന്നത് എന്നുകൂടി ഓർക്കുക. ഭയം, കാമം എന്നിവയെ ഒന്നിലധികം അർഥങ്ങൾ സന്നിവേശിപ്പിക്കാവുന്ന വിധം ബിംബവത്ക്കരിക്കുന്നുണ്ട് സംവിധായകൻ.

ചിത്രത്തിൽ ഒന്നിലധികം വ്യാഖ്യാനങ്ങൾക്ക് സാധ്യത പകരുന്ന ദൃശ്യബിംബം ഭൂതക്കണ്ണാടി (മാഗ്നിഫൈയിങ് ലെൻസ്) തന്നെയാണ് വിധി ലോഹിതദാസിന്റെ ഒരു പതിവ് പ്രമേയമാണ്. അതുകൊണ്ടുതന്നെ കൈവെള്ളയിൽ തെളിയുന്ന വിധിരേഖകളെ മാഗ്നിഫൈ ചെയ്യുന്ന ലെൻസ് സമകാലിക ജീവിതത്തിന്റെ വിധിയെ തന്നെയാണ് മാഗ്നിഫൈ ചെയ്തുകാണിക്കുന്നത്. ഒപ്പംതന്നെ ചെറിയ ആശങ്കകളെ വലുതായി കണ്ട് പേടിക്കേണ്ടതിന്റെ അനിവാര്യത ഓർമിപ്പിക്കുന്ന ബിംബമായും അത് മാറുന്നു. അതുകൊണ്ടാണ് കുഞ്ഞിന്റെ കാതുകുത്തുമ്പോൾ 'അയ്യോ ചോര' എന്ന് അയാൾ ആശങ്കപ്പെടുന്നത്. പൊടിഞ്ഞ ഇത്തിരി ചോര അയാൾക്ക് രക്തപ്രവാഹം തന്നെയാണ്. "മനുഷ്യന്റെ കാതല്ലേ കുത്തുന്നത്, ഇത്തിരി ചോരയൊക്കെ പൊടിയും" എന്ന് കാതു കുത്തുന്ന ആൾ പറയുന്നുണ്ട്. അയാൾക്ക് അത് തികച്ചും സ്വാഭാവികമായ ഒരു കാര്യമാണ്. പെൺകുട്ടികളെ സംബന്ധിച്ചിടത്തോളം ശരീരത്തിലെ ഏത് ചോരയൊഴുക്കും വിദ്യാധരനിൽ ഭീതി വിതയ്ക്കുന്നു. കാപ്പിയിൽ ഉറുമ്പുണ്ടെന്ന് അയാൾ സഹോദിയോട് പരാതിപ്പെടുന്നുണ്ട്. "എന്തും ഭൂതക്കണ്ണാടി വെച്ചുനോക്കിയാൽ വലിയ കഷ്ടമാണ്" എന്ന് ചുറ്റുമുള്ളവർ അയാളോട് പറയുന്നതും ഇതോടൊപ്പം ചേർത്തുവായിക്കുക.

കടവാവലുകൾ ചിറകൊടിഞ്ഞുവീഴുന്ന പുലരികൾ, വേട്ടക്കാരനും തോക്കും തുടങ്ങിയ ദൃശ്യങ്ങളെ പെൺവേട്ട എന്ന വിഷയത്തിന്റെ ഊന്നലിനായി ഉപയോഗിച്ചിരിക്കുന്നു. ഫാന്റസിയും റിയലിസവും അതിവിദഗ്ദ്ധമായി വിളക്കിച്ചേർക്കുന്നുണ്ട് സംവിധായകൻ. അടൂരിന്റെ 'അനന്തര'ത്തിനുശേഷം ഇക്കാര്യത്തിൽ ശിൽപഭദ്രത നിലനിർത്തിക്കാണുന്നത് ഭൂതക്കണ്ണാടിയിൽ മാത്രമാണ്. വിദ്യാധരൻ മതിലിനപ്പുറത്ത് കാണുന്ന ലോകം ഒരു സ്കിസോഫ്രീനിയ രോഗിയുടെ ഭ്രമകൽപന അഥവാ ഹലൂസിനേഷൻ മാത്രമാണെന്ന് പ്രേക്ഷകന് മനസ്സിലാവുന്നത് ആ ദ്വാരത്തിന്റെ ക്ലോസ് അപ് ഷോട്ടിലൂടെയാണ്. ഒരു സംവിധായകൻ എന്ന നിലയിൽ ലോഹിതദാസ് അസാമാന്യമായ മാധ്യമബോധം പ്രദർശിപ്പിച്ച ദൃശ്യങ്ങളാണ് ജയിലിൽ മതിലിനപ്പുറത്തെ ഫാന്റസി സ്വീക്വൻസ്. കുന്നിനെ വലംവച്ചുകയറുന്ന തീയിന്റെ മരണവൃത്തത്തിനകത്ത് പെട്ടുപോയ മകളെയോർത്ത് തലതല്ലിക്കരയുന്ന അന്ധദമ്പതികളുടെ ദൃശ്യം മലയാളസിനിമ ഇന്നോളം കണ്ടിട്ടുള്ളതിൽവെച്ച് ഏറ്റവും ഹൃദയഭേദകമായ രംഗമാണ്. ഫാന്റസി കഥയിലെ പെൺകുട്ടി ഋതുമതിയാവുമ്പോഴാണ് അവിടെ ആഘോഷം നടക്കുന്നത്. 'ഋതുമതിരാവിന് ഞൊറിഞ്ഞുടുക്കാൻ നല്ല വെണ്ണിലാ പൂഞ്ചോല' എന്ന ഗാനത്തിലെ വരികളിൽ അതിന്റെ സൂചനയുണ്ട്. പുഷ്പിണിയായ പെൺകുട്ടിയുടെ ഒറ്റപ്പെട്ട കുന്നിൻചരിവിലെ

വീടും ചിതൽപ്പുറ്റുകൾപോലെ മൺചുവരുള്ള സരോജിനിയുടെ വീടും ഏതാണ്ട് ഒരു അനുഭവലോകത്തിന്റെ ആവിഷ്ക്കാരത്തിന്റെ തുടർച്ച തന്നെയാണ്.

'കമ്മദം' എന്ന ചിത്രത്തിന്റെ തുടക്കം ശ്രദ്ധിക്കുക. ചിത്രത്തിന്റെ ടൈറ്റിൽസ് തുടങ്ങുമ്പോൾ ഒരു ബാലൻ ഒരു പാവയുമായി വരുന്നതാണ് നാം കാണുന്നത്. പിന്നീട് ഒരു ലോറിക്കടിയിൽപ്പെട്ട് ആ പാവ അരഞ്ഞു പോവുന്നു. ചിത്രം പശ്ചാത്തലമാക്കുന്ന പരുക്കൻ ജീവിതാന്തരീക്ഷ ത്തിന്റെ സംക്ഷിപ്തമായ ഒരു ദൃശ്യപ്രസ്താവന ആ രംഗത്തിലുണ്ട്. മഹാനഗരങ്ങളിൽ ചതഞ്ഞുപോവുന്ന നിസ്സഹായജന്മങ്ങളുടെ സൂചന യുണ്ട് ആ ശീർഷകദൃശ്യത്തിൽ. ഭരതന്റെ സംവിധാനശൈലിയോട് അടു ത്തുനിൽക്കുന്ന ദൃശ്യപരിചരണരീതിയാണ് ലോഹിതദാസ് 'കമ്മദ'ത്തിൽ അവലംബിച്ചിരിക്കുന്നത്. ദൃശ്യപ്രധാനമായ ഒരു ഭൂപ്രദേശത്തിലെ ചായം തേക്കാത്ത ജീവിതങ്ങളെ ആവിഷ്കരിക്കുന്ന ഭരതൻരീതിയുടെ തുടർച്ച ഈ ചിത്രത്തിലുണ്ട്. ഉല എന്ന ദൃശ്യബിംബത്തെയും ഈ ചിത്രത്തിൽ സന്നിവേശിപ്പിച്ചിരിക്കുന്നു. മഞ്ജു വാര്യർ അവതരിപ്പിക്കുന്ന കഥാപാ ത്രത്തെ അനുഭവങ്ങളുടെ ചുട്ടുപൊള്ളുന്ന ഉലയിൽ പഴുപ്പിച്ചെടുത്ത പെണ്ണായാണ് സംവിധായകൻ അവതരിപ്പിക്കുന്ന്. 'മൂവന്തിത്താഴ്വരയിൽ വെന്തുരുകും വിൺസൂര്യൻ മുന്നാഴിച്ചെങ്കനലായ് നിന്നുലയിൽ വീഴു മ്പോൾ' എന്ന ഗാനത്തിലൂടെ അവളുടെ ദുരിതജീവിതത്തിന് അടിവര യിടുകയും ചെയ്യുന്നു.

'കാരുണ്യം' എന്ന സിനിമ സമർപിച്ചിരിക്കുന്നത് കാരുണ്യത്തിന്റെ അമ്മയായ മദർ തെരേസയ്ക്കാണ്. നമ്മുടെ വീടകങ്ങളിൽനിന്ന് കുടി യൊഴിഞ്ഞുപോവുന്ന വാത്സല്യത്തെയും കാരുണ്യത്തെയും കുറിച്ച് ലോഹിതദാസ് പേർത്തും പേർത്തും പറഞ്ഞു. അച്ഛൻ മരിച്ചിട്ടായാലും ജോലി തനിക്ക് കിട്ടണമെന്നു വിചാരിക്കുന്ന മകന്റെ കുറ്റബോധത്തിൽ ഊന്നിയ പ്രമേയത്തെ കൈയൊതുക്കത്തോടെയാണ് അദ്ദേഹം അവത രിപ്പിച്ചിരിക്കുന്നത്. സ്കൂൾ ദൃശ്യങ്ങൾ, ഗാർഹികദൃശ്യങ്ങൾ എന്നിവ യാഥാർഥ്യബോധത്തോടെ അവതരിപ്പിച്ചിരിക്കുന്നു. ഭാര്യയുടെ മരണ ശേഷം മരുമകൾ വീട്ടിൽ വിളക്കുവയ്ക്കുന്ന ദൃശ്യം കേരളീയ ഗാർഹിക ജീവിതത്തെ ആഴത്തിൽ അറിഞ്ഞ ഒരു ചലച്ചിത്രകാരനെ കാണിച്ചുത രുന്നു. മുരളി അവതരിപ്പിക്കുന്ന കഥാപാത്രത്തിന്റെ ഭാര്യ മരിച്ചതിനു ശേഷമുള്ള മരണവീട്ടിലെ രംഗങ്ങൾ അങ്ങേയറ്റം സ്വാഭാവികതയോടെ യാണ് ചിത്രീകരിച്ചിരിക്കുന്നത്. മരണവീട്ടിലെ കനത്ത മൗനവും പുകഞ്ഞുപിടിച്ചുകത്തുന്ന ചിതയിലെ തീയും പ്രേക്ഷകമനസ്സിൽനിന്ന് മായാത്ത ചിത്രങ്ങളാണ്.

'അരയന്നങ്ങളുടെ വീട്' എന്ന ചിത്രത്തിൽ അരയന്നങ്ങളെ കാണാത്ത മറുനാടൻ മലയാളിക്കുട്ടികളുണ്ട്. അരയന്നങ്ങൾ സ്നേഹ ത്തിന്റെ പ്രതീകങ്ങളാണ്. 'അരയന്നങ്ങൾ നീന്തി നടക്കുന്ന മാനസസര സ്സുകൾ എവിടെയാണ്' എന്ന കാല്പനികമായ ചോദ്യമായിരുന്നു ചിത്ര

ത്തിന്റെ പരസ്യവാചകം. കുട്ടികൾ പൂവുകൊണ്ടുള്ള അരയന്നങ്ങളെ കുളത്തിൽ ഇടുന്ന രംഗമുണ്ട് ചിത്രത്തിൽ. മറുനാട്ടിൽ ജീവിച്ച് അരയന്നങ്ങളെ കാണാത്ത മക്കൾ ഒടുവിൽ അവിടേക്ക് തിരിച്ചുപോവുമ്പോൾ അവരെ കണ്ടില്ലല്ലോ എന്നു ചോദിക്കുന്നുണ്ട്. അരയന്നങ്ങൾ ഇനി അവിടെ നമ്മുടെ വീട്ടിൽ ഉണ്ടാവും എന്നാണ് അവരുടെ അച്ഛൻ പറയുന്നത്. അരയന്നങ്ങൾ നീന്തുന്ന സ്നേഹസരോവരമായിരിക്കണം വീട് എന്ന് ലോഹിതദാസ് പ്രത്യാശിച്ചു.

വർണങ്ങൾ മുഖ്യധാരാ സിനിമയുടെ അവിഭാജ്യഘടകമാണ്. എന്നാൽ ലോഹിതദാസിന്റെ സിനിമകളിൽ പൊതുവെ വർണങ്ങളോടുള്ള ആഭിമുഖ്യം കാണാറില്ല. ചായം തേക്കാത്ത കൽച്ചുമരുകളും ഫാഷനില്ലാത്ത വെറും വസ്ത്രങ്ങളുമാണ് അദ്ദേഹത്തിന്റെ ചിത്രങ്ങളിൽ ആവർത്തിച്ചുകാണുന്നത്. പ്രമേയം ആവശ്യപ്പെടുന്നതിനനുസരിച്ച് കളർഫുൾ ആയ കഥാപശ്ചാത്തലങ്ങൾക്കുവേണ്ടി മാത്രം അദ്ദേഹം സിനിമയിൽ വർണം ഉപയോഗിച്ചിട്ടുണ്ട്. ഒരു സർക്കസ് കൂടാരത്തിന്റെ വർണപ്പൊലിമയും പുറംകാഴ്ചയിലെ വർണശബളമായ ജീവിതങ്ങളും ചിത്രീകരിക്കാനായിരുന്നു ഇത്.

തിരക്കഥ എഴുതിയ ചിത്രങ്ങൾപോലെതന്നെ സംവിധാനത്തിലും അദ്ദേഹം ശിൽപവൈദഗ്ധ്യം പ്രദർശിപ്പിച്ചിട്ടുണ്ട്. താരതമ്യേന ദുർബലമായ ചില പ്രമേയങ്ങൾ കൈകാര്യം ചെയ്തപ്പോൾ സംവിധാനം ചെയ്ത ചില ചിത്രങ്ങൾ ദുർബലമായിപ്പോയി എന്നത് ഒരു യാഥാർഥ്യമാണ്. എങ്കിലും റിയലിസ്റ്റിക് ആയ ഒരു ദൃശ്യപരിചരണരീതി അദ്ദേഹം സമർഥമായി പിന്തുടർന്നുപോന്നിരുന്നു

മനസ്സിൽ തിരയൊഴിയാത്ത കടലുമായി

ആ മനുഷ്യൻ എനിക്ക് ആരുമായിരുന്നില്ല. ജീവിച്ചിരിക്കുന്ന എല്ലാ മനുഷ്യരുടെയും ഉള്ളിൽ ചില അടയാളപ്പെടുത്തലുകൾ നടത്തിക്കൊണ്ട് അയാൾ ജീവിതം ജീവിച്ചുതീർത്തു. അയാളുടെ അക്ഷരങ്ങൾ എന്റെ കാതുകളിൽ പ്രതിധ്വനിച്ചുകൊണ്ടിരുന്നു. താനെന്ന മനുഷ്യൻ എങ്ങനെ ജീവിക്കണമെന്ന് പഠിപ്പിച്ചു. അയാൾ ജീവിച്ചിരുന്ന പാഠശാലയായിരുന്നു. മറ്റ് മനുഷ്യരെക്കുറിച്ചുള്ള ബോധമുണ്ടാകുമ്പോഴാണ് നാം വന്ന വഴികളെക്കുറിച്ച് ചിന്തിക്കുന്നത്. അടുപ്പമുള്ള ഒരാളെക്കുറിച്ച് ആദരാഞ്ജലി, ഓർക്കുകപോലും ചെയ്യാൻ പാടില്ലാത്തതാണെന്ന് വിശ്വസിക്കുന്ന ഒരാളാണ് ഞാൻ. എന്നാലും കഴിഞ്ഞ ദിവസങ്ങളിൽ എനിക്കുമുന്നിൽ കിടന്നുറങ്ങിയ മനുഷ്യൻ, ഇന്നലെ എന്നോട് സംസാരിച്ചിരുന്ന ഒരു മനുഷ്യൻ നാളെ എന്നെ വിളിക്കാനില്ലെന്നോർക്കുമ്പോൾ അയാളോട് വീണ്ടും മിണ്ടണമെന്ന തോന്നലിൽനിന്ന് അല്ലെങ്കിൽ അയാൾ എന്നിൽനിന്ന് മറഞ്ഞുപോയിട്ടില്ലെന്ന് ഞാൻ തീർച്ചപ്പെടുത്തുന്നു.

നന്മയുള്ള, നേരുള്ള മനുഷ്യരെ വൈകിയേ പരിചയപ്പെടുകയുള്ളു എന്ന സത്യമാണ് ലോഹിതദാസ് എന്നെ പഠിപ്പിക്കുന്നത്. സിനിമയുടെ

വെള്ളിവെളിച്ചത്തിൽ ഒരിക്കൽ മാത്രം കണ്ടുമുട്ടിയ ഒരാൾ അയാളുടെ മരണത്തിന് മുമ്പുള്ള കുറച്ചുനാളുകളിൽ ഒരായുസ്സിന്റെ അടുപ്പവുമായി കടന്നുവന്നതെന്തിനാണ്. അയാൾ എഴുതിയ വാക്കുകൾ ഒരിക്കൽ മാത്രമാണ് ഞാനല്ലാതെയായി എനിക്ക് പറയുവാനായത്. അതെന്റെ അഭിനയജീവിതത്തിന്റെ ആരംഭത്തിലായിരുന്നു. ഒരു മഹാപർവതത്തെ കാണുന്ന അൽഭുതത്തോടെ അന്ന് അയാളെ ഞാൻ നോക്കിയിരുന്നു. ഒരുപാട് വന്യമായ ആ വഴികൾ നടന്നുകയറാൻ എനിക്ക് പേടിയായിരുന്നു. അതുകൊണ്ടുതന്നെ കണ്ടുമുട്ടുന്ന നാളുകളിലൊക്കെ ഒരു ദൂരക്കാഴ്ചയായിരുന്നു അയാൾ. പക്ഷേ, കഴിഞ്ഞ രണ്ടുമൂന്ന് മാസത്തിനിടയിലെ വ്യക്തിപരമായ നേർക്കാഴ്ചകൾക്ക് ഒരു യുഗത്തിന്റെ ആയുസ്സുണ്ടായിരുന്നു. അനുഭവങ്ങളുടെയും അതിൽനിന്ന് ആർജ്ജിച്ച അറിവിന്റെയും ഒരു ഖനിയായിരുന്നു ലോഹിതദാസ്. വ്യത്യസ്തമായ അനുഭവമണ്ഡലത്തിൽ ധ്യാനനിമഗ്നനായി ഇരിക്കുന്ന, ഒരേസമയം ഏകാകിയും ആലംബവുമായ ഒരു പച്ചമനുഷ്യൻ. കാഴ്ചകളിൽ നിരീക്ഷണമുണ്ട്. ജീവിതത്തിന് കൃത്യമായ ഒരു ചതുരമുണ്ടാക്കുന്ന കാഴ്ചപ്പാടിലെ വ്യത്യസ്തത. അത് അയാളുമായി അടുത്തിടപഴകുമ്പോൾ മാത്രം മനസ്സിലാക്കാൻ കഴിയുന്ന ഒന്നാണെന്ന് ഞാൻ തിരിച്ചറിയുകയാണ്. ഒരുവന്റെ ഉള്ള് വെളിപ്പെടുന്നത് അയാളോട് അടുത്ത് സംസാരിക്കുമ്പോൾ മാത്രമാണ്. സ്നേഹമുള്ള അസൂയയില്ലാത്ത, കാലുഷ്യമില്ലാത്ത വ്യക്തിത്വം. നല്ലത് കാണുകയും തിരിച്ചറിയുകയും ചെയ്യുന്ന, ജീവിതത്തിന് അർഥമുണ്ടെന്ന് മറ്റുള്ളവർക്ക് പറഞ്ഞുകൊടുക്കുന്ന, ഭൂമിയോളം ക്ഷമയുള്ള ഒരു മനുഷ്യൻ. അയാളുടെ സൗഹൃദങ്ങൾക്ക് കാടിന്റെ വന്യതയുണ്ട്. മഴവില്ലിന്റെ മാസ്മരികതയുണ്ട്. പുതിയ ഒരാളെ പരിചയപ്പെടുമ്പോൾ പരിചയപ്പെടുന്നയാളിലേക്ക് ഒരു ഊർജം പ്രവഹിപ്പിക്കുന്നത് അത്യപൂർവമായ വ്യക്തിത്വങ്ങളുടെ സവിശേഷതയാണ്. വാക്കുകളിലൂടെ, സ്പർശത്തിലൂടെ ഒരു കാന്തിക ആകർഷണം. ജീവന്റെ വലിപ്പം തിരിച്ചറിഞ്ഞ അയാളുടെ അരികിൽ നിൽക്കുന്നതുതന്നെ ഒരു മഹാവൃക്ഷത്തിന്റെ തണലിന്റെ തണുപ്പായിരുന്നു.

നേരിന്റെ പ്രകാശം

ഒരു വാക്കുകൊണ്ടുപോലും അന്യനെ വേദനപ്പെടുത്തരുതെന്ന് മനസ്സുകൊണ്ടുറപ്പിച്ച ആ മനുഷ്യൻ മലയാളത്തിന്റെ പുണ്യമാണ്. അക്ഷരങ്ങളെ മനസ്സിന്റെ കനലിലിട്ട് സ്വർണത്തിളക്കമേകാൻ പ്രാപ്തനായ, ഇനിയും പരിപൂർണമായി ഉപയോഗിച്ചിട്ടില്ലാത്ത പ്രതിഭ, ഇനിയും ഖനനം ചെയ്യാനുണ്ടായിരുന്ന അൽഭുതഖനി. ഒരിക്കലും ഉറവ വറ്റിയിട്ടില്ലാത്ത, കുത്തിയൊഴുകുന്ന ഒരു കാട്ടാറ്. സ്രോതസ്സുകൾ ബാക്കി കിടക്കുന്നു. അത് ഉപയോഗിക്കാൻ കഴിയാത്തതിന്റെ ഖേദം സിനിമയെ ബാധിക്കും. പുതിയ കാലത്തെ സിനിമയുടെ മാറ്റങ്ങളെക്കുറിച്ച് വേവലാതിപ്പെടുന്ന മനസ്സ്. കുറേ നാളുകൾ കഴിയുമ്പോൾ ജീവിതത്തെ വളരെ കൃത്യമായി

പകർത്തിയെഴുതിയിട്ടുള്ള ഒരെഴുത്തുകാരനായിട്ടാവും അയാൾ അറിയപ്പെടുക. മനുഷ്യജീവിതത്തിന്റെ തട്ടിയും തടവിയുമുള്ള ഒഴുക്കിൽ ഓരോ മനുഷ്യനും ജീവിതകാലത്തിൽ അനുഭവത്തിന്റെയും ചുറ്റുപാടിന്റെയും സാഹചര്യങ്ങളിൽ വ്യത്യസ്തമായി പെരുമാറുന്നത് വാക്കുകൾകൊണ്ട് ചിത്രമാക്കിയിരിക്കുന്നു. 'കിരീട'ത്തിലെയും 'ചെങ്കോലി'ലെയും സേതുമാധവന്റെ ജീവിതം രണ്ടും രണ്ടായത് ഒരു ഉദാഹരണം മാത്രം.

മലയാളസിനിമയിലെ ഏറ്റവും വലിയ പരീക്ഷണ ചിത്രമാണ് ഭൂതക്കണ്ണാടി. വിദ്യാധരന്റെ ശീലങ്ങൾ ഒരു സാധാരണ മനുഷ്യന് സൃഷ്ടിക്കാവുന്ന ഭാവനകളല്ല. പാമ്പിനെ പേടി, ഇരുട്ടിനെ പേടി, നിഴലിനെ പേടി. ഭയത്തിന്റെ അഗാധകയത്തിൽ മുങ്ങിത്താഴുന്ന ജീവിതത്തെ ഭയങ്കര കാഴ്ചയായി കാണുന്ന മനസ്സ് ലോഹിതദാസ് കണ്ടെത്തിയത് ഒരുപക്ഷേ, സ്വജീവിതത്തിന്റെ നീർക്കയത്തിൽ നിന്നുതന്നെയാവാം. ഇഴയടുപ്പമുള്ള ഒരു തോർത്തുപോലെ സാധാരണ മനുഷ്യന്റെ നിത്യസഹായമായി അവന്റെ സങ്കടങ്ങളിൽ കണ്ണീരൊപ്പി, അവന്റെ വിയർപ്പാറ്റി, അവന്റെ കഥകൾ പറഞ്ഞ്, അവനുവേണ്ടി മാത്രമായി ജീവിച്ചു ലോഹിതദാസ്. അയാളുടെ മനസ്സിൽ തിരയടങ്ങാത്ത കടലുണ്ടായിരുന്നു. എല്ലാം തിരിച്ചറിഞ്ഞ് മൗനവും. കണ്ടെടുത്തതും പരിചയപ്പെട്ടതുമായ എല്ലാ ആളുകളെയും നേരിന്റെ പ്രകാശമായി കാണാൻ മാത്രം പഠിപ്പിച്ച ഇയാൾ കാഴ്ചയുള്ള കാലത്തോളം നിലനിൽക്കും.

അടയാളപ്പെടുത്തുന്ന ഓർമകൾ; മറവിയും

"എല്ലാ മനുഷ്യരും മരിക്കും. പക്ഷേ, മരണം അതിന്റെ പ്രാധാന്യത്തിൽ വ്യത്യസ്തമായിരിക്കും." പഴയ ചൈനീസ് എഴുത്തുകാരൻ ഷൂമായിയെൻ പറഞ്ഞു: മരണം മനുഷ്യന് ഒരുപോലെയൊക്കെയാണെങ്കിലും അത് തായ്പർവതത്തേക്കാൾ കനപ്പെട്ടതോ പക്ഷിത്തൂവലിനോളം നിസ്സാരമായതോ ആവാം. ജനങ്ങൾക്കുവേണ്ടി മരിക്കുന്നത് തായ്പർവതത്തേക്കാൾ കനപ്പെട്ടതാണ്.

രക്തസാക്ഷികളുടെ ജീവത്യാഗം എന്ന അർഥത്തിൽ കനപ്പെട്ട വിയോഗങ്ങൾ, ഒരു ജനതയെ വേദനപ്പെടുത്തുന്ന അനുഭവങ്ങൾ ഓരോരുത്തർക്കും വ്യത്യസ്തം തന്നെയായിരിക്കും. മരണം ഓർമകളുടെ തടവറയാണ്. ഇരുട്ടുപിടിച്ച ഒരു മുറിയിൽ ഏകനാകുന്നതുപോലെ. മരണം, ഒരിലയുടെ മരത്തിൽനിന്നുള്ള വീഴ്ചയാണ്. എല്ലാ ബന്ധവും അറ്റുപോയി താങ്ങും തണലുമില്ലാതെ ആകാശത്തുനിന്നും ഭൂമിക്കുള്ളിലേക്ക് മറഞ്ഞുപോകുന്ന വീഴ്ച. ജീവിതം ഒരു കുട്ടിയുടെ വിരലുകൾക്കിടയിലെ പട്ടത്തിന്റെ നൂൽപോലെയാണ്. ഏതു നിമിഷവും പൊട്ടിപ്പോകാവുന്ന നൂൽ. ജീവിതം ഒരു പൂവിന്റെ ഞെട്ടുപോലെയാണ്. ഞെട്ട് കാറ്റിനെ പേടിച്ച് ചെടിയുമായി അടുത്തുനിൽക്കുന്നു. മരണം കാറ്റുപോലെയാണ്. അദൃശ്യമായി ഏതോ ദിക്കിൽനിന്ന് ആഞ്ഞുവീശുന്നു. മണ്ണും ഇലയും മരങ്ങളും ഉലച്ച് മറ്റേതോ ദിക്കിലേക്ക് മറഞ്ഞുകളയുന്നു.

മരണത്തെ നേരിട്ട് ഞാനറിയുന്നത് ടെലിഫോണിലൂടെയാണ്. വിചാരിക്കാതെ മഴ പെയ്തത് ഒരു വൈകുന്നേരമായിരുന്നു അത്. ആ വൈകുന്നേരത്തിനുമുമ്പൊരിക്കലും മരണത്തെ ഞാൻ നേരിട്ടിട്ടില്ലായിരുന്നു. പത്രങ്ങളിലോ കത്തുകളിലോ ടെലഗ്രാമുകളിലോ എനിക്ക് പരിചയമുള്ളവർ മരണപ്പെട്ടുപോയത് ഞാനറിഞ്ഞിരുന്നു. പലരുടെയും ശവദാഹ

ങ്ങൾക്കുശേഷം മരണവീട്ടിലെത്തുന്ന ആളായിരുന്നു ഞാൻ. മരിച്ചവരുടെ ശരീരം കാണുന്നതിൽനിന്ന് പലപ്പോഴും ഞാനെന്നെ ഒഴിവാക്കിയത് വൈകിയെത്തിയായിരുന്നു. പക്ഷേ, ഈ മരണത്തിൽനിന്ന് എനിക്കൊരിക്കലും രക്ഷപ്പെടാൻ പറ്റാത്ത അവസ്ഥയാണെന്ന അറിവിൽ ഞാൻ പകച്ചിരുന്നു. ടെലിഫോൺ ശബ്ദിച്ചുകൊണ്ടേയിരുന്നപ്പോൾ അച്ഛൻ പറഞ്ഞു: അത് നിനക്കുള്ള ഫോണാണ്.

ഞാൻ ഫോണെടുത്തു. ഹലോ മധൂ, വിജയേട്ടനാണ്.

– എന്താ ഏട്ടാ.

– അച്ഛനുണ്ടോ അവിടെ..

– ഉണ്ട്. കൊടുക്കണോ..

– വേണ്ട.

–എന്താ ഏട്ടാ.

ഫോണിനടുത്ത് ഏട്ടന്റെ ശ്വാസം കേൾക്കാം. വീണ്ടും എന്തേ എന്ന ചോദ്യമാവർത്തിക്കാനാവാതെ ഞാൻ നിന്നു. അപ്പോൾ നിശ്ശബ്ദതയുടെ ദൈർഘ്യം ഏട്ടൻ അവസാനിപ്പിച്ചു.

– ഞാൻ പറയുന്നത് നീ ശ്രദ്ധിച്ചുകേൾക്കണം. ബഹളമുണ്ടാക്കരുത്. സമാധാനത്തോടെയിരിക്കണം. ഇനി വേറൊരു മാർഗമില്ല. ചിലപ്പോൾ ഈശ്വരനിശ്ചയമായിരിക്കാം. അല്ലെങ്കിൽ വിധിയിൽ വിശ്വസിക്കാം. മനുഷ്യന്റെ കാര്യമാണ്. ആർക്കും എപ്പോ വേണമെങ്കിലും സംഭവിക്കാവുന്നത്...

–എനിക്കൊന്നും മനസ്സിലാവ്ണില്ല.

– അത്... അനി മരിച്ചു.

– ആര്?

– അനി. രാവിലെ പൊലീസ്കാര് വന്ന് പറയേ ഉണ്ടായത്. അൺ ഐഡന്റിഫൈഡ് ബോഡി എന്ന പേരിൽ മെഡിക്കൽകോളേജ് മോർച്ചറിയിലായിരുന്നു. ട്രാക്കിൽനിന്ന് ഒരു ടെലിഫോൺ ഇൻഡക്സ് കിട്ടിയിട്ട് അതിലുണ്ടായിരുന്ന ഇവിടത്തെ നമ്പരിലേക്ക് വിളിച്ചുപറഞ്ഞു. ഞാൻ പോയി കണ്ടു. നീ അച്ഛനേയും അമ്മേം കൂട്ടി ഇപ്പത്തന്നെ പുറപ്പെട്. ഒരേഴെട്ട് മണിക്കൂറോണ്ട് എത്താൻ പറ്റില്ലേ..

– ഏട്ടാ ഞാൻ..?

– അമ്മയോടും അച്ഛനോടും ഇപ്പോ പറയണ്ട. വന്നിട്ട് വിശദമായി സംസാരിക്കാം.

– അത് എന്തുപറഞ്ഞ് ഞാൻ..

– വേഗം പുറപ്പെടാൻ നോക്ക്.

മരിച്ചത് എന്റെ അനിയനായിരുന്നു. വെങ്ങാലിൽ റെയിൽവേ ഗേറ്റിന്റെ തൊട്ടടുത്ത് ചെമ്മൺതിട്ടകൾക്ക് താഴെ ഒരു മൃതദേഹം കണ്ടെത്തിയത് റെയിൽവേ ഗ്യാംഗ്മാനായിരുന്നു. ഒരു മനുഷ്യദേഹത്തിന്റെ കുറേ അവശിഷ്ടങ്ങൾ എന്നാണവർ പൊലീസിനോട് പറഞ്ഞത്. പൊലീസും

ആളുകളും ചേർന്ന് തീവണ്ടിപ്പാളത്തിന് താഴെയുള്ള കല്ലുവെട്ടാം കുഴിയിൽനിന്ന് കൈയുടെ കഷണവും തൊട്ടടുത്ത് പാടത്തിനോട് ചേർന്നുള്ള തോട്ടിൽനിന്ന് കാലിന്റെ ഭാഗവുമായി ദേഹം പൂർണമാക്കി. പാടത്തും കല്ലുവെട്ടാംകുഴിയിലും കുറുക്കന്മാർ കൊണ്ടിട്ടതാവുമെന്ന് നാട്ടുകാർ പറഞ്ഞു, ചാക്കിലും പായയിലുമായി മൃതശരീരം കോഴിക്കോട് മെഡിക്കൽകോളേജിലേക്ക് മാറ്റിയപ്പോൾ ആരാവും എന്ന ചിന്തയുമായി ആളുകൾ പിന്നെയും തീവണ്ടിപ്പാളത്തിനരികിൽ നിന്നു. കരിങ്കല്ലുകൾ വിതറിയ പാളത്തിൽ അവർ തെളിവിന്റെ നിറവുതേടി. ബ്രൗൺ നിറത്തിലുള്ള ഒരു ഷൂ, ചോരപുരണ്ട് കറുത്ത് പൊന്തക്കാട്ടിൽനിന്ന് കിട്ടി. ചിതറിയ ബെൽട്ടിന്റെ ബക്കിളും. ഒരു കൊച്ചുപയ്യനായിരുന്നു ടെലിഫോൺ ഇൻഡക്സ് കിട്ടിയത്. മരണം എന്നും അങ്ങനെതന്നെയാണ്. ജീവന്റെ ഭാഗ്യവുമായി ഭൂമിയിൽ വന്നവരാരും അജ്ഞാതരായി അവസാനിക്കരുതെന്ന് കരുതുന്നു. ഏതൊരു ദുരന്തത്തിലും ഒന്നോ രണ്ടോ പേരൊഴിച്ച് മരണപ്പെട്ട മുഴുവൻപേരെയും തിരിച്ചറിയാനായി ഒരടയാളം ബാക്കിയാക്കുന്നു.

മോർച്ചറിയുടെ വാതിൽ തുറന്ന് അകത്തേക്ക് വിളിച്ചപ്പോൾ കാലിന്റെ പെരുവിരൽ മരവിച്ചപോലെ. കൂടെവന്ന ഏട്ടന്മാരെ ഞാൻ നോക്കി. അവരെന്റെ തോളിൽ പിടിച്ചു. അകത്ത് ഇരുട്ടായിരുന്നു. എങ്കിലും ഒരു നാൽപത് വാട്ടിന്റെ വെളിച്ചം ഒരു വലിയ മുറിയെ കാഴ്ചയുടെ പരിധിയിൽത്തന്നെ നിറുത്തുന്നുണ്ടായിരുന്നു. ഞങ്ങളുടെ മുന്നിൽ നടന്ന അറ്റൻഡർ പോസ്റ്റുമോർട്ടം കഴിഞ്ഞ ഒരു ബോഡി കാണിച്ചുതന്നു. അതിനുമീതെ മൂടിയ തുണി അയാൾ മാറ്റി. അത് അനിയുടേതാണെന്ന് വിശ്വസിക്കുവാൻ ഒരുപാടുവട്ടം ഞാൻ നോക്കി. ജീവിതത്തിലിത്രയും കാലം മൃതദേഹങ്ങളുടെ കാഴ്ചയിൽനിന്ന് വിട്ടുനിന്ന ഞാൻ അനിയുടെ ചേതനയറ്റ ദേഹത്തെ നോക്കിനിന്നു. ആറടിയോളം ഉയരമുണ്ടായിരുന്ന അവന്റെ മൃതശരീരം സ്ട്രെക്ചറിൽ കിടന്നപ്പോൾ കഷ്ടിച്ച് ഒരു നാല് അഞ്ച് അടിയായി ചുരുങ്ങിയിരിക്കുന്നു. മുഖത്തെവിടെയൊക്കെയോ അനിയുടെ ഛായയുണ്ടെന്നുമാത്രം. തിരിച്ചറിവിന്റെ ലക്ഷണങ്ങളേകാതെ അവൻ കിടന്നു. പോസ്റ്റുമോർട്ടം റിപ്പോർട്ടിൽ ഡോക്ടർ എഴുതി. രാത്രി ഏകദേശം പതിനൊന്നിനും പതിനൊന്നരയ്ക്കുമിടയിൽ മരണത്തെ നേരിടുവാനായി ഓടുന്ന തീവണ്ടിയുടെ മുന്നിലേക്ക് ചാടിയപ്പോൾ തീവണ്ടി ഇടിച്ചുതെറിപ്പിച്ചുണ്ടായ മരണം. സമയവും അപകടത്തിന്റെ രീതിയും അവരറിയിച്ചു എന്നുമാത്രം. നഷ്ടപ്പെട്ടത് ഒരു ജീവനാണ്. എനിക്ക്, അമ്മയ്ക്ക്, അച്ഛന്, എന്റെ വീട്ടുകാർക്ക്. ഇനി തുറക്കില്ലെന്ന് പറഞ്ഞുറപ്പിച്ച് ഒരു പെട്ടിയിലാക്കി ആശുപത്രിക്കാർ എനിക്കവനെ വിട്ടുതന്നു.

ആംബുലൻസിൽ ഞാൻ ആ പെട്ടിയുടെ അരികിലിരുന്നു. ഇതിനുള്ളിൽ, ആറേഴു ദിവസങ്ങൾക്കുമുമ്പ് മദ്രാസിലേക്ക് പോകുന്ന എന്നെ റെയിൽവേ സ്റ്റേഷനിലെത്തിച്ച് എന്റെ സീറ്റും ബർത്തും കൺഫേം ചെയ്തുതന്ന് സ്റ്റേഷനിൽ കണ്ട ചില രാഷ്ട്രീയപ്രവർത്തകരെ എനിക്ക് പരിചയ

പ്പെടുത്തി, ഞാനെത്തുന്നതിനുമുമ്പ് കോഴിക്കോടും കല്പ്പറ്റയിലും പോയി വരാമെന്ന് പറഞ്ഞ ജീവിതത്തെ അതിന്റെ എല്ലാ നന്മകളിലേക്കും നീക്ക ണമെന്നാഗ്രഹിച്ച, സ്വപ്നങ്ങൾ നിറവേറ്റുമെന്നുറപ്പിച്ച ഒരുവനുണ്ട്. തീവണ്ടി നീങ്ങി കണ്ണിൽനിന്ന് മറയുന്നതുവരെ എന്നെ നോക്കിനിന്ന വൻ. അതവസാന കാഴ്ചയാകുമെന്ന് തീരുമാനിക്കപ്പെട്ടതാണ്. ആർക്കും മുൻകൂട്ടി പ്രവചിക്കാനാവാത്ത ഒരുപാട് തീരുമാനങ്ങളിലൂടെയാണ് ഒരു വൻ ജീവിതം ജീവിച്ചുതീർക്കുന്നത്.

കാലം തെറ്റി വന്നവനായിരുന്നു അവൻ. മനുഷ്യൻ ഒരുപാട് സ്വാർഥ ന്മാരായിക്കൊണ്ടിരിക്കുന്ന കാലത്ത് എല്ലാവർക്കും എല്ലാം ഉണ്ടാവണ മെന്നവൻ ആഗ്രഹിച്ചു. സ്വന്തം കൈവശമില്ലെങ്കിലും എവിടെനി ന്നെങ്കിലും സ്വരൂപിച്ച് അവൻ ആവശ്യക്കാരെയും അവശരെയും സഹാ യിച്ചു. ആലംബഹീനരുടെ കൈയിൽപ്പിടിച്ച് അവരുടെ മാർഗ്ഗത്തിലേക്ക് ഒപ്പം നടന്നു. പ്രായത്തേക്കാൾ കൂടുതൽ പാകപ്പെട്ടവനായി. പതിനഞ്ചു വയസ്സിൽ മുപ്പതുവയസ്സുള്ളവർക്കും ഇരുപതുവയസ്സിൽ അമ്പതിനുമേൽ പ്രായമുള്ളവർക്കും ഒപ്പം അവൻ സഞ്ചരിച്ചു. അവൻ സംസാരിച്ചത് എല്ലാ വർക്കും നല്ലതുമാത്രം വരുത്തുന്ന ഒരു കാലത്തെക്കുറിച്ചായിരുന്നു. ഉന്ന തരും പ്രശസ്തരും സ്വാധീനമുള്ളവരും അവന്റെ കൂട്ട് സന്തോഷത്തോടെ സ്വീകരിച്ചു. അവൻ പറയുന്ന വാക്കുകൾക്ക് അവർ ശ്രോതാക്കളായി. അവന്റെ സ്വപ്നങ്ങളിൽ അവരുടെ മറുപടികളുണ്ടായി. സമൂഹത്തിന്റെ അരികുകളിൽ ജീവിക്കുന്ന ആൾബലമില്ലാത്തവർ അവനെ കാണുവാ നായി വരുന്നത് ഞാൻ കാണുന്നുണ്ടായിരുന്നു. പലർക്കും ഓരോ ആവ ശ്യങ്ങളുണ്ടായിരുന്നു. ഒരു ജോലി, ഒരു സർട്ടിഫിക്കറ്റ്, ഒരു ലോൺ, നട പടികൾ നീട്ടിക്കിട്ടാനുള്ള കടലാസുകൾ, ആശുപത്രിയിലെ ആവശ്യങ്ങൾ, മനുഷ്യന്റെ ദുരിതപൂർണ്ണമായ ജീവിതത്തിന് സംഖ്യാബലവും സംഘ ബലവുമായി അവൻ കൂടെയിറങ്ങുന്നത് കണ്ട ഒരുനാൾ ഞാൻ പറഞ്ഞു ടാ... എന്നുമിങ്ങനെ സഹായക്കമ്മിറ്റിയാവാതെ സ്വന്തമായൊരിടം കൂടി കണ്ടുവയ്ക്ക്. ഇത്രേം ആൾക്കാരെ പരിചയമുണ്ടല്ലോ. ഒരു ജോലി നിനക്കും സംഘടിപ്പിച്ചൂടെ. അതിനുള്ള യോഗ്യതേം ഉണ്ടല്ലോ.

– എന്നെക്കാൾ യോഗ്യതയുള്ളവരാണ് എനിക്കുചുറ്റും. എനിക്ക് ശുപാർശയ്ക്കും കാര്യങ്ങൾ നടത്തിത്തരുന്നതിനുമായി ഒരുപാട് ആളു കളുണ്ട്. സ്വാധീനമുള്ളവർ. പക്ഷേ, എനിക്ക് ചുറ്റുമുള്ളവർക്ക് എല്ലാ കഴിവുമുണ്ടായിട്ടും സഹായിക്കാനാരുമില്ല. അവരെയല്ലേ ഏട്ടാ ഞാൻ സഹായിക്കേണ്ടത്? അവർക്കുവേണ്ടിയല്ലേ ഞാൻ സംസാരിക്കേണ്ടത്?

അവൻ സഹായിച്ച കറുത്തവരുടെ തെളിച്ചമുള്ള മുഖം ഞാൻ കണ്ടു. അവരുടെ നിറഞ്ഞ കണ്ണുകളിൽ ആയുഷ്കാല നന്ദിയുടെ തിള ക്കമുള്ളത് ഞാനറിഞ്ഞു. അത് ജീവിതത്തെ സ്വാസ്ഥ്യപ്പെടുത്തുന്നിന്റെ തുടർച്ചയാണെന്ന് എനിക്ക് തോന്നി. അവൻ മനുഷ്യരുടെ സ്വസ്ഥത യ്ക്കായി പ്രാർഥിക്കുകയായിരുന്നു.

മരണപ്പെട്ടാൽ ഏത് പ്രിയപ്പെട്ടവരും വെറും ശവശരീരം മാത്രമാ

കും. മുമ്പതിന് ജീവനുണ്ടായിരുന്നുവെന്നും അത് തന്നെ സ്നേഹത്തോടെ വിളിച്ചിട്ടുണ്ടെന്നും തനിക്കുവേണ്ടി കാത്തുനിന്നിട്ടുണ്ടെന്നും തന്റെ ചുമലിൽ ശയിച്ചിട്ടുണ്ടെന്നും തന്നെ ചുംബിച്ചിട്ടുണ്ടെന്നും തന്റെ തെറ്റുകൾ പൊറുത്തിട്ടുണ്ടെന്നും മനസ്സറിഞ്ഞ് പ്രവർത്തിച്ചിട്ടുണ്ടെന്നുമൊക്കെ മറക്കും. ശ്വാസം നിലച്ച് തറയിൽ ഇറക്കിക്കിടത്തിയാൽ ഓർമകളുടെ ഇരുളിലേക്ക് തള്ളിവിടുന്ന ഒരു പിണം മാത്രം.

അനിയെ ദഹിപ്പിച്ച രാത്രിയിലാണ് ഞാനാ സ്വപ്നം കണ്ടത്. റെയിൽട്രാക്കിലൂടെ നടന്നുവരുന്ന അനി. അവനുപിറകെ അതിവേഗത്തിൽ വരുന്ന തീവണ്ടി. തീവണ്ടി അവനെ മുട്ടിത്തെറിപ്പിക്കുമെന്ന അവസ്ഥയ്ക്കു മുമ്പേ അവൻ തിരിഞ്ഞുനോക്കുകയും പെട്ടെന്ന് ട്രാക്കിൽനിന്ന് മാറുകയും ചെയ്യുന്നു. തീവണ്ടി ഒരു കാറ്റുപോലെ പോകുന്നതും നോക്കി ചിരിക്കുന്നു. ആ ചിരിയുടെ തുടർച്ചയായി അവൻ എന്റെ അരികിൽ നിൽക്കുന്നു. ഞാൻ, എനിക്കപരിചിതനായ ഏതോ വ്യക്തിയെയാണ് അഗ്നിയിൽ ലയിപ്പിച്ചത് എന്ന് എന്റെ മനസ്സ് പറഞ്ഞുതുടങ്ങി. മരണമെന്ന പ്രഹേളികയിൽനിന്ന് അവൻ രക്ഷപ്പെട്ടിട്ടുണ്ടെന്നും എവിടെയോ പോയിരിക്കുകയാണെന്നും ഉടൻ തിരിച്ചുവരുമെന്നും ഞാൻ വിശ്വസിച്ചു. മരണത്തെ ഞാൻ മനസ്സുകൊണ്ടില്ലാതാക്കി.

ഏലത്തൂർ പൊലീസ് സ്റ്റേഷനിലേക്ക് വിളിപ്പിച്ചത് പിന്നെയും രണ്ടു ദിവസം കഴിഞ്ഞിട്ടായിരുന്നു. മരിച്ച മനുഷ്യന്റെ ദേഹത്തുണ്ടായിരുന്ന വസ്ത്രവും ചെരിപ്പും വാച്ചും ഒരു മാലയും ടെലിഫോൺ ഇൻഡക്സും എല്ലാം കണ്ട് അത് കോടതിയിലേക്ക് അയക്കുന്നതിനുമുമ്പ് എന്തെങ്കിലും പരാതിയോ സംശയമോ ഉണ്ടെങ്കിൽ അത് ബോധിപ്പിക്കുന്നതിനായിട്ട് സ്റ്റേഷനിൽ ഇൻസ്പെക്ടറുടെ മുന്നിലിരുന്നു.

– ആരെയെങ്കിലും സംശയം ഉണ്ടെങ്കിൽ പറയാം.

ആരെ സംശയിക്കാൻ.

– ഇല്ല. ആരെയും സംശയമില്ല..

– അല്ല, പിന്നീട് പരാതി വന്നാൽ ഉണ്ടാകുന്ന ബുദ്ധിമുട്ടുകളെപ്പറ്റി കൂടി ആലോചിച്ചിട്ട് ഒരു തീരുമാനം പറഞ്ഞാൽ മതി..

– ഇല്ല.

അപ്പോഴേക്കും വസ്ത്രങ്ങളും മറ്റുമടങ്ങിയ പൊളിത്തീൻ കവർ അവർ എനിക്കുമുന്നിൽ തുറന്നു തുടങ്ങി. ചോരയിൽ കുതിർന്ന ഷർട്ട് (അത് കീറി നാശമായിരുന്നു), പാന്റ് മുഴുവനുമുണ്ടായിരുന്നില്ല. വാച്ചിന്റെ സ്ട്രാപ്പ്. ഇതോരോന്നുമെടുത്തുവച്ചപ്പോൾ എന്റെയുള്ളിലെ സംശയം ബലപ്പെട്ടു. ഇതൊന്നും അനിയുടേതല്ലെന്ന് മനസ്സു പറഞ്ഞു. ബെൽട്ടിന്റെ ബക്കിളും ഒരു പകുതിയും പുറത്തെടുത്തു. ഇത് ഞാനെവിടെയോ കണ്ടിട്ടുണ്ട്. ഒടുവിൽ ഷൂവും. അതെന്റെയായിരുന്നു. കുറേനാൾ ഞാനുപയോഗിച്ച എന്റെ ക്രോക്കഡൈൽ ലതർ ഷൂ.

മരണം അടയാളങ്ങളാണ്. ജീവിച്ചിരുന്നു എന്നതിന്റെ തെളിവ് നിരത്താനായി ജന്മം തന്നവരെയും കൂടെയുള്ളവരെയും സാക്ഷിനിർത്തി

കടന്നുപോയ വഴികളിലൊക്കെ കുറിച്ചുവയ്ക്കപ്പെട്ട വാക്കുകളും തലോടലും ദേഷ്യവും ശത്രുതയും അടയാളമാക്കി മരണത്തിന്റെ നിത്യനിദ്രയിൽ വിലയം പ്രാപിക്കുന്നു. ഹിന്ദുവാണെങ്കിൽ കുടത്തിലടച്ച ചാരവും എല്ലിൻകഷ്ണവുമായി ഏതെങ്കിലും പുണ്യതീർഥത്തിലൊഴുകി അപ്രത്യക്ഷമാകുന്നു. ക്രിസ്ത്യാനിയും മുസൽമാനും കുരിശിനും മീസാൻകല്ലിനുമടിയിൽ മണ്ണിനോട് ചേരുന്നു. ശേഷിച്ച അടയാളങ്ങൾ മരണത്തെ മനസ്സിൽ കുറേക്കാലം നിലനിർത്തുകയും പിന്നെ ആരാലുമറിയാതെ മറവിയുടെ തണുപ്പിലേക്ക് മൂടപ്പെടുകയും ചെയ്യുന്നു. ഒറ്റപ്പെട്ട ദുഃഖം ജീവിച്ചിരിക്കുന്ന മനുഷ്യന്റെ മനസ്സിൽ തങ്ങിനിൽക്കുകയും അത് മറ്റൊരാളിലേക്ക് പകരാൻ കഴിയാതെ വ്യഥിതമനസ്സ് മരണത്തിന് കീഴടങ്ങുമ്പോൾ പൂർവമരണം മറവിയാൽ മറയ്ക്കപ്പെടുകയും ചെയ്യുന്നു. മരണം മറവിയുടെ തുടർച്ചതന്നെയാകുന്നു.

തമിഴ് എഴുത്തിലെ തീപ്പൊരി

ഒരേസമയം രാഷ്ട്രീയക്കാരനും ദാർശനികനും ആത്മീയനുമായ എഴുത്തുകാരനായിരുന്നു ഡി ജയകാന്തൻ. ജനങ്ങളുടെ ചോദ്യങ്ങൾ ജനങ്ങൾക്കുവേണ്ടി ചോദിക്കാനുള്ള ധാർഷ്ട്യം കലർന്ന ആർജവം അവസാനകാലം വരെ സൂക്ഷിച്ച 'റിബൽ'

കടലൂരിലെ കാർഷികകുടുംബത്തിൽനിന്ന് 12-ാം വയസ്സിൽ വിലുപ്പുറത്തേക്ക് നാടുവിട്ടു. അച്ഛന്റെ പരുഷമായ പെരുമാറ്റങ്ങളാവാം ആ 'ധിക്കാരി'യെ നാടുവിടാൻ പ്രേരിപ്പിച്ചത്. അവിഭക്ത കമ്യൂണിസ്റ്റ് പാർട്ടിയോടൊപ്പമായിരുന്നു പിന്നീടുള്ള യാത്ര. കമ്യൂണിസ്റ്റ് പാർട്ടിയുടെ സമുന്നത നേതാവ് ജീവാനന്ദം ഉൾപ്പെടെ മാനുഷികമൂല്യം ഉയർത്തിപ്പിടിക്കുന്ന ഒരുപറ്റം ആളുകളോടുള്ള സഹവാസം, സംസർഗം, അനുഭവജ്ഞാനം എന്നിവ ജയകാന്തനെന്ന 'തീപ്പൊരി'യെ രൂപപ്പെടുത്തുന്നതിൽ നിർണായകമായി. മൂന്നാം ക്ലാസിൽ അവസാനിപ്പിച്ച ഔപചാരിക വിദ്യാഭ്യാസം ഒന്നിനും തടസ്സമായില്ല. തെരുവിന്റെ ജീവിതം, സൂക്ഷ്മമായി നിരീക്ഷിച്ച് ജയകാന്തൻ അനുഭവത്തിലൂടെ വളർന്നു.

നേതാക്കന്മാരുടെ പ്രേരണയിൽ കമ്യൂണിസ്റ്റ് പാർട്ടിയുടെ പ്രസിദ്ധീകരണങ്ങളിലൂടെ എഴുതിത്തുടങ്ങി. തഞ്ചാവൂരിലെ കടയിൽ ജോലി ചെയ്യുന്ന സമയത്ത് ധാരാളം വായിക്കാനും പഠിക്കാനുമുള്ള അവസരമുണ്ടായി. അക്കാലത്ത് തമിഴ്നാട്ടിലെ സാഹിത്യം വരേണ്യരുടെ ജീവിതത്തിൽ ചുറ്റിത്തിരിയുകയായിരുന്നു. അവിടേക്കാണ് തെരുവിലെ ജീവിതങ്ങളുടെ നന്മയുമായി ജയകാന്തൻ കടന്നുവരുന്നത്.

സൂക്ഷ്മമായ ജീവിതനിരീക്ഷണമായിരുന്നു അദ്ദേഹം നടത്തിയത്. റിക്ഷാവലിക്കാരനും ചെരുപ്പുകുത്തിയുമടങ്ങുന്ന പാർശ്വവൽക്കരിക്കപ്പെട്ടവർ, ആ ജീവിതങ്ങളുടെ ഉൾക്കാഴ്ചകൾ ജയകാന്തൻ സൂക്ഷ്മമായി

നിരീക്ഷിച്ചു. ഈ അനുഭവം വച്ചാണ് ഓരോ ദർശനത്തെയും അദ്ദേഹം കണ്ടത്. ഇത്തരം അനുഭവങ്ങളുടെ ആർജവമുള്ള എഴുത്തുകൾ അതുവരെയുള്ള തമിഴ് സാഹിത്യത്തിന്റെ ചിന്തയെ തന്നെ മാറ്റിമറിച്ചു. സാധാരണക്കാരന്റെ മനസ്സിൽ ഞെട്ടലുണ്ടാക്കുന്ന എഴുത്ത് ആധുനിക തമിഴ് സാഹിത്യത്തിന് പുതിയ സ്വഭാവം നൽകി. കൃത്യവും ശക്തവുമായി 'ഏഴ'കളുടെ ജീവിതം സമ്പന്നമായ തന്റെ സാഹിത്യജീവിതത്തിലൂടെ പ്രതിഫലിപ്പിക്കാൻ ഈ മനുഷ്യസ്നേഹിക്ക് കഴിഞ്ഞു. ആ ജീവിതത്തെ മുഖ്യധാരാ സാഹിത്യത്തിലേക്ക് കൊണ്ടുവന്നു എന്നുള്ളതാണ് അദ്ദേഹത്തിന്റെ മഹത്വം. മുപ്പതിലധികം നോവലുകൾ, ഇരുനൂറിലധികം ചെറുകഥകൾ തുടങ്ങിയവ രചിച്ചു. എഴുത്തുതൊഴിലാളി എന്ന വാക്ക് ഉപയോഗിക്കുന്നതും ജയകാന്തനാണ്. അവനവന്റെ അന്നത്തിന് എഴുത്ത് ഉപയോഗിക്കാമെന്ന നിലപാട് അദ്ദേഹം എന്നും ഉയർത്തി. ഈ മനുഷ്യൻ കാണുന്ന കാഴ്ച മറ്റൊരാളും കണ്ടില്ല!

തമിഴ്നാടിന്റെ ജീവിതം വാങ്മയ ചിത്രമാക്കി മാറ്റാനുള്ള അസാമാന്യമായ പാടവം ജയകാന്തന്റെ പ്രസംഗത്തിലും എഴുത്തിലുമുണ്ടായി. ആഴത്തിലുള്ള വീക്ഷണവും അതിൽനിന്നുയിർകൊണ്ട നിലപാടും അദ്ദേഹത്തെ 'ധാർഷ്ട്യ'ക്കാരനാക്കി, സ്റ്റേജിലെ സിംഹമാക്കി.

ജീവിതത്തിലുടനീളം ചോദ്യം ചെയ്യാനുള്ള ശക്തി മുറുകെ പിടിച്ചു ജയകാന്തൻ. ചോദിച്ചാൽ നഷ്പ്പെടുമെന്ന ഭയം അദ്ദേഹത്തെ അലട്ടിയില്ല. കമ്യൂണിസ്റ്റ് പാർട്ടിയെപ്പോലും എതിർത്ത് തന്റെ നിലപാട് വ്യക്തമാക്കാനുള്ള ധൈര്യം കാണിച്ചു. ശങ്കരാചാര്യരുമായി ബന്ധപ്പെട്ട കൃതി– ജയ ജയ ശങ്കര– വലിയ വിമർശത്തിനിടയാക്കി. കമ്യൂണിസ്റ്റ് പാർട്ടിയുടെ ലേബലിൽ അറിയപ്പെടുന്ന വ്യക്തി ആത്മീയാചാര്യനായ ശങ്കരാചാര്യരുടെ ദർശനത്തെ അടിസ്ഥാനമാക്കി പുസ്തകം എഴുതിയെന്നതായിരുന്നു പ്രശ്നം. സി പി ഐ ക്കാർ ആത്മീയവാദിയെന്ന് വിളിച്ചാണ് വിമർശിച്ചത്. തമിഴ് ഭാഷയെക്കുറിച്ചുള്ള സമ്മേളനത്തിൽ ആ ഭാഷയെ വിമർശിച്ച് സംസാരിക്കാനുള്ള ധൈര്യം കാട്ടി. പറയുന്ന വാക്കിൽ ഉറച്ച് നിൽക്കും. ജീവിതകാലം മുഴുവൻ മാറ്റിപ്പറയാൻ ഇടവരുത്താത്തവിധം ഉൾക്കാഴ്ചയോടെ, അനുഭവജ്ഞാനത്തോടെ അദ്ദേഹം പറഞ്ഞുകൊണ്ടേയിരുന്നു.

ചലച്ചിത്രകാരൻ കൂടിയാണ് ജയകാന്തൻ. ഉന്നൈ പോൽ ഒരുവൻ, ചില നേരങ്ങളിൽ ചില മനിതർകൾ, ഒരു നടികൈ നാടകം പാർക്കിറാൾ, യാരുക്കാക അഴുതാൻ തുടങ്ങിയ അദ്ദേഹത്തിന്റെ രചനകൾ അഭ്രപാളിയിൽ റിയലിസ്റ്റിക് വസന്തം തീർത്തു. ഉന്നൈപോൽ ഒരുവൻ തമിഴ്നാട്ടിലേക്ക് മികച്ച ചിത്രത്തിനുള്ള ദേശീയ അവാർഡ് ആദ്യമായി കൊണ്ടുവന്നു. കേന്ദ്ര സാഹിത്യ അക്കാദമി, ജ്ഞാനപീഠം, പത്മഭൂഷൺ തുടങ്ങിയ ബഹുമതികളാലും അംഗീകരിക്കപ്പെട്ടു ആ റിബൽ ജീവിതം.

അയൽപക്കത്തിന്റെ നഷ്ടം

പാലക്കാട്ടുനിന്ന് പന്ത്രണ്ട് കിലോമീറ്റർ തെക്ക് പറളി. വടക്ക് പറളിക്കപ്പുറത്ത് കിണാവല്ലൂർ, മുണ്ടൂർ, മുട്ടിക്കുളങ്ങര, ഒലവക്കോട്, കൽപ്പാത്തി (ചുണ്ണാമ്പുതറ), പാലക്കാട്. ഒരുവട്ടം. പറളി ഹൈസ്കൂളിൽനിന്ന് നോക്കിയാൽ ദൂരെ കല്ലടിക്കോടൻ മല. രാത്രികാലങ്ങളിൽ നീണ്ട നിരയായി കാട്ടുതീമാലകൾ. ജീവിതത്തിന്റെ തെളിമയാർന്ന പതിനേഴ് വർഷം ആ വഴികളിലൂടെ നടത്തിയത് ഏത് നിയോഗമായിരുന്നു.

പറളിയിലെ കമല നെഹ്റു വായനശാലയിലെ വൈകുന്നേരങ്ങളിൽ സ്കൂൾ വിട്ടെത്തുമ്പോൾ മേശപ്പുറത്ത് നിരത്തിയിട്ട ആഴ്ചപ്പതിപ്പുകളിൽ പലപ്പോഴും ഒരു പേര് ഞാൻ അച്ചടിമഷി പുരണ്ട് കാണുമായിരുന്നു- മുണ്ടൂർ കൃഷ്ണൻകുട്ടി. ചില വാരികകളിൽ വീണ്ടും അത് തെറ്റി വേറൊരു പേര് കണ്ടു - മുണ്ടൂർ സേതുമാധവൻ. പറളിയുടെ തൊട്ടയൽപക്കത്തെ സാഹിത്യകാരന്മാരുടെ അക്ഷരങ്ങളിലേക്ക് ഞാനറിയാതെ ചെല്ലുകയായിരുന്നു. അന്നുമുതൽ വിശാലമായ സാഹിത്യലോകത്തിലേക്ക് കൈപിടിച്ചു നടത്തുവാൻ ഈ പേരുകൾ എന്റെ വിരൽത്തുമ്പത്തുണ്ടായിരുന്നു. അക്ഷരത്താളുകളിൽനിന്ന് ഈ എഴുത്തുകാരൊക്കെ എന്നാണെന്റെ ജീവിതത്തിന്റെ തെളിമയായത്?

പാലക്കാട്ടുനിന്ന് വിക്ടോറിയ കോളേജ് ഗേറ്റിനുമുമ്പിലെത്തുന്ന പാത വലത്തോട്ട് രണ്ടായി പിരിഞ്ഞ് ഒന്ന് മലമ്പുഴയ്ക്കും ഒന്ന് ശേഖരീപുരത്തേക്കും തിരിയുന്ന പാതയുടെ മൂലയിൽ ഒരു ചായക്കടയുണ്ടായിരുന്നു പണ്ട്. ചായക്കടയെന്ന് പറയാൻ പറ്റില്ല. കുട്ടികൾക്കും ചുരുക്കം ചില വഴിയാത്രക്കാർക്കും വേണ്ടി മാത്രം രാമകൃഷ്ണൻ നായർ തുറക്കുന്ന ഒരു പെട്ടിക്കടപോലുള്ള ചായക്കട. ആ ചായക്കടയുടെ മുന്നിൽ ഒരുനാൾ ഞാനവരെ കണ്ടു. സിഗററ്റ് വലിച്ച് നിൽക്കുന്ന മുണ്ടൂർ

കൃഷ്ണൻകുട്ടിയും ചായഗ്ലാസിൽ രണ്ടു കൈകളും ചേർത്തുപിടിച്ച മുണ്ടൂർ സേതുമാധവനും. ജീവിതത്തിൽ ആദ്യമായി ഞാൻ എഴുത്തുകാരെ കാണുകയായിരുന്നു. കുട്ടിക്കാലത്ത് സ്കൂളിൽ പോകുമ്പോൾ ഒരു മൈനയെ കണ്ടാൽ ചുറ്റും തിരിഞ്ഞ് അതിന്റെ ഇണയെ കണ്ടെത്തുന്ന ഒരു ശീലം ഞങ്ങൾ കുട്ടികളിലുണ്ടായിരുന്നു. അങ്ങനെ കണ്ടെത്തിയാൽ അതൊരു ഭാഗ്യമായി കരുതുന്നതുപോലെ എന്റെ ജീവിതത്തിലെ അക്ഷരഭാഗ്യമായിരുന്നു അവരെ ഒന്നിച്ചുകണ്ടത്. പക്ഷേ, എന്നും ഏത് കാര്യത്തിലും ഒരു പിന്നാക്കം പോക്കുള്ളതുകൊണ്ട് അവരോട് മിണ്ടാനും സ്വയം പരിചയപ്പെടുത്താനും എനിക്ക് കഴിഞ്ഞില്ല. പിന്നെ ഏതൊക്കെയോ വഴികളിലൂടെ ജീവിതം അതിന്റെ സ്വാഭാവികവും അലസവുമായ യാത്ര തുടരവേ ഒരു ദിവസം കൃഷ്ണൻകുട്ടി മാഷിന്റെ ഒരു ഫോൺ എനിക്ക് കിട്ടുന്നു. അത് ഞാനെഴുതിയ ഒരു കഥ വായിച്ചതിന്റെ അടുപ്പമായിരുന്നു. മലയാണ്മയുടെ സ്നേഹഭാഷ എഴുതുന്ന ഒരെഴുത്തുകാരന്റെ ആ വിളി എന്നെപ്പോലൊരുവന് നിത്യപ്രചോദനമാവുകയായിരുന്നു. എന്നും എപ്പോഴും ഒരധ്യാപകനായിരുന്നു. വള്ളുവനാടിന്റെ ഗ്രാമ്യമായ ഒരിടപെടലായി അതിന്നും എന്നോടൊപ്പമുണ്ട്. എന്റെ ആദ്യപുസ്തകത്തിന്റെ പ്രകാശനത്തിന് വന്നനുഗ്രഹിച്ചപ്പോൾ മാഷൊന്നുമാത്രം പറഞ്ഞു: "നമ്മളെവിടെയൊക്കെച്ചുറ്റിത്തിരിഞ്ഞാലും ഒടുവിൽ തിരിച്ചു വരേണ്ടത് ഈ മണ്ണിലേക്കാ. അതോണ്ട് എന്നും ഇതിന്റെ ചൂരുണ്ടാവണം. നിന്റെ കഥേലതുണ്ട്." അതൊരു ശ്വാസമായിരുന്നു. മാഷ് ഊതിത്തന്ന ജീവവായു.

പാലക്കാടൻ മലയുടെ പിന്നിൽനിന്ന് തമിഴ് കാറ്റടിക്കുമ്പോൾ കരിമ്പനക്കൈകൾ തമ്മിലുരഞ്ഞ് ഒരായിരം ചെത്തമുണ്ടാക്കി. തപ്പട്ടക്കൊട്ടലുകളുമായി കുമ്മാട്ടിയും കാവടിയും കടന്നുപോയി. അക്ഷരത്തിന്റെ ലോകത്തുനിന്ന് മാഷ് പതുക്കെ കടുനിറങ്ങളുറയുന്ന ദൃശ്യഭാഷയിൽ ആകാരം കൊണ്ടെഴുതിത്തുടങ്ങി. ഒരിക്കൽപ്പോലും ഒന്നിച്ചഭിനയിക്കാനൊരവസരം വന്നില്ല. പക്ഷേ, മാഷുള്ള സെറ്റിൽ പോവാനും മാഷിന്റെ വാക്കുകൾ കേൾക്കാനും ഭാഗ്യമുണ്ടായി. പാലക്കാടിന്റെ വരണ്ട കാറ്റിൽനിന്ന് മാഷ് തിരുവനന്തപുരത്ത് എത്തിയാൽ ആ നാവിന് കാതു കൊടുക്കും. അതെപ്പോഴും നൂതനമായ ഒരുപാടനുഭവങ്ങളുടെ പെട്ടിതുറക്കലുകളാവും.

'സ്വപ്ന'മെന്ന സീരിയലിൽ വെങ്കിടി എന്ന കഥാപാത്രത്തിന്റെ ചലനങ്ങളിലെ സ്വാഭാവികത മലയാള പ്രേക്ഷകൻ അതിവേഗം തന്നെ തിരിച്ചറിഞ്ഞു. ആ വേഷം മാഷിലെ നടനെ വെളിയിൽ കൊണ്ടുവരുന്നത് ഒട്ടൊരു കൗതുകത്തോടെയായിരുന്നു ഞാൻ ശ്രദ്ധിച്ചത്. കഥാകാരനെന്ന രീതിയിൽ പാലക്കാടൻ ഗ്രാമങ്ങളിലെ തമിഴ് പേശും ബ്രാഹ്മണരെ ഒബ്സർവ് ചെയ്തതിന്റെ ഒരു സുഖം ആ കഥാപാത്രത്തെ അയത്നലളിതമായി മാഷവതരിപ്പിച്ചത് കണ്ടിരിക്കാൻ ഏറെ പ്രേരിപ്പിച്ചു. 'ചിതറിയവർ' എന്ന സിനിമയിലെ ദളിതനായ പൂശാരിയിലും മാഷിന്റെ പരകാ

യപ്രവേശം ആ കഥാപാത്രത്തിന്റെ ഉള്ളറിയാൻ സഹായിച്ചു. മുണ്ടൂരിലെ ഇടവഴികളിൽ കണ്ടുപോയ തികച്ചും ഗ്രാമീണമായ ഒരു അധഃകൃതന്റെ ദൈന്യത, നിസ്സഹായത മാഷിന്റെ കണ്ണുകളിൽ തെളിയുന്നത് എത്ര അനായാസമായിട്ടായിരുന്നു. ഒരെഴുത്തുകാരൻ തന്റെ മനസ്സിൽനിന്ന് കടലാസിലേക്കൊരു കഥാപാത്രമോ സന്ദർഭമോ ആവാഹിക്കുന്നതുപോലെ മുണ്ടൂർ കൃഷ്ണൻകുട്ടി എന്ന എഴുത്തുകാരൻ തനിക്ക് കിട്ടിയ വേഷങ്ങളിലേക്കും തന്റെ മനസ്സും ശരീരവും അർപ്പിച്ചു. പാലക്കാടൻ ഭൂമിയിൽനിന്ന് ഇനിയുമൊരുപാട് കഥകളും കഥാപാത്രങ്ങളും എഴുത്തിലും ദൃശ്യത്തിലും നമുക്കായി മനസ്സിൽക്കണ്ട ആ മഹാമനുഷ്യന്റെ കാലത്ത് പിറന്നതും അവർ ചവിട്ടിയ പാതകളിലൂടെ നടക്കുവാൻ കഴിയുന്നതും പൂർവജന്മസുകൃതം. സ്നേഹത്തിന്റെ, കനിവിന്റെ, ആർദ്രതയുടെ നിറനിലാവായി മുണ്ടൂർ കൃഷ്ണൻകുട്ടി ഈ വഴികളിൽത്തന്നെയുണ്ട്. നഷ്ടപ്പെടുന്ന മനസ്സുകളിൽ തെളിവായി മാഷുണ്ടാവുമെന്ന് കരുതാനാണ് എനിക്കിഷ്ടം. അങ്ങനെത്തന്നെയാണ് ഞാൻ കരുതുന്നതും.

സ്നേഹത്തിന്റെ സൂര്യൻ

ബാലേട്ടനെ കണ്ടതും പരിചയപ്പെട്ടതും തികച്ചും യാദൃച്ഛികമായിട്ടായിരുന്നു. 'ജാലകങ്ങളിലെ സൂര്യൻ' എന്ന നോവൽ വായിച്ച് അത് ചലച്ചിത്രമായി കണ്ടപ്പോൾ തോന്നിയ സ്നേഹത്തിന്റെ നിമിഷങ്ങളിലൂടെ ബാലേട്ടൻ എന്ന് മനസ്സുകൊണ്ടാരാധിച്ച് വിളിച്ച ബാലകൃഷ്ണൻ മാങ്ങാട് എന്ന എഴുത്തുകാരനെ ഞാൻ കാണുമെന്നും പരിചയപ്പെടുമെന്നും എനിക്ക് ഒരുറപ്പുമില്ലായിരുന്നു. അപ്രതീക്ഷിതമായി ബാലേട്ടൻ എനിക്ക് മുന്നിൽ ഒരുനാൾ പ്രത്യക്ഷപ്പെടുകയായിരുന്നു. ചെന്നൈയിൽ അമേരിക്കൻ കോൺസുലേറ്റിൽ ഒരു ഇന്റർവ്യൂവിന് പോയപ്പോൾ അവിടുത്തെ ഉദ്യോഗസ്ഥനായിരുന്ന ഷാജഹാൻ മാടമ്പാട് പറഞ്ഞു, സേതു വന്നിട്ടുണ്ട്. വൈകുന്നേരം കാണാൻ പോകാം. എഴുതിയ കഥകളിലൂടെ ഓരോ എഴുത്തുകാരനും എന്നോടൊപ്പം ജീവിക്കുന്നുണ്ടായിരുന്നു. സേതുവിനെയും ഞാൻ കണ്ടത് ആ വൈകുന്നേരമായിരുന്നു. ചെന്നൈയിലെ ഒരു മലയാളി ക്ലബിലേക്ക് ഷാജഹാനോടൊപ്പം പോകുമ്പോൾ സേതുവിന്റെ കഥാപാത്രങ്ങൾ എന്റെ മനസ്സിലുണ്ടായിരുന്നു. അന്ന് നിനച്ചിരിക്കാതെ കിട്ടിയ ഒരു ഭാഗ്യം പോലെ ബാലേട്ടനെ ഞാൻ കണ്ടു. സേതുവിനൊപ്പം. എത്രയോ കാലമായി കാണണമെന്ന് ഞാൻ ആഗ്രഹിച്ച ബാലേട്ടൻ. സേതുവിനോട് സംസാരിച്ചതിനേക്കാൾ കൂടുതൽ ഞാൻ ബാലേട്ടനോട് മിണ്ടി. വായനയുടെ, എഴുത്തിന്റെ, സിനിമയുടെ ഒരുപാട് കയറ്റിറക്കങ്ങളിലൂടെ എന്റെ കൈപിടിച്ച് ബാലേട്ടൻ നടന്നു. പറഞ്ഞിട്ടും തീരാത്ത എത്രയോ വിഷയങ്ങൾ ബാക്കിവച്ച് അന്ന് ഞങ്ങൾ പിരിഞ്ഞു. പിരിയാൻ നേരം ബാലേട്ടൻ കാർഡ് തന്നിട്ട് പറഞ്ഞു, മദിരാശിയിൽ വരുമ്പോൾ വിളിക്കണം.

ഒരു പുതിയ കൂട്ട് നേടിയതിന്റെ ത്രില്ലിലായിരുന്നു ഞാൻ. വായന

യുടെ അനന്തമായ സാഗരത്തിൽ ചില ദ്വീപുകൾ പുതിയ അറിവുകളുടെ അനുഭവമാക്കി മാറ്റിയ ഒരെഴുത്തുകാരൻകൂടി സുഹൃത്തായി മാറിയതിന്റെ സന്തോഷം. അന്നേരം ഷാജഹാനോട് ഞാൻ പറഞ്ഞു. സ്നേഹത്തിന്റെ പ്രകാശം തെളിയിച്ച ഒരു നിലവിളക്കായിരുന്നു ബാലേട്ടൻ. അമേരിക്കൻ യാത്ര കഴിഞ്ഞ് തിരിച്ചുവന്നതിനുശേഷമുള്ള ഒഴിവുകളിൽ ഞാൻ ബാലേട്ടനെ വിളിച്ചു. ഹ്രസ്വമായ സംഭാഷണങ്ങളിൽ സ്നേഹത്തിന്റെ വെളിച്ചമെനിക്കേകി. കൂടിക്കാഴ്ചകളുണ്ടായില്ലെങ്കിലും ബാലേട്ടൻ എന്നും തൊട്ടടുത്തുള്ളതുപോലെ എനിക്കുതോന്നിയിരുന്നു. ഇതിനിടയിൽ ബാലേട്ടൻ തിരുവനന്തപുരത്ത് വന്നുപോയ രണ്ടുതവണയും വിളിക്കുകയും അന്നേരങ്ങളിലൊക്കെ ഞാൻ മറ്റിടങ്ങളിലാവുകയും ചെയ്തത് കാഴ്ചയുടെ പരിധിയിൽനിന്ന് അകന്നിരുന്നു. ഓരോ വരവരിലും അടുത്ത തവണയാകട്ടെ എന്നുപറഞ്ഞ് ആശ്വസിപ്പിക്കുകയും ചെയ്തത് ബാലേട്ടൻ തന്നെയായിരുന്നു. പിന്നീട് കുറേ നാളുകൾക്കുശേഷം ഒരു വൈകുന്നേരം ബാലേട്ടൻ വിളിച്ചുപറഞ്ഞു. ഞാൻ തിരുവനന്തപുരത്തുണ്ട്. സൗകര്യപ്പെടുമെങ്കിൽ വരൂ.

ഞാനും അന്നുതന്നെ വീട്ടിൽ എത്തിയതേയുണ്ടായിരുന്നുള്ളൂ. ഹോട്ടലിൽ ചെല്ലുമ്പോൾ ബാലേട്ടനൊപ്പം കുടുംബവുമുണ്ടായിരുന്നു. സൗഹൃദത്തിന്റെ നേർത്ത തലോടലായിരുന്നു അത്. ഒരു മുതിർന്ന കാരണവരെന്നതിനേക്കാൾ അടുത്ത സുഹൃത്തിനെപ്പോലെ ബാലേട്ടൻ വീട്ടുകാര്യങ്ങളും വിശേഷങ്ങളും ചോദിച്ചു. അത്താഴമൊന്നിച്ചാകാമെന്ന് പറഞ്ഞ് ഹോട്ടലിലെ റെസ്റ്റോറന്റിലിരുന്ന് നിർബന്ധിച്ച് ഭക്ഷണം കഴിപ്പിച്ച് ഒരു ഗൃഹാന്തരീക്ഷം സൃഷ്ടിക്കുകയായിരുന്നു. നഗരജീവിതത്തിൽ ഒറ്റപ്പെടുമ്പോൾ കൂട്ടുകുടുംബത്തിന്റെ നന്മകൾ നഷ്ടപ്പെടുന്നുവെന്നും ബന്ധങ്ങൾക്ക് ഗ്രാമത്തിന്റെ വിശുദ്ധിയുണ്ടാകാറില്ലെന്നും കണ്ണികളറ്റുപോകാതെ ജീവിക്കാൻ ശ്രമിക്കണമെന്നും പറഞ്ഞ് യാത്ര പറയുകയായിരുന്നു. ഹോട്ടലിൽനിന്ന് താഴേക്കിറങ്ങുമ്പോൾ വീണ്ടും വിളിക്കാമെന്ന് ബാലേട്ടൻ പറഞ്ഞു. പിരിഞ്ഞു. അത് അവസാന കാഴ്ചയാകുമെന്ന് അന്ന് ഞാൻ മനസ്സിൽപ്പോലും കരുതിയില്ല. തിരുവനന്തപുരത്തും കന്യാകുമാരിയിലുമൊക്കെ കുടുംബത്തെയും കൂട്ടിപ്പോയി തിരിച്ച് ചെന്നൈയിലേക്ക് പോകുമെന്നുപറഞ്ഞ ബാലേട്ടൻ രോഗചികിത്സയ്ക്കായിട്ടായിരുന്നു ഓരോ പ്രാവശ്യവും തിരുവനന്തപുരത്ത് വന്നുപോവുന്നതെന്ന് ഒരു ഞെട്ടലോടെ ഞാനറിഞ്ഞത് ആകാശവാണിയിലെ ഒരു സുഹൃത്ത് പറഞ്ഞപ്പോഴായിരുന്നു. ആരെയും ഒന്നും അറിയിക്കരുതെന്ന് ബാലേട്ടൻതന്നെ പറഞ്ഞിരുന്നുവെന്ന് അവർ പറഞ്ഞു. ഒരിക്കൽപ്പോലും തന്നെ കാർന്നുകൊണ്ടിരിക്കുന്ന രോഗത്തിന്റെ തീഷ്ണത വിളിച്ചറിയിക്കാതെ മരണത്തിന്റെ തണുത്ത ലോകത്തിലേക്ക് ബാലേട്ടൻ പോവുകയാണെന്നറിഞ്ഞപ്പോൾ വീണ്ടും അദ്ദേഹത്തെ കാണണമെന്നെനിക്ക് തോന്നിയില്ല. ചിരിക്കുന്ന, സന്തോഷത്തിന്റെ പ്രകാശമുള്ള ആ മുഖം ഇരുട്ടുവീണ് വാടുന്നതുകാണുവാനെന്റെ മനസ്സനുവദിച്ചില്ലായെന്നതായിരുന്നു സത്യം.

ഒരുപാട് കാലം കാത്തിരുന്ന് അപ്രതീക്ഷിതമായി ലഭിച്ച സൗഹൃദത്തിന്റെ നേർത്ത മഴനൂലുകൾ വളരെ പെട്ടെന്ന് പൊട്ടിയതും ജീവിതം ചിലപ്പോഴിങ്ങനെയൊക്കെയാണ് പെരുമാറുകയെന്ന് വിശ്വസിച്ച് സമാധാനിക്കാൻ ശ്രമിക്കുകയാണ് ഞാൻ. ദൈവവചനമനുസരിച്ച് നമ്മുടെയിടയിൽ ജീവിക്കുന്നവനെ നാം സ്നേഹിക്കേണ്ടതല്ലേ. അവനെത്രമാത്രം നമ്മിൽ നിന്നകന്നുനിന്നാലും അവനോടുള്ള സ്നേഹം നാം കാണിച്ചുകൊടുത്തേ മതിയാവൂ. ഒരുവന്റെ ജീവിതം മറ്റൊരുവന്റെ ആത്മാവിന് തുണയാകുന്നതെങ്ങനെയാണെന്ന് നമുക്ക് പരസ്പരം ജീവിച്ചുകൊണ്ടേ തെളിയിക്കാനാവൂ. ആത്മാവ് ജീവിച്ചിരിക്കുന്നത് പ്രാർഥനയിലൂടെയാണ്. വിശ്വാസത്തിലൂടെയാണ്. ആ വിശ്വാസം നിലനിറുത്തി ബാലേട്ടൻ ഇന്നും ജീവിക്കുന്നു.

സ്നേഹം, കാരുണ്യം, നന്മ തുടങ്ങിയ പദങ്ങൾക്ക് അർഥവും വ്യാപ്തിയും നിറഞ്ഞ് ജ്വലിക്കുന്നത് തിരിച്ചറിയുക ചില നഷ്ടപ്പെടലുകൾ സംഭവിക്കുമ്പോഴാണ്. എങ്കിലും ബാലേട്ടൻ നഷ്ടപ്പെട്ടുവെന്ന് വിശ്വസിക്കുന്നതിനേക്കാൾ കൂടുതൽ ആ മനുഷ്യൻ തെളിച്ച ദീപത്തിന്റെ ജ്വാല ഇന്നും സൂര്യവെളിച്ചമാകുമെന്ന് വിശ്വസിക്കാനാണ് ഞാൻ ശ്രമിക്കുന്നത്. എന്റെ ജാലകത്തിന് വെളിയിൽ ആ സൂര്യപ്രഭ ഞാനിന്നും അനുഭവിക്കുന്നു.

പൂർണതയ്ക്കായുള്ള കലാപം

നെയ്ത്തുകാരനിലെ അപ്പമേസ്ത്രി, പുലിജന്മത്തിലെ പ്രഭാകരൻ, ലാൽസലാമിലെ ഡി കെ... അഭ്രപാളികളിൽ ഇവരെ ജീവിപ്പിച്ചത് ഇയാളാണ്. ഇയാളില്ലെങ്കിൽ ഈ കഥാപാത്രങ്ങൾക്ക് പൂർണതയില്ല എന്ന് പ്രേക്ഷകർ ചിന്തിക്കുന്നിടത്താണ് ഒരു നടന്റെ വിജയം. അതാണ് മുരളി. അദ്ദേഹം തനതായ ശൈലിയിലൂടെ അഭിനയത്തിന്റെ പുതിയ പാഠശാല സൃഷ്ടിച്ചു. സ്വന്തം സ്വത്വത്തിന് ചേരുന്ന രീതിയിലായിരുന്നു ആ പാഠശാല.

കഥാപാത്രങ്ങളെ ഏറ്റവും കൃത്യമായി ഉൾക്കൊള്ളുക എന്നതാണ് മുരളിയുടെ രീതി. അതിനായി കഠിനാധ്വാനത്തിലൂടെ തന്നിലെ നടനെ തേച്ചുമിനുക്കി സ്ഫടികംപോലെയാക്കാൻ ശ്രമിച്ചു. ഒരു കഥാപാത്രത്തെ ലഭിച്ചാൽ മനസ്സുനിറയെ ചോദ്യങ്ങളാണ്. വ്യക്തമായ ഉത്തരം ലഭിക്കുന്നതുവരെ ചോദിച്ചുകൊണ്ടേയിരിക്കും. ഉത്തരം ലഭിക്കാതെ വരുമ്പോൾ തന്നിലെ നടൻ അമർച്ചചെയ്യപ്പെടുന്നു. ഈയൊരവസ്ഥയിൽ മുരളി കലാപകാരിയാവുന്നു. തന്നിലെ നടന്റെ പൂർണതയ്ക്കുവേണ്ടിയുള്ള കലാപം.

നാടകത്തിൽനിന്ന് സിനിമയുടെ വെള്ളിവെളിച്ചത്തിലേക്ക് കടന്ന മുരളിയെ ഞാൻ പരിചയപ്പെടുന്നത് കേന്ദ്ര സംഗീത നാടക അക്കാദമി എറണാകുളത്ത് നടത്തിയ നാടകമത്സരത്തിൽ വച്ചാണ്. അന്ന് സിനിമയും നാടകങ്ങളും കണ്ടുനടക്കുന്ന ഒരു വിദ്യാർഥിയായിരുന്നു ഞാൻ. കവിത ചൊല്ലുന്ന, വായിക്കുന്ന, നാടകം ഒരു വികാരമായി നെഞ്ചേറ്റിയ, നാടകങ്ങളെക്കുറിച്ച് അവഗാഹമുള്ള നടൻ എന്നാണ് ഞാൻ മുരളിയെക്കുറിച്ച് കേട്ടിട്ടുള്ളത്. നമുക്ക് എത്തിപ്പെടാൻ പറ്റാത്ത ഉയരത്തിൽ, എന്നാൽ നമ്മൾ എത്താൻ ആഗ്രഹിക്കുന്ന ഇടത്ത് നിൽക്കുന്ന വ്യക്തി. നമ്മൾ ഇഷ്ടപ്പെടുന്നവരും ആരാധിക്കുന്നവരുമായി അടുത്ത സൗഹൃദങ്ങൾ പങ്കി

ടുന്ന മുരളിയെ കൗതുകത്തോടെ ദൂരെനിന്ന് നോക്കിക്കാണുകയായിരുന്നു ഞാൻ.

തൊണ്ണൂറുകളിൽ, എന്റെ തിരുവനന്തപുരം ജീവിതം തുടങ്ങിയതിനുശേഷമാണ് ഞാൻ മുരളിയോടടുക്കുന്നത്. അദ്ദേഹം 'ലങ്കാലക്ഷ്മി' എന്ന നാടകം ചെയ്യുമ്പോഴായിരുന്നു അത്. നരേന്ദ്രപ്രസാദ് സാറുമായി എനിക്ക് അടുത്ത ബന്ധമുണ്ടായിരുന്നു. സാറും മുരളിയുമായും നല്ല അടുപ്പമാണ്. അദ്ദേഹം മുരളിയോട് എന്നെക്കുറിച്ചും എന്നോട് മുരളിയെക്കുറിച്ചും സംസാരിക്കും. അങ്ങനെ ഒരു വഴി തുറന്നുകിട്ടുകയായിരുന്നു. വലുപ്പച്ചെറുപ്പമില്ലാതെ അദ്ദേഹം സൗഹൃദം പങ്കിട്ടു. നമ്മളെ ഒരു മടുപ്പുമില്ലാതെ കേൾക്കും, പരിഗണിക്കും. മുരളി ഒരു വൻവൃക്ഷമായി പടർന്നുപന്തലിച്ച് നിൽക്കുകയായിരുന്നു. ആ തണലിൽ എന്നെയും ചേർത്തുനിർത്തി. കാണുമ്പോൾ സ്നേഹത്തോടെ പെരുമാറും. അറിയാത്ത കാര്യങ്ങൾ അധ്യാപകനെപ്പോലെ പറഞ്ഞ് മനസ്സിലാക്കിത്തരും. ശാസിക്കും. ഒരു ചേട്ടനെപ്പോലെ, അമ്മാവനെപ്പോലെ, കാരണവരെപ്പോലെ അടുത്ത് നിൽക്കും.

ലങ്കാലക്ഷ്മിയുടെ റിഹേഴ്സൽ കാണാൻ എന്നും ഞാൻ പ്രസാദ് സാറിന്റെ കൂടെ പോകും. ഒരു മനുഷ്യൻ സ്വയം കഥാപാത്രമായി മാറുന്നത് റിഹേഴ്സലിലുടനീളം മുരളി ഞങ്ങൾക്ക് കാണിച്ചുതന്നു. അഭിനയത്തിന്റെ ഗ്രാഫ് ഓരോ ദിവസവും മാറിക്കൊണ്ടിരുന്നു. ഓരോ റിഹേഴ്സലിലും കഥാപാത്രത്തെ സമീപിക്കുന്ന രീതി, അത് ഡവലപ് ചെയ്യുന്നതെങ്ങനെ, അത് അവതരിപ്പിക്കുന്നതെങ്ങനെ എന്ന് നോക്കിയാൽ ഒരു നടൻ എന്ന രീതിയിൽ മുരളി തന്റെ കഥാപാത്രങ്ങൾക്ക് എന്തുമാത്രം ഊർജം നൽകുന്നു എന്ന് മനസ്സിലാവും. കലയോടുള്ള ഒരു നടന്റെ അർപ്പണബോധവും അത് വിജയിപ്പിക്കാനുള്ള നിരന്തരശ്രമങ്ങളും ഒരു കാഴ്ചക്കാരനായി ഞാൻ കണ്ടു.

ഉജ്ജ്വല വ്യക്തിത്വവും വ്യക്തമായ കാഴ്ചപ്പാടുകളും ഉള്ള നടനായിരുന്നു മുരളി. വെറുമൊരു ഉപകരണമാവാൻ മുരളി തയ്യാറായില്ല. മനസ്സുള്ള ഒരു ഉപകരണമായിരുന്നു അദ്ദേഹം. അത് വെറുമൊരു വസ്തു ആയിരിക്കാതെ സ്വയം പ്രതിഫലിച്ചു. ഒരു നടന്റെ പ്രത്യേക മാനറിസങ്ങളില്ലാതെ ഏത് വേഷവും അനായാസം കൈകാര്യം ചെയ്യാനുള്ള കഴിവ് മുരളിക്കുണ്ടായിരുന്നു. ഒരു സീനിലാണെങ്കിൽപ്പോലും ഒന്നല്ലാതെ പലതായി മാറുന്ന അവസ്ഥ. ലങ്കാലക്ഷ്മിയിലെ രാവണനിൽ അതുണ്ട്. കഥാപാത്രത്തെ സംവിധായകന്റെയും തിരക്കഥാകൃത്തിന്റെയും മനസ്സിലുള്ളതിനേക്കാൾ ഒരുപടികൂടി മുകളിലേക്കുയർത്തുവാൻ മുരളിക്ക് സാധിച്ചു.

സിനിമയിലെ മുറിച്ചുമുറിച്ചുള്ള അഭിനയം പലപ്പോഴും തുടർച്ച നഷ്ടപ്പെടുത്താറുണ്ട്. മുരളിക്ക് നാടകത്തിൽനിന്ന് ലഭിച്ച സിസ്റ്റമാറ്റിക്കായ അഭിനയശൈലി ഈ പരിമിതിയെ മറികടക്കാൻ സഹായിച്ചിട്ടുണ്ട്. ലഭിക്കുന്ന

ഓരോ കഥാപാത്രത്തിനും വ്യക്തമായ കാഴ്ചപ്പാട് നൽകി മുരളി സ്വയം ഒരു ധാരണയിലെത്തിച്ചേരും. ഇല്ലെങ്കിൽ എല്ലാവേഷവും ഒരുപോലെ യാകും. ഒരു നടൻ തന്റെ സ്വതന്ത്ര കാഴ്ചപ്പാടിൽനിന്നുകൊണ്ട് അഭിന യിക്കുമ്പോൾ മൂന്നാമതൊരു വ്യക്തിയെ കിട്ടുന്നു. മുരളിക്ക് ഈ സിദ്ധി വേണ്ടുവോളമുണ്ടായിരുന്നു.

ഓരോ കഥാപാത്രത്തിനും യോജിച്ചരീതിയിൽ ശബ്ദവും ശരീരവും മാറ്റിമറിച്ചുകൊണ്ട് മുരളി അഭിനയിക്കുന്നുണ്ടെങ്കിൽ അതയാളുടെ കഴി വാണ്. പുറത്തുനിന്ന് കിട്ടുന്ന കാഴ്ചപ്പാടും വായിച്ചും കേട്ടും അറിഞ്ഞതും വ്യത്യസ്തരായ ആളുകളോട് ഇടപഴകുന്നതിലൂടെ ലഭിച്ച അനുഭവവും അറിവും മുരളി തന്റെ കഥാപാത്രങ്ങളിലേക്ക് കടത്തിവിട്ടു. ഇതാണ് മാറ്റി മറിച്ചിലുകൾക്ക് കാരണം.

സമൂഹവുമായുള്ള മുരളിയുടെ അടുപ്പം അദ്ദേഹത്തിന്റെ കഥാപാ ത്രങ്ങളെയും സ്വാധീനിച്ചിട്ടുണ്ട്. ശരീരംകൊണ്ടും മനസ്സുകൊണ്ടും സാധാ രണക്കാരനായതുകൊണ്ട് വളരെ ഡൗൺ ടു എർത്ത് ആയ വേഷങ്ങ ളാണ് മുരളിക്ക് അധികവും കിട്ടിയത്. നിത്യജീവിതത്തിൽ നമ്മൾ കാണാ ത്തതരത്തിലുള്ള വേഷങ്ങൾ ചെയ്യുമ്പോൾ പോലും അസ്വാഭാവികത അനുഭവപ്പെടാത്തതിന് കാരണം കഥാപാത്രത്തിന്റെ സ്വഭാവത്തിലുള്ളത് ശരീരത്തിലേക്ക് പകർത്താനുള്ള മുരളിയുടെ കഴിവായിരുന്നു.

ഒരു സാധാരണക്കാരന്റെ വേഷം മറ്റുള്ളവർ ചെയ്യുമ്പോൾ ഇത്രയും നന്നായിട്ടുണ്ടോ എന്ന് സംശയം തോന്നും. ഉദാഹരണത്തിന് ലാൽസ ലാമിലെ ഡി കെ എന്ന കഥാപാത്രം. ഡി കെയുടെ മരണം കേരളം തേങ്ങുന്ന ഒരു മരണമായി മാറാൻ കാരണം അദ്ദേഹം ഒരു സാധാരണ ക്കാരനായതുകൊണ്ടാണ്. ഉള്ളിൽ ദേഷ്യവും സങ്കടവും വൈരാഗ്യവു മുള്ള മുരളി എന്ന സാധാരണക്കാരനായ മനുഷ്യൻ ഡി കെ എന്ന സാധാ രണക്കാരനെ അഭ്രപാളികളിലെത്തിച്ചതുകൊണ്ടാണ്.

കഥാപാത്രത്തിന് ആവശ്യമായ ഊർജം എടുക്കാൻ മുരളിക്ക് കഴി ഞ്ഞു. അപ്പോൾ അദ്ദേഹത്തിന്റെ കഥാപാത്രം പരിധികൾ വിട്ട് ഉയരങ്ങ ളിലേക്ക് കുതിച്ചു. സഹനടനായിരുന്നപ്പോഴും ഈ വളർച്ച അദ്ദേഹം നമുക്ക് കാണിച്ചുതന്നിട്ടുണ്ട്.

തന്നിലെ നടന്റെ വളർച്ചയ്ക്ക് വായന അനിവാര്യമാണെന്ന തിരിച്ച റിവ് മുരളിക്കുണ്ടായിരുന്നു. ഈ ലോകത്തുള്ള എന്തിനെക്കുറിച്ചും വളരെ ആധികാരികമായി പറയാൻ മുരളിക്കായി. മുരളി എല്ലാ കാര്യങ്ങളിലും ഒരു പഠിതാവായിരുന്നു. നാടകമാണെങ്കിലും മറ്റെന്താണെങ്കിലും തുടക്കം മുതൽ ഒടുക്കംവരെ പഠിച്ചിട്ടേ പറയൂ. ലോകത്തുണ്ടാകുന്ന മാറ്റങ്ങൾ പഠിക്കാൻ അദ്ദേഹം തയ്യാറായി. അത് സമൂഹത്തെ എങ്ങനെ ബാധിക്കും എന്ന് തിരിച്ചറിയാനുള്ള ശ്രമം നടത്തിയിരുന്നു. അറിഞ്ഞത് മറ്റുള്ളവരി ലേക്ക് പകരാനും അദ്ദേഹം ശ്രമിച്ചിരുന്നു.

ഒരു യാത്രയ്ക്കിടയിൽ കുമാരനാശാന്റെ നളിനിയിലെ ഒരു ഭാഗം മുരളി ഉറക്കെച്ചൊല്ലി. വളരെ ചെറിയ ഭാവപ്രകടനങ്ങൾ ഒപ്പിയെടുക്കുന്ന

സിനിമപോലെ കുമാരനാശാൻ കവിത എഴുതും എന്നദ്ദേഹം പറഞ്ഞു. ഇത്തരം ചെറിയ രീതിയിലുള്ള ഭാവപ്രകടനങ്ങൾപോലും വാക്കുകൾകൊണ്ട് കവിതയിൽ പ്രയോഗിച്ചിട്ടുള്ള ആളാണ് കുമാരനാശാൻ എന്ന മുരളിയുടെ കണ്ടെത്തൽ എന്നെ അൽഭുതപ്പെടുത്തി. കുമാരനാശാന്റെ എല്ലാ കവിതകളും വാങ്ങി വായിച്ച് അദ്ദേഹം പുസ്തകമെഴുതി. താൻ പഠിക്കുന്ന കാര്യങ്ങൾ മറ്റൊരാളുടേതായി മാറുമ്പോഴാണ് ഒരു എഴുത്തുകാരന് പൂർണത ലഭിക്കുന്നത്. ആ എഴുത്തുകാരൻ മുരളിയിലുണ്ടായിരുന്നു. ബുദ്ധിമുട്ടുള്ള പാഠഭാഗങ്ങൾ വളരെ ലളിതമായി പറഞ്ഞുകൊടുക്കുന്ന ഒരു അധ്യാപകന്റെ മനസ്സായിരുന്നു മുരളിയിലെ എഴുത്തുകാരന്.

വായിച്ചതിനോട് മുരളി കലഹിച്ചു. അത് സ്വയം കലഹമാണ്. വായിച്ചത് എഴുതാതെ വയ്യ, പറയാതെ വയ്യ എന്നൊരവസ്ഥ. അതാണ് മുരളിയിലെ എഴുത്തുകാരനെ മുന്നോട്ടുനയിച്ചത്. താൻ വായിച്ചത്, പഠിച്ചത്. സമൂഹത്തിനു കൂടി ഫലപ്രദമാവണം എന്ന കാഴ്ചപ്പാടിൽ നിന്നാണ് അവ വാക്കുകളായി പുനർജനിക്കുന്നത്. താൻ എഴുതുന്നത് മറ്റൊരാൾക്ക് മനസ്സിലാവണം എന്ന നിർബന്ധബുദ്ധിയുള്ള ഭാഷാസ്വാധീനം അദ്ദേഹത്തിനുണ്ടായിരുന്നു.

തന്നിലെ നടനും വ്യക്തിക്കും എന്താണ് വേണ്ടതെന്ന വ്യക്തമായ ധാരണ മുരളിക്കുണ്ടായിരുന്നു. അതിനായി അദ്ദേഹം ചുറ്റുപാടുകളിൽ തിരഞ്ഞുകൊണ്ടിരുന്നു. കലയ്ക്കായി തന്നെത്തന്നെ അർപ്പിച്ച ചുരുക്കം ചില നടന്മാരിൽ ഒരാളായി നമുക്ക് മുരളിയെ എണ്ണാം.

സ്മിത- ഒരു ഓർമക്കുറിപ്പ്

ഒഴുകിപ്പരന്നുകിടക്കുന്ന, അൽപം ചെമ്പിച്ച തലമുടിയും ചെത്തിമിനുക്കിയ പുരികങ്ങൾക്കിടയിൽ വലിയ കുങ്കുമപ്പൊട്ടും പാതിയടഞ്ഞ് പരൽമീനുകൾ പോലെയുള്ള കണ്ണുകളും മുറിച്ചുവച്ച മുന്തിരി പോലുള്ള കൃഷ്ണമണികളും തുടുത്ത ആപ്പിൾക്കവിളുകളും കാതിൽ വലിയ കമ്മൽ വളയങ്ങളും ഒരൽപം പരന്ന മൂക്കും നനഞ്ഞുവിടർന്ന ചെറിപ്പഴച്ചുണ്ടുകളും ചുണ്ടുകൾക്കിടയിലെ ലാസ്യലയസ്മിതവും.

ഇതാണ് സ്മിത എന്ന നടിയെക്കുറിച്ച് എന്റെ മനസ്സിൽ തെളിയുന്ന ആദ്യചിത്രം.

നാടോടി എന്ന ചിത്രത്തിന്റെ ഷൂട്ടിങ് കാണാനിടയായപ്പോഴാണ് സ്മിതയുടെ ഈ ചിത്രം ആദ്യമായി എന്റെ മനസ്സിൽ വന്നുവീഴുന്നത്.

“ജുംബാ... ജുംബാ... ജുംബാ... ജുംബാ..” അംഗലാവണ്യത്തിന്റെ അനുപമരൂപത്തിൽനിന്ന് പിടയ്ക്കുന്ന ഭാവങ്ങൾ, തുടിക്കുന്ന രാഗങ്ങൾ, തെറിക്കുന്ന അഗ്നിപുഷ്പങ്ങൾ.

പിന്നീടൊരുപാടുകാലം ആകാശവിസ്മയത്തിലെ തിളങ്ങുന്ന നക്ഷത്രങ്ങൾ ഒരുമിച്ചുവാരി കണ്ണിലും ചുണ്ടിലും ചൂടിനിൽക്കുന്ന കാമുകിയായി മാറി സ്മിത എന്റെ മനസ്സിൽ.

സഹസംവിധായക തസ്തികയിൽനിന്ന് നടനായി രൂപാന്തരം പ്രാപിച്ചപ്പോഴും മനസ്സിന്റെ അടിത്തട്ടിലെവിടെയോ ആ ചിത്രം കിടന്നിരുന്നു.

സ്മിതയുടെ അവസാന ചിത്രമായ പള്ളിവാതുക്കൽ തൊമ്മിച്ചൻ ചിത്രീകരണം തുടങ്ങിയപ്പോൾ ഞാനറിയുന്നു, സ്മിതയാണ് എന്റെ നായികയെന്ന്.

(ഒന്നു ഞെട്ടിയോ? എന്തോ മറന്നുപോയി. പക്ഷേ, രഹസ്യമായി ഒന്ന് പൊട്ടിച്ചിരിച്ചത് ഓർമയുണ്ട്; വിധിവിഹിതമേവനും ലംഘിച്ചുകൂടുമോ?)

സ്മിത വന്നു. ചിത്രീകരണം തുടരുന്നു. അകൽച്ച അലിഞ്ഞ് ഞങ്ങൾ നല്ല സുഹൃത്തുക്കളായി.

അന്ന് എനിക്ക് ഒരു കാര്യം മനസ്സിലായി. മനസ്സിനുള്ളിൽ വന്യമായി അലറുന്ന ഒരു സങ്കടക്കടലിന്റെ പ്രതിഫലനമല്ല, ആ മുഖത്ത് തെളിയുന്ന വശ്യതയുള്ള ചിരിയെന്ന്. ഉദാഹരണങ്ങൾ ഒരുപാട്.

ആ ചിത്രത്തിൽ എന്റെ കഥാപാത്രം സ്മിത പ്രതിനിധാനം ചെയ്യുന്ന കഥാപാത്രത്തെ താലികെട്ടുന്ന ഒരു രംഗമുണ്ട്.

തിരുരൂപക്കൂടിന്റെ മുന്നിൽനിന്ന് ആചാരവിധിപ്രകാരമുള്ള ആശീർവാദങ്ങളുടെ അകമ്പടിയോടെ ആ മാന്ത്രികമായ മായികാന്തരീക്ഷത്തിൽ സണ്ണിക്കുട്ടി എന്ന ഞാൻ കത്രീനയെന്ന സ്മിതയ്ക്ക് താലി കെട്ടി.

ആ നിമിഷം തല പകുതിയുയർത്തി സ്മിത നോക്കിയ ഒരു നോട്ടം ഇന്നും എന്റെ മനസ്സിലുണ്ട്. ആ കണ്ണുകൾക്ക് ഇത്രയേറെ ആഴുമുണ്ടെന്ന് ഒരു നിമിഷം കൊണ്ട് എനിക്ക് മനസ്സിലായി.

രാവിലെ ഒൻപതരയ്ക്കുതീർന്ന ആ സീനിനുശേഷം ഞങ്ങൾക്ക് രണ്ടാൾക്കും വൈകുന്നേരമേ പിന്നെ വർക്കുണ്ടായിരുന്നുള്ളൂ.

ആ സമയമത്രയും സ്മിത ആരോടും മിണ്ടാതെ ആളൊഴിഞ്ഞ ഒരു ഭാഗത്ത് കണ്ണടച്ചിരിക്കുകയായിരുന്നു. ഉച്ചയ്ക്ക് ആഹാരം കഴിക്കാൻ പോലും അവർ എഴുന്നേറ്റില്ല. പലരുടെയും ചോദ്യങ്ങൾക്ക് ഒരൊറ്റ ഉത്തരം മാത്രം. "ദയവായി എന്നെ ശല്യപ്പെടുത്തരുത്."

രാത്രി എട്ടുമണിക്ക് ഷൂട്ടിങ് കഴിഞ്ഞ് തിരുവനന്തപുരത്തേക്ക് തിരിക്കാനൊരുങ്ങുമ്പോൾ ഒരു നിമിഷം സാർ എന്നു പറഞ്ഞ് സ്മിത വന്നു.

ആലുവാപ്പുഴയുടെ തീരം.

ആരും കാണാതെ ഓളവും തീരവും ആലിംഗനങ്ങളിൽ മുഴുകുന്ന നേരം.

ഓളത്തിൽ വീണുകിടന്നലിയുന്ന നിറനിലാവിനെ നോക്കി സ്മിത പറഞ്ഞു: "ഞാനിന്ന് ആദ്യമായിട്ടാ ഒരു വധുവാകുന്നത്. ഇന്നേവരെ ജീവിതത്തിൽ എനിക്ക് അതിന് കഴിഞ്ഞിട്ടില്ല. ഇനി അതുണ്ടാകുമോ എന്നും അറിയില്ല. വെറുതേ ഒരു വേഷം കെട്ടാനാണെങ്കിൽക്കൂടി സാർ എന്റെ കഴുത്തിൽ താലിവെച്ച ആ നിമിഷം പേരറിയാവുന്ന എല്ലാ ദൈവങ്ങളെയും മനസ്സിൽ ഞാനോർത്തു. എന്തിനെന്നെനിക്കറിയില്ല... എന്നാലും..."

ഒരു നിമിഷം സ്മിത ഒന്ന് നിർത്തി. ഒന്നും പറയാതെ ഞാൻ നിന്നു. തണുത്ത കാറ്റിൽ സ്മിതയുടെ ശബ്ദം വീണ്ടും പടർന്നു.

"നന്ദിയുണ്ട് സാർ, സണ്ണിക്കുട്ടിയായിട്ടാണെങ്കിലും എന്റെ കഴുത്തിൽ താലി വയ്ക്കാൻ സന്മനസ്സ് കാണിച്ചതിന്. കത്രീനയായിട്ടാണെങ്കിലും ഒരു നിമിഷം ഞാനൊരു മംഗല്യവതിയായതിന്."

പിന്നെ പൊട്ടിച്ചിരിച്ചുകൊണ്ട് തമാശ മട്ടിൽ സ്മിത പറഞ്ഞു.

"സാർ പോയിട്ടുവരു. പിന്നെ നമുക്ക് ഹണിമൂൺ പോകാം."

അങ്ങനെ അന്ന് ഞങ്ങൾ പിരിഞ്ഞു. പിന്നെ ഞാൻ സ്മിതയെ നേരിട്ട് കണ്ടിട്ടേയില്ല. അന്നുരാത്രി ആലുവായിൽനിന്ന് തിരിച്ചുവരുന്നവഴി കാറിൽ ഞാൻ ഉറങ്ങാതിരുന്നു. കുറച്ച് ദിവസങ്ങൾക്കുശേഷം ഞാൻ ഞെട്ടിക്കുന്ന ആ വാർത്ത കേട്ടു. സ്മിത ആത്മഹത്യ ചെയ്തു.

പ്രണയകലഹങ്ങളുടെ മുറിപ്പാടുകളിൽ സാന്ത്വനത്തിന്റെ ഔഷധം പുരട്ടി സ്നേഹം പുതച്ചുകിടത്താൻ തുറന്നിട്ടിരിക്കുന്ന വാതിലിലൂടെ കാറ്റിനൊപ്പം ഒരാൾ വരുമെന്ന് അവസാനനിമിഷംവരെയും സ്മിത പ്രതീക്ഷിച്ചിരുന്നിരിക്കാം.

കുരുതിച്ചോരയുടെ നിലവിളികൾ

കൊയ്ത്തുകഴിഞ്ഞ പാടങ്ങൾ കാണുന്നത് കുട്ടിക്കാലത്ത് ഏറെ സന്തോഷം ഉണ്ടാക്കുന്ന ദൃശ്യമായിരുന്നു. കൊയ്തെടുത്ത നെൽക്കറ്റകൾ കെട്ടുകളാക്കി തലയിലേറ്റിപ്പോകുന്ന പെണ്ണുങ്ങളുടെ മുഖമൊരിക്കലും കാണാൻ കഴിയില്ല. വരിവരിയായി വരമ്പത്തുകൂടെ നടന്നുപോകുന്ന പെണ്ണുങ്ങളുടെ ശബ്ദംമാത്രം കേൾക്കും. മുഖം മറച്ച നെൽക്കതിരുകൾക്കിടയിലൂടെ പരിചിതമായ ഒരു വഴി അവർക്കുമുന്നിലുണ്ടാവും. എതിരെ വരുന്ന ആളുകളോട് അവർ എന്നിട്ടും വർത്തമാനം പറഞ്ഞുനടന്ന് മാറും. പാടത്ത് നെൽക്കുറ്റികൾ പിന്നെയും കുറേനാൾ വെയിലേറ്റു കിടക്കും. ഒടുവിൽ ഒരുനാൾ പാടത്ത് തീപ്പുകയുയരും. വരണ്ട വേനൽക്കാറ്റ് നെൽക്കുറ്റികളെ ചാരമാക്കും. ആകാശത്ത് മഴമേഘങ്ങളെ കിഴക്കുനിന്ന് കാറ്റ് കൊണ്ടുവരും. കല്ലടിക്കോടൻ മലകളിൽ തട്ടി മേഘങ്ങൾ മഴയായി വീഴും. ചാരവും മണ്ണും മഴവെള്ളത്തിൽ ഒന്നാവും. മഴ പെയ്തുമാറിയ നെൽപ്പാടത്ത് രാത്രികളിൽ ഗ്യാസ്ലൈറ്റുകൾ തെളിയും. നാലുകാലുനാട്ടി മുകൾഭാഗം മറച്ച ഒരു പന്തൽ. പന്തലിനോടനുബന്ധിച്ച് പിന്നിൽ ഒരണിയറ. ഗായകസംഘത്തിനിരിക്കാൻ ഒരു ബെഞ്ച്. കവറയും കവറച്ചിയുമായി പാണന്മാർ അരങ്ങത്തുവരും. പൊറാട്ടുകളിയുടെ കേളികൊട്ടുയരും. കവറയുടെ സങ്കടങ്ങളും പരാതികളുമായി പൊറാട്ടുകളി തുടങ്ങും. ദാരിദ്ര്യത്തിന്റെയും വേർപാടിന്റെയും കഥകളും ഉപകഥകളും പാടി സന്തോഷത്തോടെ കളിക്കാർ രംഗമൊഴിയുമ്പോൾ രാവ് വെളുക്കും.

അമ്പ്ക്ക് പോണാരേ മേതറ്
അമ്പുകൊണ്ട് വറുവാറേ
വിതറുക്ക് പോണോരേ മേതറ്

വിതറൊന്നുമില്ലടേ...

കത്തിയുംകൊണ്ട് കാട്ടിൽ പോയി മുളയൊന്നും കിട്ടാതെ നിരാശയോടെ മടങ്ങിയ കവറയുടെ സങ്കടം കവറച്ചിയുമായി പങ്കുവയ്ക്കുന്ന വരികളും മൂളി കാഴ്ചക്കാർ വീടണയും. ഈ വേഷങ്ങളും പാട്ടുകളും ജീവിതത്തിന്റെ ഓരോ ഇടവഴികളിലും ഇന്നും കണ്ടുകൊണ്ടേയിരിക്കുന്നു.

കൽപ്പാത്തിപ്പുഴയുടെ മേട്ടിൽ ഒലവക്കോട്ടേക്കും ഒറ്റപ്പാലത്തേക്കും "നീണ്ടുകിടക്കുന്ന തണ്ടുപാളം. പാളങ്ങളുടെയരികിൽ ഈറകൊണ്ട് വട്ടിയും കുട്ടയും നെയ്യുന്ന കവറക്കൂട്ടങ്ങൾ. നാലുകാലിൽ പനമ്പും ഓലയും വെച്ച് താൽക്കാലികവീടുണ്ടാക്കി ഒരു വേനൽക്കാലം. പെണ്ണുങ്ങൾ വട്ടികൾ അടുക്കി കെട്ടുകളാക്കി വീടുവീടുതോറും വിറ്റുവരും. മുളങ്കാട്ടിൽനിന്ന് മുള വെട്ടി ആണുങ്ങളും എത്തും. കുട്ട വിറ്റുകിട്ടിയ പണം കൊടുത്ത് ആണുങ്ങളും പെണ്ണുങ്ങളും കള്ളുഷാപ്പിലെ പറ്റ് തീർക്കും. പപ്പടവട്ടി, പഴവട്ടി, ഉപ്പേരിവട്ടി, ഉപ്പുരുക്കുവട്ടി എന്ന് നീട്ടിവിളിച്ച് പോകുന്ന പെണ്ണുങ്ങളുടെ സംസാരഭാഷയിലെ വാക്കുകൾക്കുവേണ്ടി അന്നൊരുപാട് കാതോർത്തിട്ടുണ്ട്. ദക്ഷിണേന്ത്യയിലെ എല്ലാ ഭാഷയുടെയും സങ്കരരൂപമാണ് ഇവർ സംസാരിക്കുന്നത്.

ഏഴിൽ പഠിക്കുമ്പോൾ എനിക്ക് രണ്ട് കൂട്ടുകാരുണ്ടായിരുന്നു. ദിവാകരനും ചാമിയാരും. വേനലവധിക്കാലത്ത് ദിവാകരൻ അവന്റപ്പനെ കത്തിയുണ്ടാക്കുവാൻ സഹായിക്കും. ബുധനാഴ്ച ചന്തകളിലും ഉത്സവപ്പറമ്പുകളിലും കത്തി വിൽക്കാൻ പോകും. മാത്തൂര്, കോട്ടായി, തോലനൂര്, കുത്തനൂര്, യാക്കര, കോട്ടമൈതാനം, തേങ്കുറുശ്ശി, ചെനക്കത്തൂര്, വേലകളും പൂരങ്ങളും കണ്ട് കത്തിവിറ്റ് പുസ്തകം വാങ്ങാനും ഇടയ്ക്ക് സിനിമ കാണാനുമുള്ള കാശുമായി ദിവാകരനെത്തും. വണ്ടിവേഷങ്ങളുടെ നൃത്തച്ചുവടുകളും അശ്ലീലപ്പാട്ടുകളും വെടിക്കെട്ടിന്റെ നിറപ്പൊലിമയും ദിവാകരന്റെ നാവിൽ പുത്തൻ കഥകളാകും. മൺപാതകളിൽ കനൽക്കാറ്റടിച്ച് വിണ്ടുകീറിയ കാൽമടമ്പുമായി ഒരു കൗമാരം നടന്നലഞ്ഞു.

പരീക്ഷ കഴിയുന്ന കാലത്ത് ചാമിയുടെ രൂപം ഒരു വെളിച്ചപ്പാടിന്റേതാവും. മീനഭരണിക്ക് കൊടുങ്ങല്ലൂർക്ക് പോകാൻ പട്ടുടുത്ത് കൈയിൽ കിലുങ്ങുന്ന വളകളും കാലിൽ ചിലമ്പുമായി ചാമിയാർ വെള്ളക്കവറയോടൊപ്പം വീടുവീടുതോറും തെണ്ടും. അന്തരീക്ഷത്തിലെ മുഴുവൻ പിശാചുക്കളെയും വകവരുത്താനുള്ള വാശിയോടെ ഉറഞ്ഞുതുള്ളും. പ്രാകൃതമായ അനുഷ്ഠാനംപോലെ കൈയിലെ വാളുകൊണ്ട് നെറ്റിയിൽ ആഞ്ഞുവെട്ടും. ചുട്ടുപഴുത്ത ഉച്ചവെയിലിൽ നെറ്റിയിൽനിന്ന് ഒലിച്ചിറങ്ങുന്ന ചോരത്തുള്ളികൾ മഞ്ഞൾകൊണ്ട് പൊത്തിയിരിക്കും. പേടിച്ച് നാട്ടുകാർ സകല കുഞ്ഞുങ്ങളുടെയും തല ഉഴിഞ്ഞ് കാശ് വാൾത്തലയിൽവെച്ച് ഭസ്മം വാങ്ങും. ചാമിയാരും വെള്ളക്കവറയും ആവി പറക്കുന്ന മൺപാതയിലേക്ക് നടക്കും. അന്നേരമൊരിക്കൽപ്പോലും ചാമി

യാർ തിരിഞ്ഞുനോക്കില്ല. തന്നാരമ്പാട്ടിന്റെ കോൽമുട്ടുകളിൽ ചെറുസം ഘങ്ങളായി പറളി തീവണ്ടിയാപ്പീസിലേക്ക് ഭരണിനാളിന്റെ രണ്ടുദിവസം മുമ്പേയെത്തും. പിന്നെ മീനഭരണി കഴിഞ്ഞ് ചാമിയാര് കൊടുങ്ങല്ലൂ രിൽനിന്ന് നാട്ടിലെത്തും. ഒരാഴ്ചയോളം വീടിന്റെ അടഞ്ഞ മുറിയിൽ പ്രാർഥിച്ചിരിക്കും. പനിച്ച് മുറിവുണങ്ങി ഒരുനാൾ ചാമിയാര് വീണ്ടും ഞങ്ങളുടെ കൂട്ടത്തിലേക്ക് വന്നുകേറും. അന്നവന് പറയുവാൻ പറളി മുതൽ കൊടുങ്ങല്ലൂരുവരെ പോയ വിശേഷങ്ങളുണ്ടാകും. തന്നാരമ്പാട്ട് വീണ്ടുമവനോട് പാടുവാൻ ഞങ്ങൾ പറയും. അശ്ലീലത്തിന്റെ ആദ്യാ ക്ഷരങ്ങൾ ഞങ്ങളറിയുന്നത് ആ പാട്ടുകളിലൂടെയാണ്.

മാട്ടും മാരണവും പ്രാചീനമായ ഏതോ മന്ത്രഭാഷയിൽ ചൊല്ലി വെറ ച്ചുതുള്ളുന്ന ചെലവച്ചിയുടെ തൂങ്ങുന്ന മാറിടം ഞങ്ങൾ നോക്കിനിന്ന കൗമാരമുണ്ട്. ചെലവച്ചി സംസാരിക്കുന്നത് ആണുങ്ങളുടെ ശബ്ദത്തി ലാണ്. ചാമിയാരുടെ അകന്നയേതോ ബന്ധത്തിലുള്ളതാണത്രെ ചെല വച്ചി. ജടപിടിച്ച തലമുടിയും മുറുക്കിച്ചുവന്ന പല്ലുകളും നാവും. ഇട യ്ക്കിടയ്ക്ക് കാർക്കിച്ചുതുപ്പി പാടവരമ്പത്തുകൂടെ നടന്നുപോകുന്ന ചെല വച്ചി കുട്ടികളുടെ മനസ്സിൽ പേടിയുടെ രൂപമാണ്.

ധനസമ്പാദനത്തിനും ശത്രുനിഗ്രഹത്തിനുമായി ഏതെല്ലാമോ കുടി കളിൽ രാത്രി വെളുക്കുവോളം മാരണക്രിയകൾ ചെയ്യുന്ന ചെലവച്ചി യുടെ ഭീകരരൂപം ഒരിക്കൽ ഞാൻ കണ്ടിട്ടുണ്ട്. അത് ദിവാകരന്റെ വീട്ടിൽവച്ചാണ്. ദിവാകരന്റെ അപ്പൻ കരുമനെ ആരോ ഒടിവച്ച് അവശ നാക്കി കിടത്തിയ സമയത്തായിരുന്നു. അപ്പൻ വീണപ്പോൾ ദിവാകരൻ ഒരുപാട് കരഞ്ഞു. അവന്റെ സ്കൂൾ പഠിത്തം നിന്നു. ഒരു ദിവസം ദിവാ കരൻ വീട്ടിൽവന്നു പറഞ്ഞു. "അപ്പന്റെ സൂക്കേട് മാറ്റാൻ ചെലവച്ചി മന്ത്രം നടത്ത്ണ്ണ്ട്. നൃതേ വഴീള്ളു."

"വന്നാ കാണാമ്പറ്റോ..."

"രാത്രീലാ പൂജ..."

ദിവാകരന്റെയപ്പനെ ഒരു മലപ്പലകയിലിരുത്തിയിട്ടുണ്ട്. കാലുകൾ മടക്കി ചമ്രം പടിഞ്ഞുവച്ചിരിക്കുന്നു. താഴേക്ക് വീഴാതിരിക്കാൻ ഒരു ചാരും വച്ചിട്ടുണ്ട്. അപ്പനുചുറ്റും ഒരു മുളന്തണ്ട് വളച്ചുവച്ചിരിക്കുന്നു. അതിനു മീതെ മുള്ളാണികൾ തറച്ചിരിക്കുന്നു. നൂലുകൊണ്ടൊരു വല മുളവട്ട ത്തിലെ ആണികളിൽ ചുറ്റി നെയ്തിരിക്കുന്നു. ഒറ്റാലിൽനിന്ന് പുറത്തേക്ക് തെള്ളാൻ ഒരുങ്ങിയ മുഴുത്ത ഒരു മീനുപോലെ ദിവാകരന്റെ അപ്പൻ. മുടുകച്ചിമ്മിനിയും ചെമ്പുവിളക്കും അപ്പനുചുറ്റും കത്തിച്ചുവച്ചിരിക്കുന്നു. ചിരട്ടക്കരിയിട്ട കനലുകുമ്പാരത്തിൽ സാമ്പ്രാണിത്തിരി പുകയുന്നു. റാക്കു കുടിച്ച് ചുവന്ന കണ്ണുകളുമായി ചെവലച്ചി എന്തൊക്കെയോ മന്ത്രങ്ങൾ ഉറക്കെയുറക്കെ ചൊല്ലുന്നു.

ഒടിവെച്ചിക്ക്ണ്... ചാണപ്പീടിൽ.

പരിചിതമായ ചില വാക്കുകൾ മാത്രം ആ മന്ത്രത്തിന്റെ ഇടവരിക ളിൽനിന്ന് ഞാൻ കേട്ടു. കെട്ടിയിട്ട് പിടയ്ക്കുന്ന കോഴിയുടെ കഴുത്തിൽപ്പി

ടിച്ച് തുറിച്ച കണ്ണുകളുമായി ചെവലച്ചി കോഴിയുടെ കൊക്കുപിളർന്ന് ശക്തമായി ഊതുന്നു. ഒന്നനങ്ങാൻ പോലുമാവാത്ത വിധത്തിൽ കോഴിയെ ഒരു പലകയിലേക്ക് പിടിച്ചുവയ്ക്കാൻ ചെവലച്ചി കൂടെവന്ന വരോട് ആഗ്യം കാണിച്ചു. ചെവലച്ചി ഒരു കത്ത്യാളെടുത്ത് വീണ്ടുമെ ന്തൊക്കെയോ ശബ്ദമുണ്ടാക്കി. പിന്നെ ഒരു നിമിഷത്തിന്റെ മാത്രയിൽ കോഴിയുടെ കഴുത്തിൽ കത്തി വീഴുന്നു. തലയറ്റ കോഴി ദിവാകരന്റെ അപ്പനുചുറ്റും മരണവെപ്രാളത്തോടെ കിടന്ന് പറക്കുന്നു. ഇഴയുന്നു. കോഴിയുടെ അനക്കമറ്റ നേരം ദിവാകരന്റെയപ്പൻ വെട്ടിയിട്ട മരംപോലെ പലകയുടെ ചാരും മറിച്ച് താഴെ വീഴുന്നു. നൂലുകൾ പൊട്ടിച്ച് ഉഴുന്നു പാടത്തിലെ കാറ്റിന് കൊടുക്കുന്നു. റാക്കിന്റെ കുപ്പിയിൽനിന്ന് ഓട്ടുഗ്ലാ സിലേക്ക് റാക്ക് വീഴ്ത്തി, കോഴിയുടെ ചോര നിറഞ്ഞ പാത്രത്തിൽനിന്ന് ആർത്തിയോടെ കോഴിച്ചോര കുടിച്ച് അതിനുമീതെ ഓട്ടുഗ്ലാസ് വായി ലേക്ക് കമഴ്ത്തി ചെവലച്ചി ഏമ്പക്കം വിടുന്നു. ചോരത്തുള്ളികൾ തെറിച്ച മുഖം കൈകൊണ്ട് തുടച്ച് ഭസ്മമെടുത്ത് മുഖത്ത് പൊത്തുന്നു. ദിവാക രന്റെയപ്പനെ അവിടെത്തന്നെ കിടക്കുവാൻ വിട്ട് ചെവലച്ചി ദക്ഷിണ വാങ്ങി ആടിയാടി ഉഴുന്നുപാടത്തിന്റെ ഓരത്തെ നടവഴിയിലേക്ക് ഒരു കാറ്റുപോലെ നീങ്ങുന്നു.

നാടും നഗരവും ചുറ്റി യൗവനത്തിന്റെ അലച്ചിലിൽ ഒരുനാൾ തിരിച്ച് ഗ്രാമത്തിലെത്തിയപ്പോൾ ചാമിയാരെ പൊലീസ് കൊണ്ടുപോയി എന്ന് ഞാനറിയുന്നു. അത് ചെവലച്ചിയെയും കൂട്ടുകാരനായ മുത്താണ്ടിയെയും വെട്ടിക്കൊന്നതിനായിരുന്നു.

ആദ്യത്തെ വെട്ട് തള്ളയുടെ തോളത്ത് കൊണ്ടു. രണ്ടാമത്തെ വീശ് നിലവിളിയോടെ പാഞ്ഞുവന്ന കിഴവന്റെ കഴുത്തിനായിരുന്നു. മുള ചീന്തുംപോലെ നിശ്ചലം. കിഴവന്റെ തുറന്ന വായ്ക്കുള്ളിൽ നിലവിളി നിലച്ചു. മൂന്നാമത്തെ വീശലിൽ കറുപ്പന്റെ കണ്ണുകൾക്ക് നിയന്ത്രണമ റ്റു. കറുപ്പന്റെ കത്ത്യാൾ പച്ചമുളയുടെ സ്വാദറിയുമ്പോലെ. തള്ളയുടെ ചുളിഞ്ഞ ശരീരത്തിൽനിന്ന് ചോര ചാണകം മെഴുകിയ തറയിലൊഴുകി നനഞ്ഞു. തലങ്ങും വിലങ്ങും വെട്ടി തള്ളയുടെ ദേഹം അവർ കുരുതി കൊടുത്ത കോഴികളെപ്പോലെ രക്തം വാർന്ന് മരിച്ചുപോയെന്ന് ഞാന റിഞ്ഞു. കേട്ടറിവുകൾ എനിക്കൊരു കഥയുടെ തുടക്കമായി. ഒടിയൻ വേലൻ മകൻ കറുപ്പൻ.

മാരണക്രിയകളുടെ അനുഷ്ഠാനങ്ങളിൽ തിരിച്ചടിക്കുന്ന ദുഷ്ടശക്തി കളുടെ അവസാനം എന്നും ഇതുപോലെയൊക്കെയായിത്തീരുമെന്ന തിരി ച്ചറിവുകൾ പഴയ നാളുകളുടെ സ്മൃതിചിത്രങ്ങൾ ബാക്കിയാക്കുന്നു. അത് പുതിയ വഴികളായിത്തീരുന്നു.

www.ingramcontent.com/pod-product-compliance
Lightning Source LLC
LaVergne TN
LVHW100826051026
849519LV00006B/2198
* 9 7 8 9 3 9 3 4 6 8 3 0 7 *